பனிவிழும் பனைவனம்

பனிவிழும் பனைவனம்
செல்வம் அருளானந்தம்

இலங்கை, யாழ்ப்பாணம் அருகிலுள்ள சில்லாலை என்னும் கிராமத்தில் பிறந்தார். தற்போது கனடாவில் வசிக்கிறார். கடந்த முப்பதாண்டுகளாக இலக்கியச் சந்திப்புகளையும் கருத்தரங்குகளையும் நடத்திவருகிறார். 1986இல் பாரிஸ் ஆசியன் வெளியீடாக 'கட்டிடக் காடு' கவிதைத் தொகுதி வெளிவந்தது. 'சொற்களில் சுழலும் உலகம்' (2019), 'எழுதித் தீராப் பக்கங்கள்' (2021) ஆகிய அனுபவப் பதிவு நூல்கள் காலச்சுவடு பதிப்பாக வெளியீடாக வந்துள்ளன. *பார்வை* (மொன்றியல், கனடா) சிற்றிதழின் ஆசிரியராக இருந்தவர். *தேடல்* சிற்றிதழின் ஆசிரியர் குழுவிலும் செயல்பட்டுள்ளார். கடந்த முப்பது வருடங்களாகக் கனடாவிலிருந்து வெளிவரும் *காலம்* இலக்கிய இதழின் ஆசிரியர்.

கனடாவில் 'வாழும் தமிழ்' என்ற பெயரில் 1990ஆம் ஆண்டுமுதல் புத்தகங்களுக்கான கண்காட்சியை நடத்தி வருகிறார்.

செல்வம் அருளானந்தம்

பனிவிழும் பனைவனம்

காலச்சுவடு பதிப்பகம்

அன்பார்ந்த வாசகருக்கு,

வணக்கம்.

காலச்சுவடு நூலை வாங்கியமைக்கு நன்றி.

நூலின் உள்ளடக்கம், உருவாக்கம், அட்டைப்படம் இன்ன பிற அம்சங்கள் பற்றிய உங்கள் கருத்துகளையும் ஆலோசனைகளையும் காலச்சுவடு வரவேற்கிறது. தகவல், எழுத்து, வாக்கியப் பிழைகள் தென்பட்டால் கட்டாயம் தெரிவித்து உதவுங்கள். நூல் தயாரிப்பில் கடும் குறைபாடு இருப்பின் மாற்றுப் பிரதி உங்களுக்குக் கிடைக்கக் காலச்சுவடு ஏற்பாடு செய்யும்.

மின்னஞ்சல்: **publisher@kalachuvadu.com**

காலச்சுவடு நாகர்கோவில் தலைமையகத்துக்கும் கடிதம் அனுப்பலாம்.

தங்கள்
எஸ்.ஆர். சுந்தரம் (கண்ணன்)
பதிப்பாளர் – நிர்வாக இயக்குநர்

பனிவிழும் பனைவனம் ◆ அனுபவப் புனைவு ◆ செல்வம் அருளானந்தம் ◆

© செல்வம் அருளானந்தம் ◆

முதல் பதிப்பு: டிசம்பர் 2022 ◆ வெளியீடு: காலச்சுவடு, 669, கே.பி. சாலை, நாகர்கோவில் 629001 ◆ கோட்டோவியங்கள் : ட்ராட்ஸ்கி மருது

காலச்சுவடு பதிப்பக வெளியீடு: 1141

panivizum panaivanam ◆ Autofiction ◆ Selvam Arulanandam ◆

© Selvam Arulanandam ◆

Language: Tamil ◆ First Edition: December 2022 ◆ Size: Demy 1 x 8 ◆ Paper: 18.6 kg maplitho ◆ Pages: 248 ◆ Line Drawings: Trotsky Marudu

Published by Kalachuvadu, 669 K.P. Road, Nagercoil 629001, India ◆ Phone: 91-4652-278525 ◆ e-mail: publications@kalachuvadu.com ◆ Printed at Mani Offset, Chennai 600077

ISBN: 978-93-5523-272-4

'மனுசி' தேவராணிக்கு

நன்றி

என்னைத் தொடர்ந்து எழுதத் தூண்டும் *தாய்வீடு* பத்திரிகை ஆசிரியர் டிலிப்குமார்.

என் முதல் வாசகராய் இருந்து ஒவ்வொரு ஆக்கத்திற்கும் ஓவியம் தந்து உதவிய ஓவியர் மருது.

இப்புத்தகத்தை வெளியிடும் கண்ணன், காலச்சுவடு நண்பர்கள்.

என் நண்பர்களான மணி வேலுப்பிள்ளை, சாம்ராஜ், ஆனந்தப்ரசாத், பொன்னையா விவேகானந்தன்.

முன்னுரை

யாழ்ப்பாணப் பார்வை

இந்தத் தலைப்பு செல்வத்தின் புத்தகத்தில் வரும் ஒரு வரியிலிருந்து எடுக்கப்பட்டது. "பார்க்கத் தக்கதாக ஓர் இக்கட்டான சூழலில் 'யாழ்ப்பாணப் பார்வை'யை வீசி எங்களைப் பார்த்துக்கொண்டு நின்றார்" என்று செல்வம் எழுதுகிறார். இந்த யாழ்ப்பாணப் பார்வையைத் தான் செல்வம் கலாதியாகவும் கலகலப்பாகவும் அதே நேரத்தில் கவலை தரும் தொனியிலும் இந்தப் பிரதியில் பதிவுசெய்திருக்கிறார். தமிழரின் வாழ்வில் இரண்டு அம்சங்கள்தான் தொடர்ந்து சுழன்றுகொண்டிருக்கின்றன. ஒன்று காதல், மற்றது மோதல். இந்த நூலில் இது இரண்டும் உண்டு. இரண்டுமே தோல்வியில் முடிவடைகின்றன. ஆனால் இது ஒரு நிறைவான புத்தகம்; விடுதலை அளிக்கும் புத்தகம். இந்நூலில் 'நான்' என விவரிக்கப்பட்ட நபரை செல்வம் என்றுதான் வாசித்தேன். அது இந்த எழுத்தில் ஒரு நெருக்கத்தையும் உடன் பரிச்சயத்தையும் தந்தது.

இந்த எழுத்து துன்பமும் இன்பமும் வலியும் பகடியும் நிறைந்த நினைவுகூரல். இங்கே சொல்லப்பட்டவை எந்த ஒரு சரித்திரப் புத்தகத்திலும் பதிவு செய்யப்படப்போவது இல்லை. ஆனால் இவை ஈழத்தமிழரின் வாழ்வில் நடந்தவை. ஓர் இனம் ஒரு காலகட்டத்தில் அனுபவித்த, உட்படுத்தப்பட்ட வியப்புகளும் விக்கினங்களும் வியாகுலங்களும் அவர்களின் பலமும் பலகீனமும் எந்தவிதத் தீர்ப்பும் இல்லாமல் இங்கே சொல்லப்படுகின்றன. இங்கே

கூறப்பட்டது ஒருசிலரின் நினைவுகளில் இன்னும் இருக்கலாம். செல்வத்தின் எழுத்து அந்தச் சரித்திரத்தை ஆவணப் படுத்துவது மட்டுமல்ல, இந்தச் சம்பவங்கள் அவரை என்ன மாதிரியான ஆளாக மாற்றின என்றும் கூறுகிறது. இங்கே கூறப்பட்டவை சும்மா நினைவலைகளோ ஞாபகக் குறிப்புகளோ அல்ல. அதற்குள்ளாக ஒரு கதையமைப்பையும் கருவையும் உருவாக்கி இலக்கியச் சௌந்தரியத்தைக் கொடுத்திருக் கிறார். பக்தித் தன்மை இல்லாமல் பழங்கால நினைவு களைக் கலையம்சம் கொண்ட கெட்டிக்காரத்தனமான புனைவிலக்கியமாக மாற்றியிருக்கிறார். இந்த நூலில் வரும் மனிதர்கள் உண்மையான மாந்தர்களாகவே இருக்கலாம். செல்வத்தின் எழுத்தில் சுவைநலஞ் சான்றவர்களாக வடிவமைக்கப்பட்டிருக்கிறார்கள்.

இந்த நாவல் தொன்மம், காதல், யாழ்ப்பாணச் சாதி அடுக்குகள், அரசியல் பிரதிபலிப்பு ஆகியவற்றைக் கொண்டுள்ள மிகவும் வியக்கத்தக்க இலக்கிய இணைவு. “யாழ்ப்பாணத்தான், மட்டக்களப்பான், மன்னாரான் என்ற வேற்றுமையே மறைஞ்சு, அவன் சிங்களவன், இவன் முஸ்லீம், அவன் யாழ்ப்பாணத்தான், இவன் கிழக்கான், மற்றவன் மலை நாட்டான்” என்று பிரிந்து நிற்க விரும்பாத கனவியலான இலங்கை இங்கே சித்தரிக்கப்பட்டுள்ளது.

கல்கியின் நூல்கள்போல் தொக்கையான பாகங்களை அடுக்கிக்கொண்டுபோய் டுபாய் பூர்ஜ் காலீஃபாவைத் தொடும் அளவுக்குப் புத்தகம் எழுதுவது செல்வத்தின் மரபணுவில் இல்லை. யாழ்ப்பாணத் தேசியக் கொறியல் தீனியான ஒல்லிப் பனங்கிழங்கைப் போல் குறைந்த பக்க நூல்களை எழுதுவதுதான் இவருக்கு மதிப்பையும் மக்க ளிடையே மரியாதையையும் கொடுத்திருக்கிறது. பனங்கிழங்கு நோஞ்சலாக இருந்தாலும் பருத்தித் துறைப் பரியாரியார்கள் சொல்வதுபோல் உடம்புக்கு நல்லது; செல்வத்தின் ஆக்கம் உங்கள் இலக்கியத் தாபத்திற்கு நல்லது.

செல்வத்தின் இன்னும் ஒரு தனிச்சிறப்பு எளிய மக்க ளுக்காக, எளிய மொழியில் உடனடித் தன்மையான பாணியில் அவர்களின் உள்ளத்தைத் தொடும் விதத்தில் எழுதுவது. அவரைச் சுற்றியிருப்பவர்களை உற்சாகப்படுத்தவும் தன் நிலைப்பாட்டைத் தெரியப்படுத்தவும் செய்கிற நடுநிலைமை யற்ற பனுவல் இது. “ஒருவன் இன்னொருவனை அடித்துக்கொண்டு நிற்கும்போது அதைப் பார்த்துக்கொண்டு நிற்பவனும் அல்லது அதைப் பார்க்காத மாதிரி விலத்திக்கொண்டு போகிறவனும்

அடிக்கிறவன் பக்கம்தான் நிற்கிறான்" என்ற வரிகள் பக்கம் சாரா நிலையின் இன்னுமொரு நிலைதான்; அது ஆண்டகைகள், சாதிக்காரர்களின் ஏற்கெனவே இறுக்கமாக்கப்பட்ட தற்போதைய நிலையை இன்னும் திடப்படுத்துகிறது என்பதைச் சொல்லிவிடுகின்றன. நடுநிலைமையைப் பற்றிய செல்வத்தின் விமர்சன வாசகம் பேருந்துகளிலும் விளம்பரத் தட்டிகளிலும் இடம்பெறக்கூடிய தகுதியுடையது.

செல்வத்தின் எழுத்து ஒரே நேரத்தில் அறிவார்ந்த, உணர்ச்சிகரமான ஓர் இலக்கிய அனுபவத்தை உருவாக்குகிறது. குறள், சங்கக் கவிதை, கிறித்தவத் திருமறை, திருவாசகம், கம்பராமாயணம், சிலப்பதிகாரம், கண்ணதாசன் பாடல்கள் ஆகியவை கொண்ட பின்நவீனத்தின் கலவை இது. இந்த இலக்கிய உத்தி இனம், தமிழ்த் தேசியம், சாதியம், விடுதலை இயக்கங்களைச் சற்றுப் பின்தள்ளி யாழ்ப்பாணக் கிடுகுவேலிக் கலாச்சாரத்துடன், 18ஆம் நூறாண்டின் கிறித்தவ மதப் பரப்பாளர்கள் பாஷையில் சொன்னால், சல்லாபிக்க முடிகிறது.

தனக்கே உரித்தான ஒரு பாணியை செல்வம் உருவாக்கி இருக்கிறார். சமகாலத்தின் நேரடி விமர்சனமாக நல்ல கதையை எழுத முடியும் என்று நிரூபித்திருக்கிறார். இந்நூல் செல்வத்தின் வழக்கமான ஏக்கம், நுணுக்கமான சமூக, அரசியல் அவதானிப்பு ஆகியவற்றின் கலவையுடன் எழுதப்பட்டுள்ளது.

"மழை தூறியபோது பெய்த மழையை மறைக்கக் குடைபிடித்துக்கொண்டு நின்ற பத்மினி உள்ளே வாருங்கள் என்ற அவரின் வார்த்தையில் அரசியல்வாதிகள் சொல்கிற மாதிரி, 'ஒரு குடையின் கீழ் வாருங்கள்' என்ற கோசத்தின் உண்மையை அன்றைக்கு விளங்கிக்கொண்டேன்" என்ற வார்த்தைகளில்பகடியும் இருக்கிறது; அரசியல்வாதிகள் பற்றிய ஏளன இகழ்ச்சியுமிருக்கிறது. மதச்சார்பற்ற எழுத்திலும் இறையியல் கருத்து எதிரலையையும் பார்க்கலாம். 'காரிருளில் பேரொளியைக் கண்டேன்' என்ற வேத வாக்கியம் இதற்கு மேதகு எடுத்துக்காட்டு.

இந்தக் கதையில் 70களின் யாழ்ப்பாணத்தைக் காணலாம். அப்போது 65 சதத்தில் சினிமா பார்க்க முடிந்தது. அதைவிட எல்லாவற்றிற்கும் யாழ்ப்பாண இளைஞர்கள் முன்வரிசையில் நிற்க வேண்டியிருந்த நாட்கள் இவை. இந்தக் கலாச்சார அப்பியாசத்தை செல்வத்தின் வரிகளிலேயே தருகிறேன்: "நான் அறிந்து எங்கட இளைஞர்கள் முன்வரிசைக்கு நிக்கிறது நினைவுக்கு வந்தது. எப்பிடியாவது படிச்சுப் பல்கலைக்கழகம் போக வேணும் எண்டு ரீயூசன் போனா... அங்க முன்வரிசை. மத்திய கிழக்கு நாடுகளுக்குப் போய்ப் பிழைக்கிறத்துக்காக

ஏஜென்சியளுக்கு முன்வரிசை . . . பிறகு போராட்டம் செய்து அடிமை விலங்கறுக்கப் போறம் என்று இயக்கங்களில் இணையுறத்துக்கு முன் வரிசை . . .” சினிமா தியட்டரில் படம் பார்த்துவிட்டு மூத்திரமடிக்க அங்கேயும் முதல் வரிசை. நீங்கள் படித்த கடைசி வரி செல்வத்துடையதல்ல. நான் சும்மா சேர்த்துக்கொண்டது.

ஈழத்து எழுத்துக்களில் இரண்டு சங்கதிகள் முக்கியமாக இருக்கும். விடுதலை இயக்கங்கள், யாழ்ப்பாணச் சாதியம். இவை இல்லாவிட்டால் ஒடியல் மா போடாத யாழ்ப்பாணக் கூழ் போலிருக்கும். “ஆனால் என்ன . . . ஒருவன் போராட முன்னுக்கு வந்தால் ஒன்பது பேர் காட்டிக்கொடுக்க நிற்கிறாங்கள்”; “விடுதலைப் போராட்டம் தொடங்க முதலே காட்டிக்கொடுக்கும் போராட்டம் தொடங்கிவிட்டது”; “மாட்டின் போனால் என்ன? யோகேஸ்வரன் வந்தால் என்ன? இந்தப் பிரச்சினையை ஆரும் தீர்க்கப்போறது இல்லை” என்ற வார்த்தைகளில் அரசியல்வாதிகள், இயக்கங்கள்பற்றி யாழ்ப்பாணத்தானின் உள்ளார்ந்த ஏளன இகழ்ச்சியும் வெறுப்பும் ஏமாற்றமும் சந்தேகமும் தெரிகின்றன.

“தமிழர்களுக்கு இனிக் கஸ்ரம்தான் . . . ஆயுதம் வந்து விட்டதெல்லே” என்ற இந்த வரிகள் அ. சிவானந்தனின் ஆங்கில நாவலின் தீர்க்கதரிசனமான கடைசிப் பத்தியை நினைவூட்டுகிறது. துப்பாக்கிகளின் காலம் ஆரம்பமாகி விட்டது. இப்போது யோகியின் கையில் துப்பாக்கி இருந்தது. யோகியின் எழுச்சியுடன் அறப் போராட்டம் முடிந்துவிட்டது. “இனித் தமிழரின் விமோசனத்திற்கு ஆயுதந்தான் விடை” என்று சிவானந்தனின் நாவல் முடிவடைகிறது. ஈழத்தமிழர் வாழ்வில் துப்பாக்கிக் கலாச்சாரம் புகுந்த பின் செல்வத்தின் வாழ்க்கையில் என்ன நடந்தது? அதை அவரே சொல்லட்டும்: “உண்மையிலை நான் யாழ்ப்பாணத்தை விட்டு வெளிகிட்டதுக்கு பத்மினியின்ர பிரச்சினை மட்டும் காரணமில்லை. தமிழரசுக் கட்சி அரசியலைத் தாண்டி, ஆயுதப் போராட்ட ஆயத்தங்கள் நடக்கத் தொடங்கியதை உணரத் தொடங்கினேன். காலமும் வயதும் சூழலும் சாதகமாக அமைய, எனக்கும் அதோட ஒரு மெல்லிய தொடர்பு இருந்தது. அத்தோடு நானும் சேர்ந்து இறுகிவிடுவேனோ என்றும் அச்சப்பட்டேன்.” இந்த அச்சம் அந்த நாட்களில் பல ஈழத் தமிழர்களுக்கு இருந்திருக்கிறது.

இந்தப் பக்கங்களில் சாதியம் நிறைய பேசப்படுகிறது. இங்கே சாதி பார்க்கிறவர்கள் வழமையான கெட்ட மனிதர்களான யாழ்ப்பாண வெள்ளாளர்கள் அல்லர். ஒடுக்கப்பட்டவர்களே

ஒடுக்கப்பட்டவர்களை வஞ்சிக்கிறார்கள். கீழே நான் தந்திருக்கும் வரிகளை வாசியுங்கள்: “இண்டைக்கும் மீன் பிடிச்சுக்கொண்டிருக்கிற உங்கட குடும்பங்களுக்கு இது பிரச்சினையில்லாமல் இருக்கலாம். இப்ப உத்தியோகம் பார்த்தாலும் சுண்ணாம்பு எரிச்சுக் கூலி வேலை செய்யிற பரம்பரையிலை போய்ச் சம்மந்தம் செய்யிறது எங்கட சாதிக்கே அழகில்லை தெரியுமே.” இவை இரண்டும் பத்மினியின் அக்கா சொன்ன பொன்மொழிகள். “வெளிநாட்டுக்குப் போனால் நான் மேலோங்கி ஆகிவிடுவேனோ என்று சொல்லி அவவை என் மடியில் சரித்தேன்” என்ற செல்வத்தின் வரிகளில் வலியும் தெரிகிறது, அவரின் வல்லமையற்ற தன்மையும் தெரிகிறது.

அவருடைய எழுத்தில் ஒரு நேரடித்தனமும் உள்ளது; உள்ளபடி எடுத்துரைக்கும் தன்மையும் உண்டு. இது கல்கி யுகம். நான் புராண அவதாரத்தைச் சொல்லவில்லை. நம் காலத்துப் புனைகதைப் புருஷரைக் குறிப்பிடுகிறேன். கல்கியை மேற்கோள் காட்டாமல் கட்டுரை எழுதினால் செல்வம் ஆராதிக்கும் கத்தோலிக்கத் திருச்சபை ஏற்கெனவே நிர்ணயித்த ஏழு பாவங்களில் இன்னுமொரு புதிய பாவத்தைச் சேர்க்க வேண்டிவரும். ‘அலை ஓசை’யில் வரும் சீதாவை ராகவன் முதல்முறையாகப் பார்த்தபோது அவளின் உணர்ச்சியைக் கல்கி இப்படி வெளிப்படுத்துகிறார்: “தன்னைப் பார்ப்பதைக் கண்டாள். வெறுமனே பார்த்ததோடு இல்லை; புன்னகையும் புரிந்தான்! வானத்திலிருந்து நட்சத்திரங்கள் பொல பொலவென்று உதிர்ந்து உலகை ஜோதிமயமாக்கின.” இதே ஒரு யாழ்ப்பாணத்துத் தமிழ்ப் பெண்ணுக்கும் ஆணுக்கும் நடந்தபோது செல்வத்தின் வரிகள் இப்படிச் சொல்லுகின்றன: “போகும்போதுதான் பார்த்தேன் பத்மினியும் அதில் ஒரு ஆள் என்று. அவளும் என்னைத் திரும்பிப் பார்த்தாள். நெஞ்சு திடுக்கிட்டுப்போயிற்று.” அலங்காரங்கள் ஒன்றுமில்லை. கற்பனை விவரிப்புகள் இல்லை. அவருடைய எழுத்தில் பதனிடப்படாத பச்சையான ஓர் உண்மை இருக்கிறது.

இந்த எழுத்தில் போதாமையே இல்லையா? மணிரத்னத்தின் ‘பொன்னியின் செல்வ’னில் ஏராளமான பாத்திரங்கள் அறிமுகப்படுத்தப்பட்டுத் தொங்கவிடப்பட்டதுபோல், செல்வத்தின் ஆக்கத்திலும் ஊர்ப்பட்ட கதாபாத்திரங்கள் உலவுகிறார்கள். அவர்கள் எல்லாம் இப்போது எங்கே? சாதிக் கட்டுப்பாட்டுக்குள் செல்வத்தை வைத்துக்கொள்ளப் பார்த்த ஜோசேப்பு மாஸ்டர் என்னவானார்? இவருக்கும் பத்மினிக்கும் இடையே நின்று சாதியம் பேசிய அவருடைய சகோதரியின் சாதிய வெறுப்பு

நிலை யாழ்ப்பாண மணிக்கூடு உயரத்தைத் தொட்டுவிட்டதா அல்லது நிலாவெளிக் கிணற்றின் அடித்தளத்துக்குச் சென்று தணிந்துவிட்டதா? செல்வம்மீது கண்வைத்த அந்த மன்னார்ப் பெண் எங்கே? யாழ்ப்பாணத்தில் வாழ்வதற்கு ஒருவர் நல்ல சாதியாயிருக்க வேண்டும், அல்லது பணக்காரராக இருக்க வேண்டும்; இவை இரண்டும் இல்லாவிட்டால் சண்டியராக இருக்க வேண்டும் என்று சொன்ன சந்திரனின் கதி என்ன?

'பொன்னியின் செல்வன்' பற்றி எழுந்த கேள்வி செல்வத்தின் நூலுக்கும் பொருந்தும். ஒரு கதையில் அகநிலையிலும் கற்பனையிலும் மூழ்கி வரலாற்றை எழுதினால் அது சரித்திரத்திற்குத் துரோகம் செய்கிறதா, வெளிப்படுத்துகிறதா? ஆலன் சீலியின் 'அசோகா' நாவலில் வரும் புத்தர் இப்படிக் கூறுகிறார்: "ஒரு புனைகதைப் படைப்பு வரலாற்றுப் புரிதலுக்கான பாதையை ஒளிரச் செய்தால் அது சரித்திரப் புரட்டல்ல."

எல்லாரையும் போலவே செல்வத்துக்கும் மோசமான பழக்கங்கள் உண்டு. அவர் துஷ்டத்தனமான தமிழ்ப் படப் பிரியர். அவரைச் சந்தோஷப்படுத்த இந்த முன்னுரையைச் சினிமாத்தனமாக முடிவுக்குக் கொண்டுவருகிறேன். 'பாசமல'ரில் சிவாஜி பாத்திரம் அவருடைய சினிமா தங்கையான சாவித்திரியை ஜெமினியிடம் இந்த வார்த்தைகளைச் சொல்லிக் கொடுப்பார்: "ஆனந்தா, என் கண்ணையே உன்னிடத்தில் ஒப்படைக்கிறேன்." இதைத்தான் செல்வம் செய்திருக்கிறார். அவருடைய கைவண்ணத்தை உங்களுடைய கையில் கொடுத்திருக்கிறார். இந்த நூலை சிவாஜி பாத்திரம் கேட்டமாதிரி பத்திரமாக அலமாரியில் பூட்டி வைக்காதீர்கள். படியுங்கள், பரவசமடையுங்கள், பதறுங்கள். ஆனந்தப்படுங்கள், ஆவேசப்படுங்கள். ஒரே நாடு, ஒரே மொழி, ஒரே மதம் என்று எதையுமே ஒற்றைத்தனத்தில் கட்டுப்படுத்த முயலும் இந்த நாட்களின் துவித, இருமப் பிரதிபலிப்புகளையே இந்த நூல் எதிர்பார்க்கிறது. அதையே செல்வமும் எதிர்பார்க்கிறார், விரும்புவார்.

ஒரு பல் நடுங்கும் படு குளிரான **சச்சிதானந்தன் சுகிர்தராஜா**
பெர்மீங்க மார்கழி இரவு
10.12.2022

1

டேவிற் வீதியைத் தாண்டிப் பிள்ளைத்தாச்சி வீதியில் திரும்பும்போதுதான் ஜோண்சன் மரியநாயகம் சொன்னான் 'அடுத்த தெருவிலை பொப்பிசை நிகழ்ச்சி நடக்குது' என்று.

'பொப்பிசை சக்கரவர்த்தி ஏ.ஈ. மனோகரன் பாடுகிறாராம் போவோமோ?' என்று ராசகுலம் சொல்ல, வந்த சைக்கிள் எல்லாம் அப்படியே அந்தப் பக்கம் திரும்பின. ஏதோவொரு அலுவலாய்த் திரிஞ்சாத்தானே எங்கையாச்சும் போறத்துக்கு யோசிக்க வேணும்?

இரண்டு மூன்று நாளைக்கு முதல், சந்தியில் கதைச்சுக்கொண்டு நிற்கும்போது, ராசதுரையின் கார் வெளிக்கிட்டுது. இவர் வாடகைக்குக் கார் ஓட்டுறவர். அவர் வெளிக்கிடேக்க, 'அண்ணை நாங்களும் வரட்டோ' என்று கேட்க, 'எங்கை தம்பியவை போகப் போறியள்?' என்று அவர் கேட்க, 'எங்கையெண்டாலும்' என்று நாங்கள் பதில் சொல்ல, அவர் கோபிக்காமல் சிரித்துக்கொண்டு, 'எனக்கு ரவுணுக்குள்ளை ஒரு ஆளை ஏத்தப் போக வேணும்' என்றார்.

'உங்கள ரவுணுக்குள்ளை இறக்கி விடட்டோ' என்றும் ராசதுரை அண்ணர் கேட்டார். 'அட இது சோக்கல்லோ... சிவாஜியின்ரை திரிசூலம் படத்திற்கு கட்டவுட் கட்டிப்போட்டாங்களாம். அதைப் பாத்திட்டு நாங்கள் நடந்து வருவம்' என்று நாங்கள் சொல்ல, அவரும் ஏறுங்கோடா' என்று சொல்ல, அந்த நாள் அந்தமாதிரிப் போச்சுது.

இப்பிடியான ஒரு நாளில்தான் அந்தப் பொப்பிசை நிகழ்ச்சியைப் பார்க்கப் போனோம். சர்வேசுக்கு என்னைப் போலத் தான் பொப்பிசை பிடிக்காது. 'அவன் பாவாடை தாவணியில் பார்த்த

உருவமா?' என்கிற மாதிரியான பாடல்களைத் தாண்டி வாறவன் இல்லை. நான் கொஞ்சம் பரவாயில்லை. 'ஆயிரம் நிலவே வா, ஓராயிரம் நிலவே வா' பாட்டை எங்கேயாவது ஸ்பீக்கரில் கேட்டால் என்னதான் அவசரமாய்ப் போனாலும் கொஞ்ச நேரம் நின்று கேட்பேன்.

எப்படியோ நேரம் போக வேணும்...

நாங்கள் போகும்போது நிகழ்ச்சி தொடங்கிவிட்டது. நிகழ்ச்சிக்குக் காசு இல்லை என்பதால கூட்டம் நிரம்பி இருந்தது. எங்கையோ ரீயுசன் முடிற்று வந்த ஐஞ்சாறு கட்டை கவுண் போட்ட இளம் பெண்கள் கொஞ்சப்பேர் பாட்டுகளைக் கேட்டுக்கொண்டிருந்திச்சினம்.

ஆட்களை விலத்திக்கொண்டு முன்னுக்குப் போய்க் கொண்டிருந்த ஜோண்சன் கலர் சட்டைகளைக் கண்டவுடன் அந்தப் பெண்களுக்குப் பின்னால் நின்றுவிட்டான். அவைக்குப் பின்னாலேயே நின்று நிகழ்ச்சியைப் பார்க்க நாங்களும் முயற்சி செய்தோம்.

பாட்டுகள் கேட்குதே தவிர, பாடினவரையும் ஆட்டங்களை யும் பார்க்கிறத்துக்கு மேடை சரியாகத் தெரியாமல் இருந்தது.

'இலங்கையென்பது எம் தாய்த் திருநாடு இயற்கை வளம்...' என்று ஏ.ஈ. மனோகரன் பாடத் தொடங்கக் கூட்டம் கொந்தளித்து ஆடத் தொடங்கிவிட்டது.

ராசகுலம் என்னைக் கேட்டான்... 'தமிழ்ச்சனம் எல்லாம் சேர்ந்து பாடி ஆடுது. இது ஜே. ஆருக்குத் தெரியுமோ? அவங்கள் தங்கடை நாடு எண்டெல்லோ சொல்லுகிறாங்கள்.'

மேடைக்குக் கீழே ஆடிக்கொண்டிருந்த சில பெடியன்கள் அத்துமீறி மேடையில் ஏறி மனோகரனோடு சேர்ந்து ஆடிக்கொண்டிருந்தாங்கள். எங்களுக்கு எதுவும் சரியாய்த் தெரியவும் இல்லை. சுப்பிரமணியம் பூங்காவுக்குப் போனாக் கூடத் ஆகாசவாணியின் தேன் கிண்ணமாவது கேட்கலாம் என்று ராசகுலமும் இன்னொருத்தனும் புறுபுறுத்தார்கள்.

அதுக்கிடையில் முன்னால் நின்றுகொண்டிருந்த பெண்கள், எங்கேயோ போய் ஒரு வாங்கைத் தூக்கிகொண்டு வந்து போட்டிட்டு அதற்கு மேல் ஏறி நின்று பார்க்கத் தொடங்கிச்சினம்.

சர்வேஸ் அந்தப் பெண்களுக்குக் கிட்டப் போய் 'நீங்கள் இப்படி ஏறி நிண்டு பாத்தால் எங்களுக்கு ஒண்டும் தெரியா தெல்லே...' என்று சொல்ல,

16 செல்வம் அருளானந்தம்

ஒருத்தி 'தெரியாட்டால் வீட்டை போங்கோ' என்று சொல்ல, அவள் ஏதோ சாதனை செய்த மாதிரி, மற்றப் பெட்டையள் பாட்டையும் மீறிக் கெக்காளமிட்டுச் சிரிச்சாளவை.

ராசகுலம் நிலைமையச் சமாளிச்சுது.

'நிண்டு ஒரு பிரயோசனமும் இல்ல. கால்தான் உழையுது. நிலத்திலை இருப்பம்' என்றான். வேறு வழி இல்லாமல் இருந்தோம்.

அந்தப் பெண்கள் எங்களை எடுத்தெறிந்து பேசினதும் நக்கலாய்ச் சிரித்ததும் எனக்குக் கோவமாய் இருந்தது.

கீழே இருந்துகொண்டு நான் சொன்னேன். 'இப்பா நல்லாய்த் தெரியுது.' இதைச் சர்வேசும் பெலத்துச் சொல்ல, மத்தவங்கள் சத்தமாய்ச் சிரிச்சுப் போட்டாங்கள். திடுக்கிட்டுத் திரும்பின பெண்கள், வாங்கால் குதித்து 'காவாலி நாய்கள்' என்று சொல்லிக் கொண்டு வேறு இடத்துக்குப் போச்சுதுகள்.

போகும்போதுதான் பார்த்தேன் பத்மினியும் அதில் ஒரு ஆள் என்று. அவளும் என்னைத் திரும்பிப் பார்த்தாள். நெஞ்சு திடுக்கிட்டுப் போயிற்று.

இந்த ராத்திரியாலை என்ரை வாழ்க்கை மாறத் தொடங்கிவிட்டது என்றுதான் சொல்ல வேணும். பத்மினி எனக்குத் தூரத்தில் சொந்தம். அதைவிட அவவின் அப்பாவிடமே வியாழன், வெள்ளி இரவுகளில் இங்கிலீஸ் ரீயுசன் படிக்கப் போகிறனான்.

படித்து முடித்துஅல்லது மேலும் படிக்க முடியாமல் என்ன செய்வது என்றும் தெரியாமல் அலைந்து திரிந்த காலம் அது.

என்ரை படிப்புக்குப் பெரிசா ஒரு வேலையும் கிடைக்காது என்று தெரியும். வெளிநாடு செல்ல விருப்பமும் இல்லை. அதுக்கான ஆளணியும் பணப் பலமும் என்னிடம் இருக்கவில்லை; தெரிந்த சொந்தக்காரருக்கும் உதவி செய்கிற மனமும் இல்லை.

வீட்டில் சாப்பாடு தருவார்கள். அவ்வளவுதான். அதுக்கு மேல் ஒன்றையும் எதிர்பார்க்க முடியாத குடும்ப நிலை.

அட்வான்ஸ் லெவல் படிக்கிறேன் என்று அப்ப நாங்கள் சொல்லுறது இல்லை. அட்வான்ஸ் லெவல் செய்யிறேன் என்றுதான் லெவலாய்ச் சொல்லித் திரிந்ததை நினைக்க இப்ப வெக்கமாய் இருக்கும்.

ஆங்கிலம் படிச்சாலாவது ஏதாவது வேலை வாய்ப்புகள் வரும் என்றுதான் அகஸ்டின் மாஸ்ரரிடம் ரீயுசனுக்குப் போனது.

அதுக்கும் பணம் வேணும், அதைவிடக் கைச் செலவுக்குப் பணம் வேணும்.

ராசகுலம்தான் என்ரை கஸ்ரத்தை உணர்ந்த நண்பன். அவன்தான் ஒரு நாள் சொன்னான், 'மச்சான் நீ விரும்பினால் ஒரு சின்ன வேலை இருக்கு, செய்யப் போறியோ? எனக்கு மனவருத்தமாய்த்தான் இருக்கு. உன்ரை நிலமையை நினைச்சுத்தான் கேக்கிறன். விடிய ஒரு 5 மணிபோலக் கடற்கரைக்குப் போய் ஒரு சம்மாட்டியிட்ட றால்களை வாங்க வேணும். அதிலை பெரிய றால்களைத் தெரிவு செஞ்சு பீச் றோட்டுக்குக் கொண்டுபோக வேணும். அங்க இருக்கிற கொழும்புக்கு அனுப்பிற கொம்பனியிட்டக் குடுக்க வேணும். காசு விசயங்களை நீ பார்க்கத் தேவையில்லை. சம்மாட்டி உனக்கு ஒரு நாளைக்கு 15 ரூபா தருவார்' என்றான்.

நான் யோசிச்சுக்கொண்டு நின்றேன். 'மச்சான் விடிய 5 மணிக்குத் தொடங்கினால் ஏழு மணிக்குள்ள முடிஞ்சு போகும். மற்ற யாருக்கும் தெரிய வராது. ஒரு கஸ்டம் இருக்குறாலை ஐஸ் பெட்டியிலை கட்டிக் கொண்டு போக வேணும்' என்றான்.

என்ரை கஸ்டங்களை யோசிச்சுப் பாத்திட்டு, நானும் உடனேயே 'ஓம்' என்றுவிட்டேன். அப்ப 15 ரூபா பெரிய காசு. என்ரை செலவு போக அம்மாவுக்கும் கொஞ்சம் குடுக்கலாம் என்று நினைத்து வேலையில் இறங்கிட்டேன்.

இது பிறகு அப்பாவுக்குத் தெரிய வந்திட்டுது. சரியாக் கவலைப்பட்டார். 'இந்தப் றி கட்டுற வேலை என்னோட முடியும் எண்டு நினைச்சன்' என்றார். 'எங்கையாவது வெளிநாட்டுக்காவது போகேலாதா ராசா' என்று அம்மா கண் கலங்கினா.

அகஸ்ரின் மாஸ்ரருக்கு ரீயுசன் பணம் முதல் மாதம் கொடுக்கும்போது, அவர் 'வேண்டாம் தம்பி நீங்கள் வேலையில்லாமல்தானே இருக்கிறீங்கள்? வேலை ஏதாவது கிடைச்சப் பிறகு பணம் தாங்கோ, என்றுசொல்ல, அவருக்கு ஏன் மறைப்பான் என்று நினைத்து, காலையிலை இப்படி ஒரு தொழில் செய்யிறன்' என்பதைச் சொன்னேன்.

பொப்பிசை நிகழ்ச்சியில், இந்தச் சம்பவம் நடந்து அடுத்த நாள், றால் எடுக்கிறத்துக்காகக் காலையில் அகஸ்டின் மாஸ்ரரின் வீட்டைத் தாண்டிப் போகும்போது, தண்ணீர் எடுக்கப் பைப்படியில் நின்ற பெண்களில் ஒருத்தி திடீரென்று ஓடி வந்து என்ர சைக்கிள் காண்டிலைப் பிடித்தாள். திடுக்கிட்ட நான் சைக்கிளை நிப்பாட்டிட்டன். விடிகாலை இருட்டு. சரியா முகம் தெரியவில்லை. நெருங்கிப் பார்த்தேன்.

பத்மினி...

'நேற்று என்ன சொன்னனீர்? உமக்கு என்ன தெரிஞ்சது?', அதட்டிப் போட்டு 'ராஸ்கல்' என்றாள்.

'நான் வழமையா ஐஞ்சரைக்கு இங்க தண்ணி எடுக்க வாறனான். நீர் இதாலை இந்த நேரம் றால் எடுக்கப் போறது எனக்குத் தெரியும்' என்றாள்.

எனக்கு ஒன்றும் சொல்லத் தெரியவில்லை. விறைச்சுப் போய்த்தான் நின்றேன். அவமானமும் வெட்கமும் மனசிலை தெரிந்தது.

பொய்தான் சொன்னேன். 'நான் அப்பிடிச் சொல்லேல்ல. கூட வந்த சிநேகிதன்தான் பகிடிக்குச் சொன்னவன்.'

'என்ன? எனக்கு உங்களின்ரை குரல் தெரியாதோ? அப்பாவட்டை படிக்கேக்கை உங்கடை குரலை நான் தெளிவாய்க் கேட்டிருக்கிறன். பொய் வேறை சொல்லுறார். உங்களக் காட்டி, என்ர பிரண்ஸ் கேக்கினம் இவர் உங்கட சொந்தக்காரரெல்லே எண்டு.'

நான் மௌனமாய் நின்றேன்.

'காவாலிப் பெடியளோடை திரியாமல் எங்கையாவது வெளிநாட்டுக்குப் போகப் பாருங்கோ' என்றாள். இப்ப அவளின்ரை கோபம் குறைந்திருந்தது. ஒரு அக்கறையும் தெரிந்தது.

நான் "சொறி" என்றேன். சிரித்துக்கொண்டு காண்டிலை விட்டாள்.

அடுத்த நாள் 5 மணிக்கு அவையின்ரை வீட்டைத் தாண்டும்போது 'ஷகலோ' எண்ட குரல் கேட்டுது. திருப்பி பாத்தேன். பத்மினி கையைக் காட்டினா!

அடுத்த நாளும் அந்த நேரத்துக்குப் போகும்போது அதே கைகாட்டல்... புன்னகை.

இதற்காகவே காலை ஐந்து மணிக்காகக் காத்திருக்க வேண்டியதாப் போச்சுது.

ரீயுசன் அவையின்ரை வீட்டுக்குப் பின்னால் ஒரு தகரக் கொட்டிலிலைதான் நடக்கும். அடுத்த வியாழக்கிழமை ரீயுசனுக்கு நேரத்தோடு போய்விட்டேன். மாஸ்ரர்தான் தனியாக இருந்தார். அவருக்குத் தேத்தண்ணீர் கொண்டுவந்த பத்மினி திரும்பப் போய் எனக்கும் தேத்தண்ணீர் எடுத்து வந்தா.

நான் வேண்டிப் போட்டுக் குடிக்காமல் மாஸ்ரருடன் பேசிக்கொண்டிருந்தேன். அதுவரைக்கும் அங்க நின்ற பத்மினி 'தேத்தண்ணீயக் குடியுங்கோவன்' என்றா.

எத்தனையோ தடவை இந்த வீட்டுக்கு வந்திருக்கிறேன். பத்மினியின்ரை முகத்தைப் பெரிசாய் நிமிர்ந்து பார்த்த தில்லை. இது என்ரை நல்ல குணத்தால் இல்லை, சொந்தக்காரர் எண்டாலும் இது என்ர நிலைமைக்குப் பெரிய இடம். அதே நேரத்தில் வேறு ஐந்தாறு அழகான பெட்டையளைக் காதலிச்சுக் கொண்டிருந்தேன். அது அந்தப் பெண்களுக்குத் தெரியுமோ தெரியாது. அது என்ர பிழை இல்லைத்தானே.

என்றைக்கும் இல்லாத மாதிரி, இன்றைக்கு அவளின்ர முகத்தை உற்றுப் பார்த்தேன். இதுக்கு முதல், பத்மினி ஒரு அழகான பெட்டையா எனக்குத் தெரிந்தது இல்லை. இன்றைக்குப் பார்க்கும்போது, அவளின்ர மெல்லிய மாநிறமும் விரிச்சி விட்ட கூந்தலும் பெரிய கண்களும் பேரழகாய்த் தெரிந்தன.

உண்மையில் அகஸ்ரின் மாஸ்ரரிடம் ஆங்கிலம் படித்தால் நல்லாய் வரலாம் என்ற எண்ணம் மட்டும் நான் படிக்கிறத்துக்குக் காரணம் இல்லை. நான் படிக்கத் தொடங்கிய காலத்தில்

அங்கு படிக்க வந்த அம்பிகாவும்தான் காரணம். கொஞ்ச நாள் வரைக்கும் அவளை மனசுக்குள் கொண்டுதான் திரிந்தேன். அவள் படித்த இங்கிலீசு காணும் என்று ஆரோ ஒரு இங்கிலாந்துக்கார னைக் கலியாணம் முடிச்சுக்கொண்டு போய்விட்டாள்.

நான் மனம் தளராமல் மாஸ்ரரிடம் போய்க்கொண்டு இருக்கும்போதுதான் இந்த பொப்பிசைச் சம்பவமும் நடந்தது. தேத்தண்ணீரும் கிடைக்கத் துவங்கியது.

நான் தேத்தண்ணீரைக் குடிக்காமல் இருக்க, மாஸ்ரரும் சொன்னார் ‘குடியுங்கோ தம்பி. நீங்கள் பிறத்தியாளோ? தூரத்திலை சொந்தமான ஆட்கள்தானே. வழக்கமா இந்த நேரத்திலை எனக்குத் தேத்தண்ணி தாரேல்ல. எனக்குத் தரேக்க எல்லாப் பிள்ளையளுக்கும் எல்லே குடுக்க வேணும்? சீனி விக்கிற விலைக்க ஏலுமே? இண்டைக்கு வேறை ஒருத்தரும் இன்னும் வரேல்ல. குடியுங்கோ’ என்றார்.

ஏதோ, தான்தான் தேத்தண்ணீர் போட்டுத் தந்த மாதிரி மாஸ்ரர் சொல்லிக்கொண்டிருக்க பத்மினி சிறிய புன்னகை செய்து, ‘தேத்தண்ணியக் குடியுங்கோ’ என்று கண்ணால் சாடை செய்தாள்.

அன்றைக்கு அது நல்லாய்த்தான் இருந்தது. மனதும் ஏதோ புது மாதிரியாய்த் துடிக்கத் தொடங்கியிருந்தது.

2

செல்லையாவின் தேத்தண்ணிக் கடையில் வைத்துத்தான் ஜோண்சன் நேரடியாய்க் கேட்டான்.

'நீ என்ன அகஸ்ரின் மாஸ்ரின்ரை மகள் பத்மினியைச் சுழட்றியோ' என்டு. கூட நின்றவங்கள் எல்லோரும் என்ரை முகத்தைப் பார்த்தார்கள்.

நான் மௌனமாய் இருக்கிறதைப் பார்த்து விட்டு சர்வேஸ்வரன் 'நீ என்னடாப்பா சொல்லுறாய்?' என்று கேட்டுக்கொண்டு என்ரை முகத்தைப் பார்த்தான்.

'நான் அப்படியொன்றும் இல்லை' என்று பம்மினேன்.

'நான் சிரிக்க அவ சிரிக்கிறா... வழியிலை எங்கையெண்டாலும் கண்டால் கை காட்டுவா... நானும் கை காட்டுவன்... எனக்கு அவளில விருப்பம்தான். ஆனா அவ என்ன நினைக்கிறா எண்டு எனக்குத் தெரியாது' என்றேன்.

'பிறகென்னடா... உன்ர விருப்பத்தை நீ நேரடியாய் அவளிட்டைச் சொல்லன்' என்று ஜோண்சன் சொன்னான்.

இடைமறித்த ராசகுலம், 'அது ஒண்டும் உனக்குச் சரிவராதடா' என்று சொல்லிப் போட்டு, வேறு பக்கம் பார்த்துக்கொண்டிருந்தான்.

'ஏன்ரா..?' என்று ஜோண்சன் கேக்க, எல்லாரும் ராசகுலத்தை முறைச்சான்கள்.

'அவங்கள் வேறையாட்கள்; நீங்கள் வேறையாட்கள். சும்மா கல்யாணம் கட்டின சொந்தங்களால அவை உனக்குச் சொந்தம் எண்டு சொல்லலாம். ஆனா, உது ஒண்டும் சரிவராது' என்றான் ராசகுலம்.

எனக்கு ஒருமாதியாய்ப் போய்ச்சுது. ராசகுலத்திடம் இருந்து நான் இப்படி எதிர்பார்க்கவில்லைதான்.

'என்னடா சொல்லுறாய்?' என்று சர்வே உடன் கேட்டான்.

'பத்திமினியின்ரை தாய் தகப்பன் மேலோங்கிகளடா... நீங்கள் இண்டுவரைக்கும் தொழில் செய்யிற ஆட்கள். நீ சாதி சமயம் ஒண்டு எண்டு சொல்லிச் சமாதானப் படலாம். ஆனா. உது சரிவராது. எனக்கு இப்படிக் கனக்கக் கதைகள் தெரியும். சிலவேளை உங்கடை ஆட்கள் ஆரும் படிப்பிலை பெரிசாய் வந்து, பெரிய உத்தியோகத்திற்குப் போனபடியாலை ஒன்டிரண்டு காதல் கல்யாணங்களிலை முடிஞ்சிருக்கலாம். வழமையிலை மேலோங்கிகள் சாதாரணத் தொழிலாளர் குடும்பங்களிலை கல்யாணம் செய்யிறது இல்லை...' என்று ராசகுலம் லெச்சரே அடிச்சான்.

என்ரை மனச் சங்கடம் கொஞ்சம் அதிகமாய்ப் போயிட்டுது.

சர்வே விடவில்லை. 'டேய் உந்த விசர்க் கதைய விடு. இப்ப இதெல்லாம் யார் பார்க்கினம் மச்சான்' எண்டு அவனுக்குப் பதிலைச் சொல்லிப் போட்டு, என்னைப் பார்த்து, 'உவன்ரை கதையை விட்டுட்டு, நீ உன்ரை அலுவலைப் பார்' என்றான்.

எங்கட கதை இப்பிடிப் போய்க்கொண்டிருக்கும்போது குலம் வந்தான். குலமும் எங்கள் நண்பர் வட்டத்தில் வந்து போறவன்தான். 'இன்னும் ஒரு மாதத்திலை நோர்வேக்குப் போயிருவன்' என்று சொல்லிக்கொண்டு கடந்த இரண்டு வருசமாய் எங்களோடு திரிகிறவன். அவன்ரை அப்பா திமுக கட்சியில பெருங் காதல் கொண்டவர். அவருக்கு *முரசொலி* பத்திரிகையில் இருந்து கடிதம் எல்லாம் வரும். அதனால் அவனுக்குக் கொஞ்சம் எழுத்து ஈடுபாடும் தமிழ் உணர்வும் இருந்தது. நல்ல பெடியன். ஆனால் கொஞ்சம் கூடவாய்ப் புழுகுவான்.

நாங்கள் என்ன கதைச்சனாங்கள் என்பதைத் தெரிந்து கொண்ட பிறகு குலம், 'மச்சான் நீ நேராய் அவளிட்ட போய், உன்னை விரும்புறன் எண்டு துணிஞ்சு சொல்' என்று.

'டேய்... என்ன சொல்லுறாய்?' நான் திடுக்கிட்டுப் போனேன். எங்கை வைச்சு எப்படிச் சொல்லுறது? நான் பத்மினியைச் தனியச் சந்திக்கிறதுக்கு எந்தச் சந்தர்ப்பமும் கிடைக்கிறதில்லையே.,

'போடா நீ பயந்தனி...' என்று குலம் சொல்ல,

‘ஓமடா நீ பெரிய துணிஞ்ச காய்... உன்ரை கதை நான் சொல்லட்டோ!’, என்று ராசகுலம் கதையத் தொடங்க குலம் சிரிச்சுக்கொண்டு தானே சொல்லத் தொடங்கினான்.

‘உனக்கு தெரியாது, நீ இப்பத்தானே எங்களோடை சேரத் தொடங்கினனி. இரண்டு வருசத்துக்கு முன்னால, என்னோடை ரீயுசன் படிச்ச பிள்ளையை விரும்பியிருந்தனான். அவளுக்கு என்னிலை சரியான விருப்பம். நான் இன்னும் ஆறு மாசத்துக்குள்ள நோர்வேக்குப் போயிருவன் எண்டு சொல்லித் திரிஞ்ச காலம் அது.’

இப்பிடித் தொடங்கின குலம், ஏதோ பழைய ஞாபகத்துக்குள் போய்விட்டான்போல; கொஞ்சம் நேரம் அமைதியாகி விட்டான்.

‘டேய் . . . டேய் . . . சொல்லேன்ரா . . .’ என்று சர்வே உற்சாகப்படுத்த, சுதாரிச்சுக்கொண்டு தொடங்கினான் குலம்.

‘இல்லை மச்சான், யாழ்ப்பாணச் சூழலிலை கன பிரச்சினையள் இருக்கு. அதில ஒண்டு, காதலர்கள் சந்திச்சுக் கதைக்க, பேசி மகிழ ஒரு நல்ல இடம் இல்லை. வெளிநாட்டுக்குப் போன பெடியள் சொல்லுறாங்கள், இதுக்கெல்லாம் அங்கை எவ்வளவோ வசதிகள் இருக்காம்.’

‘டேய், உந்த வெளிநாட்டுக் கதையை நிப்பாட்டு. நீதானே ஒருக்கால் சொன்னனி லண்டனிலை சின்னப் பிள்ளைகள்கூட இங்கிலிஸ் கதைக்குதுகள் எண்டு. இஞ்சையும் மனிசர்கள் காதலிக்கினம் கல்யாணம் முடிக்கினம்’ என்று கடுப்போடு குறுக்கிட்டான் சர்வே.

குலம் விடேல்லை, இடைமறிச்சு . . . ‘எங்க காதலிக்கினம். யாழ்ப்பாண யுனிவேசிற்றியிலையோ?’ எனப் புறுபுறுத்துக் கொண்டு, ‘யாழ்ப்பாணம் எப்ப முன்னேறப் போகுதோ?’ என்று பெருமூச்சு விட்டான்.

‘அப்ப . . . அதைப் பற்றியொருக்கா யாழ்ப்பாண எம்பி, மாட்டினோடை கதைப்போம்’ எண்டு சர்வே சொல்ல, ‘மாட்டின் போய் யோகேஸ்வரன் எம்பியாய் வந்ததுகூடத் தெரியாமல் இவன் இருக்கிறான்’ என்று மற்றவர்கள் சொல்லிச் சிரித்தார்கள்.

‘மாட்டின் போனால் என்ன? யோகேஸ்வரன் வந்தால் என்ன? இந்தப் பிரச்சினையை ஆரும் தீர்க்கப் போறது இல்லை’ என்றான் குலம்.

ஜோண்சன், ‘தமிழ் ஈழம் கிடைச்ச பிறகு அதைத் தீர்ப்பமடா . . . நீ விட்டதைச் சொல்லன்’, என்றான்.

'ஓமோடா கிழிச்சீங்கள்' என்று சொல்லிக்கொண்டு குலம் தொடர்ந்தான்.

'அந்தப் பெண், நல்ல பெண்ணடா. என்ரை சாதி, சமயம் எல்லாம் தெரிஞ்சிருந்தும் என்னோடை புழங்கினவள். முதல் கண்டவுடனே எனக்கு அவள் மேல காதல் வந்திட்டுது. அங்கால இங்கால யோசிக்கேல்ல. உடனே கடிதம் எழுதி அவளின்ரை புத்தகத்துக்குள்ள வைச்சிட்டன். அதை எந்தச் சிக்கலையும் எனக்குத் தராமல் ஏற்றுகொண்ட அவள் பதில் கடிதம் எழுதினாள்.

'இந்தக் கடிதப் பரிமாற்றம்தான் எங்கட காதல். அதுக்கு மேல முன்னேற எங்களுக்குச் சூழல் இடம் தரேல்ல.

'அப்பத்தான் ஒரு நண்பன் சொன்னான்... புங்கங்குளத்திலை இருக்கிற நெடுங்குளம் அருமையான இடம். பகலிலை பெரிதாய் ஆட்கள் வாறதில்லை. ஒரு நாளைக்கு கூட்டிக்கொண்டு போ. அங்கை வச்சுக் கதைக்கலாம் எண்டான்.

'நான் கடிதத்திலை அதைக் கேட்டன். முதலில தனிய வரமாட்டன் எண்டு சத்திய வசனம் எல்லாம் எழுதினா. பிறகு ஒருவழியா ஓம் எண்டாள். மாம்பழம் சந்தியில காலை ரீயுசனுக்கு வாற நேரத்தில அங்க வாறன் எண்டு எழுதினா.

'நானும் மாம்பழம் சந்தியில அவவை சைக்கிளிலை ஏற்றிக் கொண்டுபோய்க் குளக்கரையில ஒரு கல்லுக்குப் பக்கத்தில இருந்து கதைக்கத் தொடங்கினன்.

‘அவளோ பயந்து நடுங்கிக்கொண்டு நிண்டாள். ஆரும் கண்டால் என்னாகும் எண்ட பிதற்றல்தான் வாயில இருந்து வந்துகொண்டிருந்தது. எனக்கும் பயமாய்த்தான் இருந்தது.

‘அப்ப சைக்கிளிலை ஏறு எண்டு அவவை ஏத்திக்கொண்டு மாம்பழம் சந்தியை நோக்கி வெளிக்கிட, எங்கள ஒரு சைக்கிள் கடந்து போச்சுது.

இவள் ‘ஐயோ’ எண்டாள்.

‘எங்கடை குஞ்சி ஐயாவின்ரை தங்கச்சியின்ரை புருசன். எங்களக் கண்டிட்டார். நான் இனித் துலைஞ்சன்’ எண்டு அழ வெளிக்கிட்டுட்டாள்.

‘நான் இனி வீட்டை போகேலாது. என்னை இப்படியே கூட்டிக்கொண்டு போங்கோ. என்னைக் உங்கடை வீட்டை கூட்டிக்கொண்டு போங்கோ. நான் என்டை வீட்டை போனால் அப்பா என்னை அடிச்சுக் கொன்று போடுவார். உங்கடை சாதி எண்ணெண்டு தெரிஞ்சால் ஊரே என்னை அடிச்சுக் சாக்காட்டும்’ எண்டு புலம்பத் தொடங்கினாள்.

எனக்குக் கோபம் வந்திட்டுது,‘எங்கட சாதிக்கு என்னடி குறைச்சல்? உன்னை இப்படியே எங்கடை வீட்டை கூட்டிக் கொண்டு போறதோ? என்ன விசர்க் கதை கதைக்கிறாய். சைக்கிளிலை போறவன் எங்களை வடிவாய்க் கண்டவனோ தெரியாது. பேசாம வீட்டை போ’ நான் கொஞ்சம் சத்தம் வைச்சுத்தான் கதைச்சன்.

அவளும் ஓயேல்லை. சத்தமாய்ச் சொன்னாள் ‘நீ ஒரு பெரிய கோழை’ எண்டு சொல்லி அழுதாள்.

‘நான் அவள மாம்பழம் சந்தியிலை விட்டிட்டு வந்திட்டன்’ எண்ட குலம், ‘அதுக்குப் பிறகு ரீயுசனுக்குப் போறதை விட்டிட்டன்’ என்று கதையை முடித்தான்.

ஏதோ யோசித்த ராசகுலம், ‘அதுக்குப் பிறகு நீ அவளைக் காணேல்லையோ’ எண்டு கேட்டான். ‘நல்லூர்த் திருவிழாவில் ஒருநாள் கண்டன். பார்த்திட்டுத் தெரியாத மாதிரிப் போயிட்டாள்’ என்று குலம் சொல்லிட்டு எங்கள் எல்லாரையும் பார்த்தான்.

இந்தக் கதையை எந்தளவுக்கு நம்பிறது என்கிற யோசனை அங்கு இருந்த எல்லாருக்கும் இருந்திருக்கும்.

‘எடேய்... உன்ரை கதையை விடு. இவனுக்கு நல்லதொரு கடிதம் எழுதிக் குடு. அந்தக் கடிதத்தோடை அவள் விழ

வேணும். என்று சர்வே குலத்திடம் சொன்னான். அவன் வடிவா எழுதுவான் என்பது சர்வேயின் எண்ணம்.

நான் நிமிர்ந்து பார்த்தேன்.

'டேய், இவன் நல்லாய் எழுதுவான்ரா, அவனுக்குப் பல படங்களிலை வாற காதல் வசனங்கள் எல்லாம் பாடம் பாடமாய் தெரியும்' என்று சர்வே எனக்குச் சொல்லி முடிக்கிறத்துக்குள் குலம் பேப்பர் எடுத்து எழுதத் தொடங்கிவிட்டான்.

ஆர்வம் பொறுக்காமல் நான் எட்டிப் பார்த்தேன்.

அன்பின் பத்மினி! என்று தொடங்கி,

நின்றால்... நடந்தால் உன் நினைவு

நின்றால்... நடந்தால் உன் நினைவு

என் நினைவே அகன்றால் உன் கனவு

எனக்கு எரிச்சலாய் வந்தது.

அந்தப் பேப்பரை வேண்டிக் கிழிச்சுப் போட்டு, இது சிவாஜி நடிச்ச 'செல்வம்' படத்திலை வாற பாட்டின்ர வரி. இதை எழுதிக் கொண்டுபோய் நான் குடுக்கிறதோ?

உங்கட ஒருதற்ர கெல்ப்பும் எனக்கு வேணாம். நான் பார்த்துக் கொள்ளுறன், என்று அந்தத் தேத்தண்ணீர் கடைக் கூட்டத்தைக் கலைச்சுப்போட்டு நான் வெளிக்கிட்டு விட்டன்.

பொப்பிசை நிகழ்ச்சி நடந்து முடிந்த கொஞ்சக் காலத்தால், யாழ் சென். பற்றிக்ஸ் பள்ளிக்கூட விளையாட்டுத் திடலில் மிகப்பெரிய காணிவேல் நிகழ்ச்சி தொடங்கியது.

ஒருநாள் ரீயூசன் முடியும்போது பத்மினி முன்னால் எதிர்ப்பட்டா. அந்த வாய்ப்பைப் பயன்படுத்தி, 'சனிக்கிழமை இரவு காணிவேலுக்கு வாங்கோவன்' என்று கேட்டேன்.

'வீட்டிலை அனுமதி தரமாட்டார்கள். போன கிழமை தான் சண்டை பிடிச்சுத்தான் அனுமதி வாங்கி பிரன்ஸ்சோட போனனான். எதுக்கும் முயற்சி செய்து பாக்கிறன்' என்றாள். 'வந்தால் உங்களை அங்க சந்திக்கிறன்.'

'நீங்கள் எல்லாம் ஆண் பிள்ளைகள். சீசன் ரிக்கற் எடுத்துப் போற மாதிரி ஒவ்வொரு நாளும் திரியிறியள். பெண்களாய் பிறந்த எங்களால முடியுமோ?' என்று கவலையோடு சொன்னா.

வீட்டிலை எப்படியோ போராடி அனுமதி வாங்கிட்டா போல; சொன்னபடி சனிக் கிழமை வந்தா. பாதாளக் கிணற்றில் சைக்கிள் ஓடுற நிகழ்ச்சியிலைதான் என்னை அவ கண்டா.

நான் மெல்லமாய்க் கண்ணைக் காட்டினேன். சிநேகிதியோடு எனக்குப் பின்னால் வந்தா.

அப்படியே பெரிய கோயில் படிக்கட்டில் இருந்து பேசிக்கொண்டிருக்கும்போது திடீரென்று ஏதோ ஒரு துணிவில் 'நான் உங்களை விரும்புகிறேன்' என்றேன்.

பக்கத்தில் இருந்த அவவின்ரை சிநேகிதி சிரிச்சா.

பத்மினி புன்னகைச்சாள். 'இதைச் சொல்லவோ இவ்வளவு தூரம் கூட்டிக்கொண்டு வந்தனீங்கள்? ஏன் இந்த ஆண் பிள்ளைகள் இவ்வளவு மொக்கையாய் இருக்கின்றீர்கள்?'

'நான் உங்களை விரும்பாவிட்டால் பின்னாலை வருவேனோ?' என்றாள்.

செல்வம் அருளானந்தம்

3

அந்தச் சந்திப்பு நல்லாய்த்தான் போனது. அடுத்த வாரமும் காணிவேலில் சந்திக்கிறத்துக்குப் பத்மினி ஒத்துக்கொண்டா.

நான் ஆவணி 15ஆம் திகதி (1977) மாதா கோவில் திருவிழாவிற்குப் போக வேண்டியதாய் இருந்தது.

ஆனால், 16ஆம் திகதி காணிவேலுக்குப் பத்மினி வாறதாய்ச் சொன்னா. நான் நேரத்தோடு போயிருந்தேன்.

மற்ற நண்பர்களோடு ஒரு பக்கத்திடு போய் இருந்து பேசிக்கொண்டிருந்தோம். என்ர மனம் எப்படியும் வந்துவிடுவா என்ற நம்பிக்கையோடு அவவை எல்லாப் பக்கமும் பார்த்துக்கொண்டிருந்தது. நேரம் இரவு ஒன்பது மணியானது. ஆளைக் காணவில்லை. மனம் சோர்ந்து போயிற்று. காணிவேல் அமளியாய் போய்க்கொண்டிருந்தது.

பத்துமணி தாண்டியிருக்கும் என்று நினைக்கின்றேன். ஜோண்சன்தான் 'ஓடிவந்து சொன்னான்; அங்காலை கொஞ்சப் பெடியளும் பொலிஸ்மாரும் அடிபட்டுக்கொண்டிருக்கிறாங்கள்' என்று.

'வாங்கடா, போய் என்னெண்டு பார்ப்போம்.' நண்பர் குழாம் கிளம்ப, 'நான் வேண்டாம்... வேண்டாம்... மற்றப் பக்கத்தாலை வீட்டை போவோமடா, எண்டன். ஒருத்தன், 'இப்ப நாங்கள் ஆர் எண்டுறதைக் காட்டுவம். சிங்களப் பொலிசுமாருக்குக் குடுக்க வேணும், இதுதான்ரா சரியான சந்தர்ப்பம்' என்றுகொண்டு அந்தப் பக்கம் ஓடினான். பொலிஸ்மாருக்கு அடிக்கப் பல பெடியள் கூட, பொலிசார் ஓடத் தொடங்கினாங்கள்.

அங்க நின்றவர்களிடம், என்ன நடந்தது என்று கேட்டேன்; அங்காலை அழுதுகொண்டு நின்ற

நாலைந்து பெண்களை காட்டி, 'வெறியைப் போட்டிட்டு வந்த பொலிஸ்காரங்கள் இந்தப் பிள்ளையளக் கரைச்சல் பண்ணி, அவையின்ர உடம்பைத் தொட வெளிக்கிடத்தான் அதில் நின்ற பெடியன் அடிபட வெளிக்கிட்டாங்கள், என்று சொன்னாங்கள்.

பொலிசார் இரத்தம் ஒழுக ஒழுக ஓடியதை நானும் கண்டேன். அவங்கள் கட்டாயம் ஆயுதங்களோடு கனபேராய் வரக் கூடும் என்கிற பயம் எல்லாருக்கும் இருந்தது. கூட்டம் மெல்ல மெல்ல கலைந்தது. இந்தக் கலவரத்தில் பத்மினி வரவில்லை என்கிற கவலையும் கரைந்து போய்விட்டது.

நாங்களும் மெல்லமாய் மாறிவிட்டோம். அடுத்த நாள் ரவுணில் ஏதோ கலவரம் என்று கேள்விப்பட்டுப் பார்க்கப் போனேன். அங்கு ஏ.எஸ்.பி. நுர்டீனின் ஜீப் பஸ் நிலையத்துக்குப் பக்கத்தில் வந்தபோது சில இளைஞர்களால் தாக்கப்பட்டதாக வும், பொலிசார் திரும்பிவந்து ரவுணுக்குள் நின்ற எல்லாரையும் தாக்கியதாகவும், அப்ப, அங்க வந்த எதிர்க் கட்சித் தலைவர் அமிர்தலிங்கத்தை ஒரு பொலிஸ்காரன் அடித்ததாகவும் நின்றவங்கள் சொன்னாங்கள்.

ரவுணுக்குள் ஏகப்பட்ட பொலீஸ்காரர் வரத் தொடங்கினார்கள். நான் மணிக் கூண்டு வீதிப் பக்கமாய்ப் போனேன். அங்கேயும் பொலிசார் போறவாற எல்லாரையும் தாக்கிக்கொண்டிருந்தார்கள். பயத்தோடு திரும்பி ஆஸ்பத்திரி வீதியால் போய்க்கொண்டிருக்கும்போது இரண்டு மூன்று நண்பர்கள் ஒரு தேத்தண்ணீர்க் கடைக்கு முன்னால் நின்றாங்கள்.

'பெரிய கலவரம் வரும்போல இருக்கு' என்று அதில் நின்ற ஒருத்தர் சொல்ல, அங்காலை நின்ற வேறொருவர் 'ராத்திரி காணிவேலிலை பொலிசாருக்கு அடிச்சது மாத்திரமில்ல, இராத்திரி வடமராட்சியிலை எங்கையோ... பிரபாகரனும் இன்னும் இரண்டு பேரும் பண்டா என்ற ஒரு சிங்களப் பொலிசைச் சுட்டாங்களாம்' என்றார்.

பிரபாகரன் என்ற பெயரை நான் கேள்விப்படுவது இது இரண்டாவதோ இல்லை மூன்றாவது முறையாவோ இருக்க வேணும். முதல்ல துரையப்பா கொலையில் அந்தப் பெயர் அடிபட்டிருந்தது.

பிராபகரன் என்ற வல்வெட்டி துறைப் பெடியன்தான் துரையப்பாவைச் சுட்டது என்றும் 'இல்லை... இல்லை... அமிர்தலிங்கத்தின்ரை மகன் காண்டிபன்தான் சுட்டது' என்றும் வாதப்பிரதிவாதங்கள் என்ர வட்டத்துக்குள் எழும்பினபோது தான் பிரபகாரன் என்ற பெயர் எனக்குத் தெரிய வந்தது.

அன்றைக்கு இராத்திரி யாழ்ப்பாணப் பட்டணம் எரிந்தது. 58ஆம் ஆண்டு நடந்த இனவழிப்பு எனக்குத் தெரியாது. 83ஆம் ஆண்டு அழிப்பின்போதும் நான் நாட்டை விட்டு வெளியேறி விட்டேன். 77ஆம் ஆண்டுத் தமிழ் மக்களின் அழிப்பின்போது நான் ஒரு சாட்சியாய் இருந்தேன். இலங்கை முழுக்கத் தமிழர்கள் வாழ்ந்த இடமெல்லாம் தமிழர்கள் தாக்கப்பட்டார்கள், பலர் கொல்லப்பட்டார்கள். சொத்துக்கள் அழிக்கப்பட்டன. குறிப்பாக மலையகத்தில் தமிழர்கள் என்ற ஒரே காரணத்துக்காகப் பலர் கொலை செய்யப்பட்டார்கள்.

இப்படி ஒரு இனத்தை மட்டுமே தாக்கிய மற்ற இனத்தவர்கள் சர்வதேசத்துக்கும் ஊடகங்களுக்கும் அதைத் தமிழ், சிங்கள இனக் கலவரம் என்று உள்ளூர்ச் சிங்கள ஊடகமும் அரசாங்கமும் பொய் சொன்னாங்கள். அதுக்கு ஏற்ற மாதிரி ஜனாதிபதி ஜே.ஆர் ஜெயவர்த்தனவும் மிகப் பெரிய இனவெறியனாய்ச் செயற்பட்டார். தமிழர்களைக் கொன்று கொண்டே 'போர் என்றால் போர், சமாதானம் என்றால் சமாதானம்' என்று பிரகடனப்படுத்திச் சிங்கள மக்களைத் தூண்டிவிட்டார். பெரும்பான்மை சும்மா இருக்குமோ? ஆப்பிட்ட தமிழரைத் தாக்கிச் சுருட்ட வேண்டியதையெல்லாம் சுருட்டிக்கொண்டு போனாங்கள்.

எனக்கொரு சிங்கள நண்பர் இருந்தவர். சில்வா என்பது அவர் பெயர். அடைக்கல மாதா கோயிலுக்குப் பக்கத்தில் வீடு. தாய், யாழ் சிறைச்சாலையில் ஜெயில கார்ட் வேலை பார்த்தவர். பிறகு யாழ்ப்பாணத்திலேயே தங்கி விட்டவை.

இனவழிப்புத் தொடங்கி இரண்டாம் நாளோ மூன்றாம் நாளோ சில்வாவைத் தேடி அவர் வீட்டுக்குப் போனேன். அவர் நல்லாய்ச் சோர்ந்து போயிருந்தார். ஜே.வி.பி. பிரச்சினையில் பிடிபட்டு அண்மையில்தான் விடுதலையாகி வந்திருந்தார். முதலாளித்துவத்தின் ஆகப்பெரிய கொடுமையிது. சிங்கள மக்களின் வறுமையும் வேலையில்லாக் கொடுமையும்தான் இதுக்குக் காரணம் என்றார். அவர் கதைக்கிறதைக் கேட்கிற மனநிலையில் நான் இல்லை.

'நீங்கள் பாதுகாப்பாக இருக்கின்றீர்களோ? கடைத் தெருவுக்குப் போய் வாறது ஏதாவது பிரச்சினையோ? ஏதாவது உதவி தேவையோ' என்று கேட்டேன்.

'அப்படியொன்றும் இல்லை; யாழ் பொலிஸ் நிலைய அதிகாரிதான் எங்களை உடனே யாழ்ப்பாணத்தை விட்டுப் போகட்டாம். தமிழர்களை நம்ப முடியாது எண்டும், நாளைக் காலை எங்களைத் தயாராயிருக்கச் சொல்லியிருக்கிறார்' என்றார்.

'எங்களுக்கு எங்கை போறது? என்று தெரியாது. ஊரை விட்டு வந்து கனகாலம்' என்று சொல்லிக் கவலைப்பட்டார்.

இரண்டு நாளைக்கு பிறகு, திரும்பிப் போய்ப் பார்க்க, வீடு வெறுமையாய் இருந்தது.

ஆனா, ஒரு பத்துப் பதினைந்து நாளில் சில்வா திரும்பி வந்துவிட்டார். 'தனக்கு, தன்ரை ஊரில் நண்பர்கள் இல்லை. அங்க இருக்கிறதுக்கு வீடும் இல்லை. செத்தாலும் இனி இங்கேதான்' என்றார்.

சில்வா எனக்குக் கொஞ்ச நாள் மிக நெருங்கிய நண்பனாய் இருந்தார். இவரைப் பற்றிப் பல கதைகளை நண்பர்களுக்குச் சொல்லியிருக்கின்றேன். ஒருமுறை நல்லூர்த் திருவிழாவுக்கு எங்களுடன் வந்தார். நாங்களே லோங்சோடு போக அவர் வேட்டி கட்டிக்கொண்டு வந்தார். வேட்டியும் அவருக்குச் சரியாய்க் கட்டத் தெரியவில்லை. இடையில் சனங்களுக்குள் நெரிபட்டு (அதுக்குத்தானே நாங்கள் போறது) போகும்போது, திடீரெண்டு 'வெயிட் மச்சான் வெயிட் மச்சான்' என்று கத்தினார். என்ன பிரச்சினை என்று கேட்க,'வேட்டி உடைஞ்சான் மச்சான்... வேட்டி உடைஞ்சான் மச்சான்... ஆரும் உதவி செய்யுங்கோ, என்ர வேட்டி கீழே விழ முதல்ல என்னைப் பிடியுங்கோ மச்சான்' என்று கத்தினார். வேட்டி உரிஞ்சதைத்தான் அவர் அப்படிச் சொல்லுகிறார் என்பதை விளங்கிக்கொள்ளக் கொஞ்ச நேரம் எடுத்தது.

கலவரம் நடந்த கொஞ்சக் காலத்தால் அவருக்குச் சிங்கள மகா வித்தியலையத்தில் ஆசிரியர் வேலை கிடைத்தது. பிறகு கல்யாணம் முடித்து அன்ராசபுரம் போய்விட்டார், தொடர்பு இல்லாமல் போயிற்று. கொழும்பில் வெளிநாட்டுக்குப் போக வந்து நின்ற நேரம், என்னுடைய கல்வித் தராதர சேட்டிபிக்கட் எடுக்கக் கல்வி இலாகாவுக்குப் போகும்போது,அங்கு ஏதோ அலுவலாய் வந்த சில்வா என்னைக் கண்டுவிட்டார்.

கண்டவுடன் கட்டிப்பிடிச்சு அணைத்து,'பார்த்து எவ்வளவு காலம்?' என்று மழலைத் தமிழிலில் அன்பைச் சொரிந்தார்.

'வெளிநாட்டிற்குப் போறத்துக்கு நிற்கிறன்' என்றபோது, அவர் கண்கள் கலங்கிப் போயின. 'தமிழர்களுக்கு இனிக் கஸ்ரம் தான்... ஆயுதம் வந்துவிட்டதெல்லே' என்று சொல்லிக்கொண்டு தன்னுடைய விலாசத்தை எழுதித் தருகிற மாதிரி அந்த பேப்பரோடு சேர்த்து 50 ரூபா பணம் தந்தார். 'வேண்டாம் வேண்டாம்' என்று நான் மறிக்க... 'மச்சான் எத்தனை தடவை உன்னோடு தேத்தண்ணீர் குடிச்சிருப்பன். இதை வைச்சுக்கொள்' எண்டு திணித்தார்.

‘எந்த நாட்டுக்குப் போறாய்?, என்று கேட்டபோது’ ‘அதுதான் தெரியேல்லை... என்னை அனுப்பிற ஏஜென்சிக்குக்கூடச் சரியாய் தெரியாது. போனகிழமை ஜேர்மனி எண்டான். இரண்டு நாளுக்கு முதல்ல பிரான்ஸ் எண்டான். இண்டைக்குக் கேட்கிறார் ‘லண்டனுக்கு அனுப்பட்டோ...’ எண்டு. எங்கட வருகையாலை எந்த நாடும் அதிஸ்ட்டம் பெறப் போகுதே? எதெண்டாலும் வடிவான நாட்டுக்கு அனுப்பு’ எண்டு சொல்லிப்போட்டுக் காத்திருக்கிறம்’ என்றேன்.

‘என்ன மச்சான் எப்பவும் உனக்குப் பகிடிதான்’ என்று சில்வா சொன்னார். இப்ப அவருக்குத் தமிழும் தடக்கத் தொடங்கியிருந்தது. அதுதான் நான் அவரைக் கடைசியாய்க் கண்டது.

தமிழ் மக்கள் மீதான காடையர்களின் தாக்குதல் குறைய, கொழும்பில் இருந்து கப்பலில் அகதிகளாகத் தமிழ் மக்கள் காங்கேசன்துறைத் துறைமுகத்துக்கு இந்தியாவின்ரை உதவியோடு வருகிறார்கள் என்று கேள்விப்பட்டவுடன் எங்கள் சைக்கிள்கள் காங்கேசன்துறையை நோக்கிப் போனது. அங்கேயும் ஒரு சம்பவம் நடந்தது. நண்பர் குலம் அங்கு அடி வாங்க வேண்டியதாய்ப் போச்சு.

கப்பலில் இருந்து இறங்கி வள்ளங்கள் வழியாய்க் கரைக்கு வந்த சனங்கள் பதிவு செய்ய நிரையாய் வந்துகொண்டிருக்க, குலம் தன்ரை வசன காவியங்களை விடத் தொடங்கினான்.

அது, 1977 தேர்தல் நேரம். கூட்டணியின் பத்திரிகையான சுதந்திரனில் வந்த தலையங்கம் சிலதை எடுத்து விட்டான்.

கூட்டணியின் தேர்தல் கூட்டத்துக்கு வந்த பெருவாரியான சனத்தின் படத்தை பேப்பரில் போட்டிட்டு, ‘வெள்ளம் போல்

தமிழர் ... எங்கிருந்து வந்ததோ இக்கூட்டம் ...' 'சங்கிலியன் பெரும் படையோ ... சரித்திரத்தின் திருப்பமிதுவோ ...' என்கிற வசனங்களும்;

யாழ்ப்பாண எம்.பி.யாய் வெண்ட வெற்றிவேல் யோகேஸ்வரனின்ரை படத்தையும் பெயரையும் போட்டிட்டு 'துள்ளி வருகுது வேல், தள்ளி நில் பகையே ...' என்றும்,

வெற்றியடைந்த கூட்டணி எம்பிமாரின் படங்களைப் போட்டிட்டு...'இப்படை தோற்கின் எப்படை வெல்லும்' என்றும் உணர்ச்சியைத் தூண்டுகிற வசனங்கள் அந்தப் பேப்பரில் இருந்தன.

இந்த வசனங்களை குலத்தான் சத்தமாய்ச் சொல்லிக்கொண்டு நின்றான். ஏன் அப்படிச் செய்தான் என்பது எங்களுக்குத் தெரியவில்லை. ஆனால் அதுவொரு நக்கலாயும் இருந்தது.

தள்ளி அங்காலை தொண்டுவேலை செய்துகொண்டிருந்த கூட்டணிப் பெடியளுக்கு இவற்றை நக்கல் விளங்கிட்டுது போல. ஓடிவந்தாங்கள். வந்தவங்கள் குலத்தை வெளுத்து வாங்கிட்டாங்கள்.

எங்களை அப்பவே துரோகியள் பட்டியலிலை சேர்த்திட்டாங்கள்போல.

இந்தக் கலவரம் ஏறக்குறையக் கணிசமான தமிழரை ஆயுதப் போராட்டத்தை ஆதரிக்கத் தூண்டியது என்பதுதான் உண்மை. கனக்கப் பெடியளும் அந்தப் பக்கமாய் வெளிக்கிட்டிட்டாங்கள்.

கலவரம் என்ர வாழ்க்கையையும் விட்டு வைக்க வில்லை. கொழும்பில் கணவனோடு வாழ்ந்துகொண்டிருந்த பத்மினியின்ரை அக்கா அகதியா ஒரேயடியாய் யாழ்ப்பாணம் வந்துவிட்டா. 77 கலவரம் எனக்காக நடந்த மாதிரிப் போயிற்று.

இரண்டு மூன்று வருடத்துக்கு முதல் நடந்த சம்பவம் ஒன்று ஞாபகத்திற்கு வந்தது. பண்டத்தரிப்பில் இருந்து 787 இலக்க பஸ்சில் ஏறி யாழ்ப்பாணத்துக்குப் போய்க்கொண்டிருந்தேன்.

பஸ்சில் பெரிய கூட்டம் இல்லை. பஸ் மானிப்பாய்க்கு வந்தபோது 'திடும் திடும்' என்று கூட்டம் ஏறியது. பஸ் நிரம்பிச்சுது. அன்டைக்கு மருதடிப் பிள்ளையார் கோயில் தேர். பஸ் ஒருமாதிரி முக்கித் தக்கி யாழ்ப்பாணத்தை நோக்கிப் போய்க்கொண்டிருந்தது.

மானிப்பாய் ஆஸ்பத்திரி தாண்டி ஒரு கொஞ்ச நேரத்தில்...ஒரு மனுசி 'ஐயோ ... யாரோ என்ர சங்கிலியை அறுத்துப்போட்டான் ஐயோ ஐயோ ... பஸ்சை நிப்பாட்டுங்கோ' என்று சத்தமாய்க் கத்த, றைவர் திடுக்கிட்டுப்போய் பஸ்சை நிற்பாட்டினார்.

‘ஒருத்தரும் பஸ்சாலை இறங்கப்படாது . . . பஸ்சை ஆனைக்கோட்டை பொலிசுக்கு விடுங்கோ’ எண்டு நடத்துநர் ரைவருக்கு உத்தரவிட்டார்.

ஒருத்தரும் பஸ்சால் இறங்காமல் இருக்க இரண்டு பெடியங்கள் பஸ்சின் வாசல் படிக்கட்டில காவலுக்குத் தொங்கிக்கொண்டு நின்றாங்கள்.

பஸ் ஆனைக்கோட்டை பொலிஸ் ஸ்ரேசனுக்குப் போயிற்று. அங்கு பத்து இருபது நிமிசமாய் வியர்த்துக் கொட்ட பஸ்சுக்குள் இருந்தோம். மூன்று நாலு பொலிஸ்காரர் வந்தாங்கள். ஏதோ துப்பறியும் சிங்கங்கள் மாதிரி ஒவ்வொருத்தராய் இறக்கிச் சோதித்தார்கள்.

ஒரு மணித்தியாலத்துக்கு மேல் ஆகியும் திருடனைப் பிடிக்க முடியவில்லை. ஆனால் பொலிஸ் ஒரு ஆளை மட்டும் பிடித்து வைத்து, அங்காலை தள்ளிக் கொண்டுபோய் வாய்க்கையும் செக் பண்ணிப் பார்த்தாங்கள்.

அதற்கிடையில் இன்ஸ்பெக்டர் வந்து சங்கிலி களவு கொடுத்த மனுசியைப் பார்த்து ‘நாங்கள் வடிவாய் எல்லாம் சோதித்து போட்டம் நீ கோயிலடியிலைதான் சங்கிலியைத் தொலைத்திருப்பாய் பஸ்சுக்கை கழுத்தைப் பார்த்திட்டுக் கத்தியிருப்பாய்’ என்று சத்தம் போட்டுவிட்டு ‘எல்லாம் பஸ்சிலை ஏறுங்கோ’ என்றார்.

நானும் இன்னொருவரும் அந்தப் பிடிபட்ட மனிசனுக்கு என்ன நடந்தது என்று பார்க்க ஸ்ரேசனுக்குள் போனோம். அவர் இப்ப ஒரு வாங்கில் இருந்தார். ‘என்னண்ணை நடந்தது உங்களை மட்டும் பிடிச்சு வச்சிருக்கிக்கிறாங்கள் ?’ என்று கேக்க, அவர் ஒரு தயக்கமும் இல்லாமல்,

‘உழைப்புக் குறைவு தம்பி . . . மாதகலிலை இருக்கிற ஒரு வியாபாரியிட்டப் போய் கள்ளக் கடத்தலிலை வாற 15 சங்குமார்க் சாறங்களை வேண்டிக்கொண்டு ரவுணிலை இருக்கிற ஒரு கடைக்குக் குடுத்தால் குடும்பச் சாப்பாட்டுக்கு ஐஞ்சுபத்துக் கிடைக்கும். இது இடைக்கிடை நான் செய்யிற தொழில். இண்டைக்கு இப்பிடியாகிப் போச்சு. அந்த முதலாளிக்கு எப்படிக் காசைக் கொடுக்கப் போறனோ தெரியாது’ என்று அழுதார்.

‘உண்மையிலை அந்த மனுசியின்ரை சங்கிலி களவு போனதோ இல்லையோ எனக்குத் தெரியாது, ஆனா இந்தச் சம்பவம் நடந்தது என்ர சாறங்கள் பிடிபடத்தான். விதி வலியது தம்பி’ என்றார்.

77 கலவரம் எதுக்காகவும் நடந்திருக்கலாம். ஆனா அது என்ர காதலை ஒரு கை பார்க்கத்தான் நடந்தது என்கிற மாதிரி இருந்தது.

4

77ஆம் ஆண்டு, இன்னும் ஐப்பசி மாதத்தைத் தாண்டவில்லை, ஆனால் பெரிய நிகழ்வுகள் எல்லாம் நடந்துகொண்டிருந்தன.

அதில் முக்கியமானது தந்தை செல்வாவின் மரணம்.

யாழ்ப்பாணத்தில் இவ்வளவு தொகை மக்கள் இருக்கின்றார்களா என்று நினைக்கிற மாதிரி, பெருவாரிச் சனம் யாழ்ப்பாணத்தில் கூடியதை நான் அப்போதுதான் கண்டேன். அவரின் இறுதிச் சடங்கு பெரும் எடுப்பிலை நடந்தது.

இதுக்கடுத்துப் பெரு ஆர்ப்பாட்டமாய்த் தமிழ் ஈழத்திற்கான கோரிக்கையோடு தேர்தல் நடந்து தமிழ்த் தரப்பு எதிர்க் கட்சியாய் வந்தது.

இந்த நாட்களில்தான் 77 இனவழிப்பு கலவரம் நடந்தது. இதைத் தொடர்ந்துதான் இரகசியமாகச் செயற்பட்ட ஆயுதப் போராளிகள் பற்றியும் மக்களுக்குத் தெரியத் தொடங்கியது. தென்னிலங்கையில் இனவழிப்பு நடந்த நாட்களிலும் அதுக்குப் பிறகு வந்த நாட்களிலும் இலங்கை முழுக்க ஊரடங்கு இருந்தபடியால் என்னுடைய தொழிலும் டீயுசனும் படிப்பும் தடைப்பட்டுப் போச்சுது.

பத்மினியைப் பார்க்க வேணும், பார்க்க வேணும் என்று மனம் துடிச்சுக்கொண்டிருந்தது. இன்றைக்கு இந்த வயசில் அந்த அர்த்தமில்லாத செய்கையளை நினைக்கும்போது வெக்கமாய் இருக்கிறது.

காதல் என்பது ஒரு சந்திப்பு மாத்திரம் இல்லை; அது ஒரு அழகான இறையனுபவமும்கூட. வாழ்வு தன்னைத் தானே கண்டு கொண்ட மகிழ்ச்சி வழிந்தோடுற தருணங்கள் என்று நினைத்த காலங்கள் அது.

காதல் என்பது ஆருக்கும் ஒரு தரம் மட்டும்தான் வாய்க்கக் கூடியது என்றும், வாழ்க்கையில் ஒரு

பெண்ணை மட்டுந்தான் காதலிக்கலாம்; அவளோடுதான் வாழ்நாள் முழுக்கப் போகும் என்றும், தமிழ்ப் படங்களைப் பார்த்தும், கதைகளைப் படித்தும் நம்பியிருந்த காலம்.

இருந்துவிட்டு எப்போதாவது இலங்கை வானொலியில் ஒலிக்கிற சி.எஸ். ஜெயராமன் பாடிய,

மங்கியதோர் நிலவினிலே
கனவிலிது கண்டேன்,
வயது பதினாறியிருக்கும்
இளவயது மங்கை,
பொங்கிவரும் பெருநிலவு
போன்றவொளி முகமும்
புன்னகையின் புதுநிலவும்
போற்றவருந் தோற்றம்,
துங்கமணி மின்போலும்
வடிவந்தாள் வந்து,
தூங்காதே யெழுந்தென்னைப்
பாரென்று சொன்னாள்.
அங்கதனிற் கண்விழித்தேன்
அடடாவோ! அடடா
அழகென்னும் தெய்வந்தான்
அதுவென்றே அறிந்தேன்

என்கிற பாரதி பாடல் மனப் பாடமாகி, மனதைச் சில்லிடச் செய்த அந்த நாட்களை இப்போது நினைக்கச் சிறுபிள்ளைத்தனமாய்த் தெரிகிறது.

வாலிபம் கடந்து, வாழ்க்கை முகத்தைப் பொத்தி அடித்து அலைந்த காலங்களில் இந்தப் பாடலின் மிச்சப் பகுதி அர்த்தமுள்ளதாய்த் தெரிந்தது.

தாகமறிந் தீயுமருள்
வான்மழைக்கே யுண்டோ ?
தாகத்தின் துயர்மழைதான்
அறிந்திடுமோ ? என்றேன்.
விருப்புடனே பெய்குவது
வேறாமோ ? என்றாள்.
காலத்தில் விதி
மதியைக் கடந்திடுமோ ? என்றேன்.
காலமே மதியினுக்கோர்
கருவியாம் என்றாள்.
ஞாலத்தில் விரும்பியது
நண்ணுமோ ? என்றேன்.
நாலிலே ஒன்றிரண்டு
பலித்திடலாம் என்றாள்.

பாரதியின் இவ்வரிகளை நினைத்து நினைத்து விம்மி அழுத காலங்களும் உண்டு.

காரணம் இல்லாமல் பத்மினியின் வீட்டைத் தாண்டிப் பல தடவை என்ர சைக்கிள் போகும். நானும் நண்பர்களைச் சந்திப்பதைத் தவிர்த்து வந்தேன். ராசகுலம்தான் தன்ரை அண்ணனுடைய மகளின் முதலாவது பிறந்தநாளுக்கு என்னைக் கூப்பிட்டிருந்தான். அதைத் தவிர்க்க முடியவில்லை.

நண்பர்கள் எல்லோரும் வந்திருந்தார்கள். பார்ட்டி நல்லாய்த்தான் போய்கொண்டிருந்தது. குலம் தன்ர விளை யாட்டைக் காட்டத் தொடங்கியிருந்தான். அண்ணாத்துரை, கருணாநிதியெண்டு வசனங்களை இழுத்து விட்டுக் கொண்டிருந்தான்.

'மாதமோ சித்திரை நேரமோ பத்தரை, மக்கள் வெள்ளமோ நித்திரை' என்று அண்ணாத்துரை எங்கேயோ ஒரு கூட்டத்தில் பேசியதை அவன் பேசத் தொடங்கினான்.

'டேய் இப்பிடிப் பேசினது கருணாநிதியடா' என்று ஒருவன் சொல்ல, இன்னுமொருவன் 'இல்லையடா அது அண்ணாத்துரை' என்று சொல்ல, வேறையொருத்தர் 'இரண்டு பேருமே கெட்டிக் காரரடா' என்று ஒருவன் சமாதானப் படுத்த... பார்ட்டி களைகட்டியிருந்தது.

குலம் விட்டபாடில்லை,'அண்ணாத்துரை அமொரிக்காவிரை யு.என்.ஓ.வுக்குப் பேசப் போனதாகவும் அங்கே அவரைப் பார்த்து 'நீங்கள் தமிழில் அடுக்கு வசனம் பேசுவதுபோல் ஆங்கிலத்தில் பேசுவீர்களா?' என்று கேட்டபோது தொடங்கினாரே அண்ணா என்று சொன்ன குலம்,

'ஐ நோ, யு.என்.ஓ.. யு டோன் நோ, யு.என்.ஓ...' என்று வாயிலை வந்ததையெல்லாம் சொல்ல வெளிக்கிட்டான்.

அவனை நிப்பாட்டுறது பெரிய கஸ்ரமாக இருந்தது. ஒருவழியாக அவனை இடைமறித்து இன்னுமொரு நண்பர் வேறொரு கதையைச் சொன்னார்.

'58 தமிழின அழிப்பின்போது, அண்ணா இலங்கை அரசை எச்சரித்ததாலை பெரும்பாலான ஈழத்தமிழர்களுக்கு அண்ணா மேலையும் கருணாநிதி மேலையும் திமுக விலையும் தீராதக் காதல் இருந்தது,

அண்ணா ஆட்சிக்கு வந்து இரண்டு வருடத்திலையே 1967ஆம் ஆண்டில் இறந்து போனார்.

'எங்கள் ஊரின் சந்தியில் ஒரு தேத்தண்ணீர்க் கடை யிருந்தது. அங்கு பெரிய பிலிப் ரேடியோ பெட்டியும் இருந்தது. வழமையாக அதுக்கு முன்னால் இளைஞர்கள் நின்று பாட்டுக் கேட்பார்கள். அது அந்தக் கடை முதலாளிக்குப் பெரிய பெருமை.

'அண்ணாத்துரை இறந்த நேரம், அவரின் இறுதி ஊர்வலம் நேரடியாக அஞ்சல் செய்தாங்கள். அது அந்த பிலிப் ரேடியோவில் ஒலிபரப்பானது. அன்றைக்குக் கடைக்கு முன்னாலே பெரிய பட்டாளம் துக்கத்தோடு ஒலிபரப்பைக் கேட்டுக்கொண்டிருந்தது.

'என்ன மாதிரியான அரசியல்வாதி', 'என்ன மாதிரியான நடிகன்', 'எந்தப் பெரிய எழுத்தாளன்', 'அடுக்கு வசனத்திலை தமிழ் பேசினால் காதிலை தேன் சொரியும் அல்லோ' 'தமிழ் அன்னை தன்ரை தலைமகனை இழந்தாளே . . .' என்கிற மாதிரி, தங்களுக்குத் தெரிந்த தகவல்களையெல்லாம் சொல்லி அண்ணாவைப் புகழ்ந்து கொண்டிருந்திச்சினம்.

'இந்தச் செய்தியெல்லாம் அந்தக் கடை முதலாளிக்குப் புதிதாக இருந்தது. அவருக்கு பிரியமானதும், தெரிந்ததும் அவரின் ஊர்ப் பக்கங்களான மாதகல், அளவெட்டி, இணுவில் போன்ற ஊர்க் கோயிலுகளுக்கு வருகிற தமிழ்நாட்டுத் தவில் வித்துவான்களைத்தான்.

தமிழ்நாட்டில் எல்லாம் தெரிந்த ஒரு வித்துவான் இருந்தால் அவருக்குக் கட்டாயம் தவில் வாசிக்கத் தெரியாமல் விட்டிருக்கேலாது என்று நினைச்ச கடை முதலாளி, எல்லாரும் ஆளுக்கு ஒன்றைச் சொல்ல, தானும் ஏதாவது சொல்ல வேணும் என்று நினைத்து, 'அண்ணாத்துரை தவில் வாசிச்சால் கேட்கிறத்துக்கு இரண்டு செவி காணுமோ . . . அந்த மாதிரி யிருக்கும்' என்று சொல்ல, அந்தச் சோகத்திலும் கொஞ்சப்பேர் சிரிச்சினம்' என்று கதையை முடித்தார்.

பார்ட்டி சந்தோசமாய்த்தான் முடிந்தது.

அப்ப, ராசகுலம் என்னை இரகசியமாய்க் கேட்டான். 'அதுக்குப் பிறகு பத்மனியை பார்த்தனியோ' என்று. நான் 'இல்லை' என்று சொல்ல, 'இனி உன்பாடு கஸ்ரம். தமக்கை வந்து நிற்கிறா, அவ கொஞ்சம் பொல்லாத ஆள்' என்றான்.

பார்ட்டி முடிய, எனக்கு சர்வேசனிடம் ஒரு அலுவல் அறிய இருந்தது. அவனுடன் தனியே கதைக்க வேணும் என்று கூறி ராசகுலத்தின் வீட்டுக்கு வெளியே நின்று கதைத்தோம்.

இரண்டு கிழமைக்கு முதல் ஒருநாள் என்னிடம் வந்த சர்வேசன், எனக்கு தெரிந்த ஒரு டக்கா றோட் நண்பனைத் தன்ரை நண்பர் ஒருவருக்கு அறிமுகப்படுத்த முடியுமா என்று கேட்டிருந்தான்.

'ஏன்' என்று கேட்டேன், 'அந்த நண்பனுக்கு ஆயுதம் தேவைப்படுகின்றது. அந்த டக்கா றோட் நண்பனிட்டை நல்ல சாமான் ஒண்டு இருக்காம். அதை வேண்டித் தாவன்ரா. நாங்கள்

முன்னுக்குப் போகாவிட்டாலும் போராட்டத்திற்கு முன்னுக்கு போறவங்களுக்கு உதவி செய்ய வேணுமெல்லோ' என்றான்.

'டேய் என்னை இதுக்கை நீ இழுக்காதை, விரும்பினால் அவன்ரை வீட்டுக் குறிப்புச் சொல்லுறன். நீங்கள் போய்க் கேளுங்கோ, உங்களை அறிமுகப்படுத்துறதுக்கு வேணுமென்டா என்ரை பெயரைச் சொல்லு. ஆனா நான் வரமாட்டன்' என்று சொல்லியிருந்தேன்.

வெளியிலை வந்த நான், 'போய் டக்கா றோட்காரனைச் சந்திச்சனீங்களோ' என்று இரகசியமாய்க் கேட்டேன்.

'ஓம் மச்சான்... நாங்கள் உன்ர பெயரைச் சொல்லிக் கதைக்கேக்கை அன்பாய்க் கதைச்சான். விசயத்தைச் சொன்னவுடன், கொஞ்சம் வில்லங்கப்பட்டுத்தான்... ஓம் எண்டான். அவனுக்கும் பணத் தேவை இருந்தது. தென்னை மரத்திலை ஏறி வட்டுக்குள் ஒளித்து வைத்திருந்த சாமானைத் தந்தான்.'

'சாதிப் போராட்டத்திற்கு வாங்கின சாமான் அது. இப்ப தேசியப் பிரச்சினைக்குப் பயன்படப் போகுது. இது எங்கை கொண்டுபோய் விடப் போகுதோ' என்று நினைச்சுக்கொண்டு அவனை விலத்திப் போனேன்.

என் மனதிலோ நினைவும் கனவும் என்ரை காதலாய்த்தான் இருந்தது.

பத்மினியைப் பார்க்க வேணும் என்கிற ஆசை நெருப்பைப் போல் எரிந்தது. பார்க்கிற சந்தர்ப்பம் வரவில்லை.

அந்நாள்களில் பெரிதும் அறியப்பட்டவரும் சமூக சேவையாளருமான ஒரு குருவானவர் இறந்து போனார். அவர்மீது எனக்கு மதிப்பு இருந்தது.

அவருடைய இறுதி ஊர்வலத்திற்குப் போனேன். சேமக்காலையில் நிறையச் சனம். அந்தப் பெரிய கூட்டத்தில் யாரோ என்னை உற்றுப் பார்ப்பதுபோல் உணர்ந்தேன். பத்மினி. பத்மினி, பாடகர் குழாமில் பாடிக்கொண்டு என்னையே பார்த்துக்கொண்டிருந்தா. திடுக்கிட்டுப் போனேன்.

இறுதிச் சடங்கெல்லாம் முடிய எனக்குக் கிட்ட வந்த பத்மினி, 'புதன்கிழமை பின்னேரம் சதாசகாய மாதா கோயிலுக்கு வருவன். அங்கை கட்டாயம் வாங்கோ' என்று சொல்லிப் போட்டுப் பறந்திட்டா.

புதன்கிழமை எப்ப வரும்? என்று மனம் துடித்துக் கொண்டிருந்தது. ஞாயிற்றுக் கிழமைக்கும் புதன் கிழமைக்கும் இடையில் இரண்டாயிரம் நாள்கள் இருந்த மாதிரிக் கிடந்தது.

'புதன்கிழமை கோயிலடிக்குப் போய் எட்டி நின்று பார்க்க மட்டும்தானே முடியும். என்ன செய்யலாம்' என்று அப்போது தான் யோசித்தேன். ஒரு கடிதத்தை எழுதிக் குடுக்கலாம்...

சரி, கடிதத்தில் என்ன எழுதுவது? காதல் கடிதம் எழுதிப் பழக்கமில்லையே. ஒரே தவிப்பாய் இருந்தது. ஆனால் இந்தச் சந்தர்ப்பத்தைத் தவறவிடக் கூடாது என்று மனம் சொல்லிக்கொண்டிருந்தது.

பாடகர் குழாமில் இருந்துகொண்டு அவ என்னைப் பார்த்த பார்வை, 'ஓராயிரம் பார்வையிலே உன் பார்வையை நான் அறிவேன்' என்கிற பாடலை ஞாபகப்படுத்தியிருந்தது. அது எனக்கு நல்லாய்ப் பிடிச்ச பாட்டு. பாட்டு பாடமாயும் இருந்தது.

அந்த வரிகளை எழுதினேன்.

நூறு முறை பிறந்தாலும்
நூறு முறை இறந்தாலும்
உனைப் பிரிந்து வெகுதூரம் – நான்
ஒரு நாளும் போவதில்லை
உலகத்தின் கண்களிலே
உருவங்கள் மறைந்தாலும்
ஒன்றான உள்ளங்கள்
ஒரு நாளும் மறைவதில்லை

ஓராயிரம் பார்வையிலே
உன் பார்வையை நான் அறிவேன்
உன் காலடி ஓசையிலே
உன் காதலை நான் அறிவேன்

பாட்டை எழுதிப் போட்டு, எப்படி, எங்கை நாங்கள் சந்திக்கலாம் என்றும் கேட்டுக் கடிதத்தை எழுதி வைச்சுக் கொண்டு புதன்கிழமைக்காகக் காத்திருந்தேன்.

புதன்கிழமை பின்நேரம் நேரத்தோடே போய் கோயிலடியில் நின்றேன். மழை தூறிக்கொண்டு இருந்தது. பத்மினி தன் சினேகிதியுடன் வந்தா. எனக்குக் கிட்ட வந்து, 'ஆராதனை முடியும் மட்டும் நில்லுங்கோ' என்று சொல்லிப்போட்டுப் கோவிலுக்குள் போயிற்றா.

மழை பெய்துகொண்டு இருந்தபடியால் நானும் கோயிலுக்குள் போயிருந்தேன். அந்த நீண்ட ஆராதனை எனக்குப் பெரிய சலிப்பாய் இருந்தது. ஆராதனை முடிச்சாலும் அவ தன்ர நண்பியுடன்தான் போவா, எப்படி இந்தக் கடிதத்தைக் கொடுக்கிறது? எங்கு பார்த்தாலும் தெரிந்த ஆட்கள். ஆராதனை முடியிற நேரத்தில் வெளியில் வந்து நின்றபோது வாடைக் காற்று குளிரோடு வீசிக்கொண்டிருந்தது. மழை இன்னும் பலமாய்ப் பெய்துகொண்டிருந்தது, அது சினத்தை மூட்டியது.

ஆட்கள் எல்லாம் வெளியேறிக் கொண்டிருந்திச்சினம். பத்மினி வெளியிலை வாற மாதிரித் தெரியவில்லை, ஏறத்தாழ எல்லோரும் போய்விட்டிருந்திச்சினம்.

கடைசியாய்த்தான் பத்மினியும் அவள் நண்பியும் வந்திச்சினம். இப்ப கோவிலடியில் கொஞ்ச ஆட்கள்தான். ஒருவிதமான மழையிருட்டு சுத்தியிருந்தது. பத்மினி என்னைப் பார்த்து 'சரியாய் நனைஞ்சு இருக்கிறீங்கள்' எண்டா. இவ

செல்வம் அருளானந்தம்

என்னோடை கதைச்சுக்கொண்டு நிற்க, நண்பி தன்ரை குடையை விரிச்சுக்கொண்டு சிரிச்சபடி நான் போகப் போறன் என்று சொல்லிப் போட்டுப் போயிற்ரா. பத்மினி தன்ரை குடையால் என்மீது பெய்த மழையை மறைக்கிற மாதிரி அருகே வந்து 'சைக்கிளை எடுத்துக்கொண்டு வாங்கோ' என்று சொல்லி என்னோடை நடக்கத் தொடங்கினா.

அரசியல்வாதிகள் சொல்லுற மாதிரி, 'ஒரு குடையின் கீழ் வாருங்கள்' என்ற கோசத்தின் உண்மையை அன்றைக்கு விளங்கிக்கொண்டன்.

நடக்க… நடக்க… எவ்வளவு சந்தோசம்.

மழை பெலத்தது. பூட்டியிருந்த ஒரு கடை வாசல்படியில் ஏறி மழைக்கு ஒதுங்குவதுபோல் ஒன்றாக ஒதுங்கி நின்றோம். அவ என் தலையில் கைவைத்து 'நல்லாய் நனைஞ்சு போனீங்கள்' எண்டா. பல கதைகளைக் கதைச்சுகொண்டே, 'எங்கடை காதலை உங்கடை அக்கா அறிஞ்சால் பெரிய பிரச்சினை வருமாம்… ஏன்?' என்று சோர்வோடு கேட்டேன்.

'ஓம்… ஓம்… அதுக்குப் பயப்பிடுறியளோ? அதெல்லாம் நான் சமாளிப்பன். எதுக்கும் நீங்கள் வெளிநாட்டிற்குப் போங்கோ, போய் என்னையும் கூப்பிடுங்கோ' என்று சொல்லி அணைச்சா.

'நேரம்போகுது, வீட்டை தேடப்போறாங்கள். இருட்டுத்தானே … என்னைச் சைக்கிளிலிலை ஏத்துங்கோ வீட்டுக்குக் கிட்ட விடுங்கோ' எண்டா. எழுதி வைச்சிருந்த கடிதம் இப்ப ஞாபகம் வந்தது. ஆனால் அதைக் கொடுக்க வேண்டிய அவசியம் இப்போது இல்லை.

நான் கிடைத்த வாய்ப்பை விடுவதற்கு விருப்பம் இல்லாமல் பேசிக்கொண்டே நின்றேன். மழைக்கு ஒதுங்க இன்னொரு சைக்கிள் வந்தபோது பத்மினியும் திடுக்கிட்டா. வந்தவரும் திடுக்கிட்டார். அப்ப நாங்கள் நின்ற கோலம் சரியில்லை.

வந்தவர் அவையின் குடும்பத்திற்குத் தெரிந்த ஒரு ஆசிரியர்.

சட்டென்று வெளிக்கிட்டோம். எனக்கு அவவை சைக்கிளில் ஏத்தப் பயமாய் இருந்தது. நானோ ஆண்களுக்குரிய கோழைத் தனத்துடன் தயங்கினேன், அவவோ என்னைப்போலக் கோழையாய் இருக்கவில்லை. சைக்கிளில் ஏறி முன்னுக்கு இலாவகமாய் இருந்தா.

வந்தவர் மழையில் நனைந்தபடி, ஒரு 'யாழ்ப்பாணப் பார்வை'யை வீசி எங்களைப் பார்த்துக்கொண்டு நின்றார்.

5

அன்றைக்குச் செவ்வாய்க்கிழமையோ வெள்ளிக் கிழமையோ என்பது இப்போது தெளிவாகத் தெரியவில்லை. ஆங்கிலம் படிக் கிறதுக்காக அகஸ்ரின் மாஸ்ரரிட்டம் திரும்பவும் போனேன்.

போகும்போதே கடைக்கண்ணால் பத்மினி வீட்டில் நிற்கிறாவோ என்று எட்டிப் பார்த்தேன். ஒரு சிலமனும் தெரியவில்லை.

ரீயுசன் முடிந்து வெளிக்கிட்டேன்; கண்கள் அங்காலை இங்காலை பத்மினியைத் துழாவியது. ஒன்றையும் காணவில்லை. பொழுது இருளத் தொடங்குகிற நேரம். வெளிக்கிட்டுப் படலையைத் தாண்டும்போது பத்மினியின் அக்கா பக்கத்தில் வாடுவதைக் கவனித்தேன்.

என்னட்டை தான் வந்தா.

'கொஞ்சம் நில்லும் உம்மோடை ஒருக்கால் பேச வேணும்' எண்டா.

திடுக்கிட்டுப் போனேன். அவவோட எனக்குப் பெரிய பழக்கம் இல்லை. ஒருக்காலும் கிட்ட நெருங்கிப் பேசினதாவும் ஞாபகம் இல்லை. அவ பக்கத்தில் வந்து என்னோடு கதைத்த விதமும் எனக்குப் பிடிக்கவில்லை.

ஓரளவுக்கு உயரமும் நிறமும் பத்மினியைப் போல்தான். ஆனால், பத்மினியின் வட்ட வடிவான முகத்திற்கும் சுருண்ட முடிக்கும் அகன்ற கண்ணுக்கும் இவ கிட்ட வர முடியாது. பத்மினியைவிட வெள்ளை நிறம். அகங்காரம் கொண்ட அந்த முகச் சாயல் கொண்டவர்களை வாழ்க்கை முழுவதும் வெறுக்கத்தக்கதாக அந்த உரையாடல் அமைந்தது.

அவவின்ர முதல் கேள்வியே 'நீர் இப்ப என்ன செய்கின்றீர்?' என்றுதான் வந்தது. எனக்கு இவ என்ன தலைப்பில் பேசப் போறா என்பது ஓரளவு விளங்கிவிட்டது. நான் பேசாமல் நின்றேன்.

இரண்டாவதாய் 'உங்கடை சித்தியோடை இப்பவும் கதைக்கிறனீங்களோ?' எண்டா.

நான் 'ஓம்' என்றேன்.

என்ர சித்தியும் இவவும் ஒன்றாகப் படிச்சவை.

ஒரு தடவை சித்தி இவவைப் பற்றிக் கதைக்கும்போது பள்ளிகூடத்திலையும் தான்தான் மோலோங்கி எண்ட லெவலோடை இருப்பா வெண்டும், தன்னோடை ஒருக்காலும் சிநேகிதம் வைக்கப் பெரிசா விரும்பியிருக்கேல்லை என்றும், செருக்குப் பிடிச்சவ என்றும் சொன்னது ஞாபகம் வந்தது.

நான் தொடர்ந்து சொன்னேன்.

'எனக்குச் சித்தியெண்டால் சரியான விருப்பம். அம்மா அவவோடை பேசுறது இல்லைத்தான். ஆனா நான் போய் வாறனான். சித்தப்பா எனக்குச் சிநேகிதன் மாதிரி' என்றேன்.

'அதுதான் சனமெல்லாம் சிரிக்குது, வெட்கமாயுமெல்லே இருக்குது' என்று கொஞ்சம் சினத்தோடு சொன்னா.

எனக்குக் கொஞ்சம் சூடாயிற்றுது. மெல்லிய கோபத்தோடு 'பழைய ஆட்களை மாதிரி என்ன நீங்களும் சாதி பாக்கிறீங்

பனிவிழும் பனைவனம்

களோ? அதுவும் கொழும்பிலை பல பேரோட பழகிற நீங்கள் இப்பிடிச் சொல்லலாமோ? என்ரை சித்தப்பா 'சேவையர்' வேலை பார்க்கிறார். நல்ல சம்பளம். சித்தியை நல்லாய் வச்சிருக்கிறார்' என்றேன்.

'இண்டைக்கும் மீன் பிடிச்சுக்கொண்டிருக்கிற உங்கட குடும்பங்களுக்கு இது பிரச்சினையில்லாமல் இருக்கலாம். இப்ப உத்தியோகம் பார்த்தாலும் சுண்ணாம்பு எரிச்சுக் கூலி வேலை செய்யிற பரம்பரையிலை போய்ச் சம்மந்தம் செய்யிறது எங்கட சாதிக்கே அழகில்லை தெரியுமோ' எண்டா.

எனக்குக் கதைக்க வேணும் போலத்தான் இருந்தது. ஆனா, உறவு சிக்கலிலை போய்விடக் கூடாது என்று பேசாம நின்றேன்.

அவவும் கொஞ்ச நேரம் கதைக்கவில்லை. பிறகு திடீரென்று சொன்னா 'கோவிக்காதேயும், நீர் இனி எங்கடை வீட்டுக்கு வர வேண்டாம்.'

நான் திடுக்கிட்டுப் போனேன்.

அப்பத்தான் வீட்டுப் பக்கம் கவனித்தேன். ஜன்னல் ஓரத்தில் பத்மினி அழுகிற முகத்தோட நிற்கிற மாதிரித் தெரிந்தது. இப்ப நான் அடக்க வெளிக்கிட்ட கோபம் தலைக்கேறின மாதிரி இருந்தது.

பத்மினியின் அக்கா விடுகிற மாதிரி இல்லை.

'என்ன துணிச்சல் இருந்தால் அந்தக் கடையடியிலை அவள் மேலை கைபோட்டுக் கதைப்பீர்? என்னெண்டு சைக்கிளிலை ஏத்திக் கொண்டுவந்து வீட்டை விடுவீர்? வீணாய்க் கற்பனையள வளர்க்காதையும். உங்களுக்கும் எங்களுக்கும் சரி வராது. உங்கடை பேரன்மார் வெறும் மேலோடை தொழிலுக்குப் போன காலத்திலை லோங்ஸ் சேட் போட்டு உத்தியோகத்திற்கு போன பரம்பரை நாங்கள்' எண்டா.

நான் கொஞ்சம் கோபமாகச் செருமினேன்.

அதை அவ கணக்கில் எடுத்துக்கொள்ளவில்லை.

'அதுகூடப் பறவாயில்லை, சாதிமாறிக் கல்யாணம் செய்யிற பல பட்டறைகளோட நாங்கள் சம்மந்தம் செய்வம் எண்டு நினைக்கிறியளோ' எண்டு ஏதோ சொல்லப் போனார்.

'அக்கா கொஞ்சம் பொறுங்கோ' என்று அவவை இடை மறித்து 'கதைக்கிற கதையள் ஒரு அளவாய் இருக்க வேணும். உங்களைப் பற்றியும் எனக்குத் தெரியும். ஒரு ஆளைக் காதலிச்சு அதைக் கை விட்டுப் பெரிய உத்தியோகம் எண்டு இன்னொரு

செல்வம் அருளானந்தம்

ஆளை கல்யாணம் முடிச்சு' என்று தொடங்கி என்ர வசனங்கள் கோபத்தோடு கொட்டத் தொடங்கியது. அப்ப என்ர கோபம் உச்சத்தில் நின்றிருக்க வேணும்.

நாப்பது வயது தாண்டி 'ஒசோவை' படிக்கும்போது நான் அன்றைக்கு நின்ற கோலம் ஞாபகத்திற்கு வந்தது.

'நீங்கள் முரட்டுத் தனத்தை வார்த்தைகளில் வெளிப்படுத்தும் பொழுது எதுவும் உங்களை ஊடுருவ முடியாது காதலும் சரி, தியானமும் சரி, கடவுளும் சரி.'

இதை இப்ப யோசித்து என்ன செய்யிறது? எல்லாம் காலத்தோடு கரைந்து போச்சுது.

இப்ப ஒசோவையும் விட்டாச்சு.

இந்தச் சம்பவத்துக்கு இரண்டு நாள்களுக்கு முதல்தான் மு. வரதராசனின் மலிவு விலை திருக்குறள் புத்தகத்தில் காமத்துப் பாலைப் புரட்டிக்கொண்டிருக்கும்போது,

வாழ்தல் உயிர்க்கன்னள் ஆயிழை சாதல்
அதற்கன்னள் நீக்கும் இடத்து.

அப்போது இதன் பொருள் பெரிசாக விளங்காட்டியும் 'உடல் நீங்கினால் எப்படி உயிர்க்கு வாழ்வில்லையோ அப்பிடி அவள் நீங்கினால் எனக்கு வாழ்வு இல்லை' என்பதைப் படித்து ரசிச்சுக் கொண்டாடிய நான், எல்லாத்தையும் மறந்து கடைசியாக் கோபத்தில் போய் நின்றேன்.

ஆனால் அவ, நிதானமாய்த்தான் நிண்டா. 'நீர் என்னத்தையும் சொல்லும்... என்ரை புருசன்ரை தம்பி ஒருவர் கொழும்பிலை சாட்டட் எக்கவுண்டிங் படிக்கிறார். அவருக்குத்தான் பத்மினியைச் செய்து கொடுக்கப்போறோம். தயவுசெய்து நீர் இங்கால் பக்கம் வராதேயும்' எண்டா.

நான் விடவில்லை. தொடர்ந்து சத்தம் வைத்துக் கொண்டிருந்தேன். அவ பேசாமல் திரும்பி, வீட்டுக்குள் போயிட்டா.

இப்பத்தான் அகஸ்ரின் மாஸ்ரர் மெதுவாக வந்து எட்டிப் பார்த்தார்.

எனக்கோ கவலை, கோபம், ஆதங்கம், அவமானம் எல்லாம் தலைவரை ஏறிப் போயிருந்தது; இனி இந்த வீட்டு வாசல்படி வருவது இல்லை என்கிற முடிவோடு அங்கேயிருந்து வெளிக்கிட்டேன்.

அடுத்தநாள் பகல் முழுவதும் படுத்துக் கிடந்தேன். இரவு என்னத் தேடி ராசகுலம் வந்தான்.

'என்னடாப்பா? என்ன பிரச்சனை? இன்றைக்குக் காலையில நீறால் எடுக்க வரேல்லையாம் எண்டு சம்மாட்டி வந்து சொன்னார்' என்றவன், என்ர முகம் இருந்த கோலத்தைப் பார்த்துப் பயந்து போனான்.

நடந்தது எல்லாத்தையும் அவனிடம் கொட்டினேன். அவனுக்கு அது ஆச்சரியமானதாய் இருக்கவில்லை. இது சரி வராது என்று எனக்கு முதலில் சொன்னவன் அவன்தானே. அதுக்காக இப்படி இடிந்து போவேன் என்று அவன் எதிர்பார்க்கவில்லை.

ராசகுலம் என்னை ஆறுதல்படுத்துறதுக்காக டவுணுக்குக் கூட்டிக்கொண்டு போனான்.

அப்பத்தான் அவன் சொன்னான் சம்மாட்டிக்கு உன்னை நல்லாய் பிடிச்சிக்கொண்டுது. அவருக்கு நீ படிச்ச ஒழுங்கான பெடியன் எண்ட அபிப்பிராயம் இருக்கு. அவருக்கு மன்னாரிலை ஒரு ஏஜன்ட் தேவையாம்; உன்னட்ட நேரிலை கேக்கத் தயக்கமாய் இருக்காம்.

'நாச்சிக்குடா, தேவன்பிட்டி, மூன்றாம்பிட்டி, இலுப்பைகடவை, விடத்தல்தீவு மாதிரியான இடங்களிலை இறாலை வாங்கி அதை மன்னாரிலை இருந்து கொழும்புக்கு அனுப்புறதுதான் வேலை.

'றைவரோடை ஒரு வாகனமும் வேலைக்கு ஒரு ஆளும் மன்னாரிலை தங்குறத்துக்கு ஒரு வீடும் ஒழுங்கு பண்ணித் தருவார். சீசன் வேலைதான் சேகரிக்கிற றாலுக்குத் தகுந்த மாதிரி கொமிசனும் சம்பளமும் தருவராம். நீ போகப் போறியோ?' என்று கேட்டான்.

நான் யோசித்துக் கொண்டு நின்றேன். நான் இருக்கிற நிலைமையில் திடீரென்று கேட்கிறான். என்னத்தைச் சொல்வது?

'இந்த நிலமையிலை நீ கொஞ்சம் வெளியிலை போறதுதான் நல்லது எண்டு நான் நினைக்கிறன். உனக்கு விருப்பம் என்றால் சொல்லு' என்றான்.

அவனுக்கு இப்ப ஒரு பதில் சொல்ல வேணும். இதுக்கு வீட்டில் அம்மா சம்மதிக்க மாட்டா என்பறது போக, பத்மினியின் அக்காவுக்குப் பயந்து ஊரை விட்டுப் போனமாதிரியும் இருக்கக் கூடாது. அதைவிடப் பத்மினியை மறக்க இயலாது என்று எல்லாத்தையும் யோசித்துக்கொண்டு, 'அந்த வேலையை எடுத்துக் கொண்டுபோறது எனக்குக் கஸ்டம்' என்றேன்.

'உன்ரை நன்மைக்குதான் சொல்லுறன்; யோசிச்சுச் சொல்லு, நாளைக்குச் சந்திக்கிறன்' என்று சொல்லிட்டு ராசகுலம் போய்விட்டான்.

அடுத்த நாள் மத்தியானம் சந்தைக்குப் போன அம்மா அழுதுகொண்டு வந்தா. பத்மினியின் அக்கா சந்தையடியில் அம்மாவோடு சண்டை போட்டிருக்கிறா. ‘பல பட்டறைகள்’ என்கிற அதே வார்த்தையைச் சொல்லித் திட்டியிருக்கிறா.

என்ர அம்மா, அப்பா அப்பாவித்தனமான ஜீவன்கள். என்ர காதலைக் கேட்டுத் திடுக்கிட்டுப் போச்சினம். குடும்ப மாய்ச் சேர்ந்து திட்டம் போட்டுத் தங்கடை வீட்டில் சம்மந்தம் வைக்க நாங்கள் முயற்சிக்கிறம் எண்டு சொன்னாவாம்.

வீட்டில் ஒரே களேபரமாய் இருந்தது. அங்கு இருக்க முடியவில்லை. வெளிக்கிட்டேன். மெயின் றோட் கூட்டணிக் காரியாலயத்தில் பருத்தித்துறை எம்.பி துரைரத்தினம் இஸ்ரேல் நாட்டுக்குப் போய்வந்த அனுபவங்களைப் பேசுறார் என்று கேள்விப்பட்டு அங்கு போனேன். விசராக் கிடந்தது. அங்கேயும் நிற்கப் பிடிக்காமல் ராசகுலமும் வேறு நண்பர்களும் கூடுகிற வாசிகசாலையடிக்குப் போனேன்.

அவங்களுக்கும் என்ர கதை தெரிந்திருந்தது. நின்ற வர்களின் கனபேர் அறிவுரைகளையும் ஆறுதல்களையும் அள்ளி விட்டாங்கள்.

எல்லாம் சினிமாப் படங்களில் பார்த்துத் தெரிந்த விசயங்களைத்தான் சொன்னாங்கள். நான் ஒன்றும் பறையாமல் கேட்டுக்கொண்டு நின்றேன். நான் உசார் இல்லாமல் இருக்கிறேன் என்றும் தோல்வியை ஏற்றுக்கொண்டு விட்டன் என்றும் ஒருவன் சொன்னான்.

‘சுமைதாங்கி’ படத்தில் ஜெமினி கணேசன் ‘மயக்கமா தயக்கமா’ என்கிற பாட்டைப் படிச்சுக்கொண்டு குருவானவராய்ப் போனமாதிரி நீ போகப் போறாய் என்று வேறொருவன் சொன்னான்.

இன்னொருவன் மிக உறுதியாக ஒரு திட்டத்தை சொன்னான். ‘சங்ககால விளையாட்டு உடன் போதல்; பெட்டையைக் கிளப்பிக்கொண்டு போறது.’ அப்ப நாங்கள் இருந்த பகுதியில் அடிக்கடி நடக்கிற விசயம்தான்.

மூன்று நான்கு ‘கிளப்புதல்’ சம்பவங்களில் தனக்கு அனுபவம் இருக்கும் என்றான். பிறகு, அதற்கு அந்தோனியின் காரைப் பிடிக்க வேண்டும். றைவர் சரியான கெட்டிக்காறன். என்ன, கொஞ்சம் செலவு. இப்ப இரண்டு பிள்ளைகளோடை இருக்கிற மனோகரன்ரை கல்யாணத்திற்கு நான்தான் உதவி செஞ்சனான்.’

'எங்கடை காரை இரண்டு கார் கலைச்சுத்தானே பார்த்தது. அப்படி அரியாலைக் காலை எடுத்து மாம்பழச் சந்தியாலை மற்றப் பக்கமாய் திருப்பி கோப்பாய்க் காலை போய் குடத்தனை மட்டு கலைச்சுத்தானே பார்த்தவை'

எனக்கு தலையிடிச்சுக் கொண்டிருந்தது.

ஏன்ரா உன்னர சித்தியின்னர கல்யாணமும் அப்படித் தானே நடந்தது. அது ஆயுதங்களோடையல்லோ கலைபட்டது.

ராசகுலத்திற்கு விசர் வந்துவிட்டது. நக்கலாய்ச் சிரிச்சுக்கொண்டு 'கடைசியாய் நடந்த கடத்தலைப்பற்றிச் சொல்லேன்ரா' என்றான்.

'அதுக்கு நான் ஒன்றும் செய்ய இயலாது. பெம்பிளை மாப்பிளையை ஏத்திக்கொண்டு கொஞ்சத் தூரம் ஓடினதுதான். ஒருத்தரும் கலைக்கேல்லை. கொஞ்சம் தூரம் ஓடிப்பார்த்துவிட்டு திரும்பி வந்ததுதான். அடுத்த பகுதி காருக்குப் பேசின காசைக் கூடத் தரவில்லை' என்றார்.

'அவர், தான் படிக்காத ஆள், தன்னை நாங்கள் நக்கல் அடிக்கிறோம் என்று உணரப்படாது' என்பதற்காய் ஜோண்சன் சொன்னான் 'அவனுக்கு நாளைக்குத் தேத்தண்ணீர் குடிக்கிறதுக்குக் காசு இருக்கோ தெரியாது.'

'அவன் காதலிக்கிறானே ஒழிய, இப்ப கல்யாணம் முடிக்கிறதுக்கில்லை. அதுக்கெல்லாம் கனகாலம் இருக்கு' என்று சொல்ல, 'காதலிக்கிறது கல்யாணம் முடிக்கிறதுக்கு எண்டெல்லோ நினைச்சேன்' என்று சொல்லிப்போட்டு அவர் போயிற்றார்.

நானும் வீட்டுக்குப் போக வெளிக்கிட்டேன்.

போகேக்கை ராசகுலம் கேட்டான். 'நான் நேற்றுச் சொன்ன விசயம் பத்தி யோசிச்சனியோ?'

நான் திடீரென்று சொன்னேன்.

'ஓம்... நான் மன்னாருக்குப் போறன். நீ சம்மாட்டிக்குச் சொல்லு' என்றேன்.

என்ர சடுதியான பதில் ராசகுலத்துக்கு நிச்சயமாய் ஆச்சரியமாய்த்தான் இருந்திருக்கும்.

தாடித் தங்கராசாவை பெடியள் போட்டதுக்கு அடுத்த நாள், நான் மன்னாருக்கு வெளிக்கிட்டேன்.

6

முதல் தடவையாக யாழ்ப்பாணத்தை விட்டு வெளியேறினதும் பிறகு மன்னாரில் வாழ்ந்த நாட்களும் இப்போது மனதில் மங்கிய நினைவுகளாய்த்தான் இருக்கின்றன.

மன்னாரில் இருக்கிறத்துக்கு ஒரு வீடும், ஐஸ் கட்டி அடிச்சு றாலைக் கொழும்புக்கு அனுப்புறத்துக்குக் கடற்கரைக்குப் பக்கத்தில் ஒரு வாடியும் ஒழுங்கு செய்ய வேண்டியிருந்தது. சம்மாட்டியும் வான் றைவரும் அந்த ஒழுங்குகளை நல்லாச் செய்தாங்கள்.

மன்னாரிலை தொடங்கி விடத்தல் தீவு, இலுப்பக்கடவை, மூன்றாம் பிட்டி, வெள்ளாங்குளம், நாச்சிக்குடா எண்டு பல்லவராயன்கட்டுவரை வானில போய் றாலைச் சேகரித்து வர வேணும். பின்னேரம் அதை லொறியிலை கொழும்புக்கு அனுப்ப வேணும். இரவு அந்தக் கணக்குகளை எழுதி வைத்துவிட்டு அடுத்த நாளுக்கான பணத்தை ஆயத்தப்படுத்தி வைக்க வேணும்.

போன முதல் நாள் இராத்திரி பக்கத்தில் வீட்டுக்காரர் பேசியது அப்படியே காதில் விழுந்தது.

'யாரோ யாழ்ப்பாணத்து முதலாளியாம்... இஞ்சை வந்து றால் வேண்டி கொழும்புக்கு அனுப்பி, அப்படியே யப்பானுக்கு அனுப்பப் போகினமாம். அவங்கள் இஞ்சை எங்கடை சனத்தைச் சுத்தத் தானே வருவாங்கள்.'

எனக்கு ஒரு மாதிரியாய் இருந்தது. என்னெண்டு இதுகளை சமாளிக்கப் போறன் என்று பயமாய் இருந்தது. என்னோட வேலைக்கு வந்த பெடியன் வந்த அடுத்த நாளே தான் யாழ்ப்பாணம் போகப்போறன் எண்டு தொடங்கிட்டான்.

பக்கத்து வீட்டுக்கார அம்மா விடியவே வந்து, 'என்னண்டு இந்த வீட்டை வாடகைக்கு எடுத்தனீங்கள்? எங்கடை வீட்டிலை குமர்ப் பிள்ளைகள் இருக்கு. நீங்கள் இங்கை வந்தபடியால் கண்டபடி ஆட்கள் வந்து போவினம். எங்களுக்கு இது சரி வராது வேறை இடம் பார்த்துப் போறது உங்களுக்கு நல்லது' எண்டு கடுமையாய்ச் சொன்னார்.

சம்மாட்டியின்ரை நண்பரான இன்னொரு இலுப்பக்கடவை சம்மாட்டி லூக்காசின் உதவியுடன் பள்ளிமுனை எண்ட இடத்திலை ஒரு வீடு ஒழுங்கு செய்யப்பட்டது. அங்கையும் பிரச்சினை வந்தது. அது ஒரு தனிக் கிராமம். பெரிதாக வெளியாட்களை அனுமதிக்கிறது இல்லை.

லூக்காஸ் சம்மாட்டிதான் அந்த ஊர் கோயில் பங்குத் தந்தையைப் பிடிச்சு, வீடு கிடைச்சது. பங்குத்தந்தை ஒரு வாக்குறுதியை என்னிடம் கேட்டார். அங்கு 'நான் என்னவும் செய்யலாம். ஆனால் எந்தவொரு இளம் பெண்ணுடனும் பேச்சுவார்த்தை வைக்கப்படாது' என்பதுதான் அந்த வாக்குறுதி. அதற்கு நான் கொள்கை அளவில் உடன்பட்டேன்.

குடியேறிய இரண்டாம் நாளே நான் வாடியை நோக்கித் தலை குனிந்தபடி மண்ணைப் பார்த்து நடந்து போனேன். பின்னாட்களில் எனக்கு நண்பிகளான மரியா கொறற்றியும் டெய்சியும் கோயில் வாசலில் நின்றபடி 'பெண்ணு ஊருக்குப் புதுசு' எண்டு பெலத்துச் சொன்னதைக் கேட்டு நான் கொஞ்சம் கடுமையாவே பயந்து போனன். வாடிக்குப் போறவரைக்கும் குனிஞ்ச தலை நிமிரவே இல்லை.

'ஊர் ஆட்கள் எலும்பை எண்ணிப் போடுவாங்கள்' எண்டு பங்குத்தந்தை சொன்னது சத்தமாய்க் காதிலை கேட்டுக்கொண்டிருந்தது.

வாழ்க்கை இப்படித்தான் போகப் போகுதோ? எதிர்காலம் பற்றின ஒரு பயம் வந்தமாதிரிக் கிடந்தது.

நான் பெட்டியிலை போனால் சனியன் இஞ்சினிலை போறமாதிரி பிரச்சினையள் எனக்கு முன்னால போய்க்கொண்டிருந்தன.

சம்மாட்டியும் என்னை நம்பி எல்லாப் பொறுப்புகளையும் தந்து போட்டு, பெரிய தொகையை என்ர பெயரிலை 'பாங் ஒஃப் சிலோன்' வங்கியிலை போட்டிட்டு யாழ்ப்பாணம் போய்விட்டார். விலை தீர்மானிக்கிறதிலையும் வேலைக்கு ஆட்களைப் போட்டுக் காரியங்கள முடிக்கிறத்துக்கும் நம்பிக்கையோடை பொறுப்புகளைத் தந்தார்.

யாழ்ப்பாணத்துக்கு வெளியிலையும் உலகம் இருக்கு எண்டுறதும் யாழ்ப்பாணத்தாரை விடப் பல விதங்களிலை சிறந்த சனங்கள் எங்கும் இருக்கு எண்டு அறிய என்ர உலகம் விரிந்தது.

செய்கின்ற வேலையில் என்ன சிக்கல் வந்தாலும் வேலையையும் மன்னாரையும் விட்டுப் போவதில்லை எண்ட முடிவு எனக்குள் உறுதியாயிற்று. முதல்ல பத்மினியை மறக்க வேணும். பிறகு கொஞ்சப் பணம் சேர்க்க வேணும். அதோட உலகத்தைப் படிக்க வேணும்.

காலையிலை எழும்பி ஒவ்வொரு கடற்கரைக் கிராமங்களுக்கும் போய், றால்களைக் கொண்டுவந்து, பிறகு கொழும்புக்கு அனுப்புறது சாதாரண வேலையாய் இருக்கேல்லை.

போய் வாற செலவுகள், வேனுக்கான செலவு, பெற்றோல் எல்லாத்தையும் கணக்குப் பார்த்துட்டுக் கடல் தொழிலாளிகளுக்குச் சொன்னன்.

'நேரே கொண்டுவந்து மன்னார் வாடியில் தந்தால் றாத்தலுக்கு ஒரு ரூபாய் கூடத் தாறன்.'

தொழிலாளிகள் இரண்டு ரூபா கூட வேணும் எண்டு கேட்டு, ஒன்றரை ரூபாவிலை முடிஞ்சுது. இது முதலாளிக்கும் பிடிச்சுது. கடற்கரையில வாங்கிற றால் ஈரத்தோட நிறை கூடவாயிருக்கும். இங்க அது காய்ந்து நிறை குறைவாயிருக்கும்.

யாழ்ப்பாணத்தில் இருந்து வந்த பையனுக்கு மன்னார் வெக்கை ஒத்து வரேல்லைப் போல. யாழ்ப்பாணத்துக்கு போகப் போறன் எண்டு வெளிக்கிட்டுட்டான்.

அவனை அனுப்பிப் போட்டு, உள்ளூரிலை ஒரு முஸ்லீம் பையனையும் ஒரு தமிழ்ப் பையனையும் பிடிச்சு வேலையிலை போட்டன்.

காலையிலை எழும்பி வீட்டியிலைருந்து வாடிக்கு வந்து தொழிலாளர்களையும் முகவர்களையும் எதிர்பார்த்தபடி இருக்கிறது வழக்கமாய்ப் போச்சு. சம்மாட்டி எதிர்பார்த்ததைவிட லாபம் தரக்கூடிய இடமாய் மன்னார் இருந்தது. அத்தோடை உள்ளூர் வியாபாரிகளின் எதிர்ப்பு இன்னொரு பக்கத்திலை வளர்ந்தது.

போகப்போக நாங்கள் எதிர்பாராத இடங்களிலை இருந்தும் றால் வரத் தொடங்கிற்று. வேலைக்கு மேலதிகமாய் இன்னுமொரு ஆளை எடுத்தன். அவருடைய முக்கியமான வேலை எங்கள் எல்லாருக்கும் சமைப்பது. அவன் ஏதோ கரைவலைத் தொழிலாளர்களுக்குச் சமைச்சவன் என்றுதான் சொல்லி வந்தான்,

முதல் ஒரு கிழமை சரியான பிரச்சினை. பருப்பும் கிழங்கும் ஒரு கறியண்ணன், கிழங்கும் பருப்பும் இன்னொரு கறியண்ணன், என்றும் சொதியிக்கை பருப்பை போட்டுச் சொதி மேலை பருப்பு கீழையென்வும் இவ்வளவு விலையான இறைச்சியையும் தூளையும் போட்ட சுடுதண்ணி வைச்சிருக்கிறான் என்று றைவர் அடிக்கப்போய் ஒரே அமளி. ஏதோ கொஞ்ச நாளில அவன்ரை சாப்பாட்டிற்குப் பழகிவிட்டோம். மன்னார் கடைச் சாப்பாட்டை விட அவன்ரை சாப்பாடு எனக்கு மோசமாய் இருக்கேல்லை.

இரண்டு மாசத்துக்குள்ள எல்லாம் ஒழுங்காகிக் கொண்டுவந்தது. காலையிலையும் மாலையிலையும் கொஞ்ச நேரம் கிடைச்சது. மெல்ல மெல்ல மனநிலை சமநிலைக்கு வந்தது. எருக்கலம்பிட்டியைச் சேர்ந்த தமிழரசுக் கட்சி ஆதரவாளன் சதகத்துல்லாவும் இன்னொரு தமிழரசுக்கட்சி ஆதரவாளன் பனங்கட்டிக் கொட்டிலைச் சேர்ந்த வியாபாரி ஸ்ரிபனும் நண்பர்களானார்கள்.

காலையிலை பத்துமணிக்கு மன்னார் பஸ் ஸ்ராண்டு அருகில் இருக்கும் மாநகர நூல்நிலையத்திற்குப் போய் நாளாந்தப் பத்திரிகைகளைப் பார்த்து ஊர், உலக நடப்புக்களை அறியத் தொடங்கினன். ஒருநாள் நூல் நிலையத்திற்குள்ளை ஒருவர் என்னைக் கண்டுவிட்டு டக்கென மாறினார்.

எனக்கு அவர் சிமியோன் மாதிரி இருந்தது. பாக்கிறதுக்கிடையில் வாசிக சாலையாலை இறங்கி பஸ் ஸ்ராண்டுப் பக்கமாய் இன்னொருவருடன் விரைவாக நடந்து சென்றார். அவர் கையில் மீன் கூடையும் மரக்கறிகளும் இருந்துச்சுது. நான் பின்னாலை சிமியோன் சிமியோன் எனக் கூப்பிடக் கூப்பிட அவர் விரைவாக நடந்து போய் ஒரு பஸ்சிலை ஏறிட்டார்.

சிமியோன் எனக்கு ஒரு 25 ரூபா காசு தர வேணும். அதுக்காக என்னைக் கண்டுட்டு மாறக்கூடிய ஆளும் இல்லை அவன். நானும் அந்த காசைத் திருப்பித் தா என்று சொல்லிக் குடுக்கவும் இல்லை. அவன் கிட்டடியிலை எங்கையோதான் இருக்க வேணும். ஏதோ காரணத்துக்காகத்தான் மன்னார்ப் பக்கம் வந்திருக்க வேண்டும்.

என்னைக் கண்டுபோட்டு மறைந்தோடினத்துக்கு வேறை ஏதோ காரணம் இருக்க வேண்டும்.

கடைசியா அவனைக் கண்டது யாழ்ப்பாண நூல்நிலைய மேல் மாடியில் 77 கலவரம் பற்றிய சன்சோனி கொமிசன் விசாரணை

தொடக்க நாளிலைதான் நான் போயிருந்தன். ஆனா, அங்க அவங்கள் கதைச்ச இங்கிலிஸ் விளங்காமல் இறங்கி வெளியில் வாற நேரம் சிமியோன் அங்க நிண்டான். அவனும் என்னுடன் சேர்ந்து வந்து நூல் நிலைய வெளி வாசலிலை நிண்ட மரத்துக்குக் கீழ நின்று கனநேரம் கதைச்சுக்கொண்டிருந்தம்.

அவன் என்ர அப்பாவின்ரை ஊரவன். வறுமையான குடும்பத்தைச் சேர்ந்தவன் என்றதைத் தவிர, அவனைப் பற்றிய பெரிய பின்னணிகள் எதுவும் தெரியாது. தமிழரசுக் கட்சிக் கூட்டங்களிலை ஒரு தொண்டனாக நிற்பான். தமிழரசுக் கட்சி தமிழ் விடுதலைக் கூட்டணியாய் மாறினபோது இன்னும் தீவிரத் தமிழ்த் தேசிய ஆதரவாளனாய் மாறினாலும் தமிழரசுக் கட்சியின் மாறாத் தொண்டன்.

அதனால் எனக்கு அவனுக்கு இடையே ஒரு சின்ன நெருக்கம் வந்தது. அந்த நெருக்கம் ஒரு அடிபாட்டிலை இன்னும் இறுகியது.

தமிழரசுக் கட்சிக் கூட்டம் ஓர் ஊரில் நடைபெற்றுக் கொண்டிருந்தது. அந்த ஊர் பெரிதாகத் தமிழரசுக் கட்சிக்குச் சார்பான ஊர் இல்லை.

கூட்டத்திலை நியாயமான சனம். அண்ணன் அமிர்தலிங்கம் அவர்களே, அண்ணன் சிவசிதம்பரம் அவர்களே, அடலேறு ஆலாலசுந்தரம் அவர்களே, கோப்பாய் கோமான் கதிரவேள்பிள்ளை அவர்களே, அக்கா மங்கையர்க்கரசி அவர்களே. சிறை மீண்ட செம்மல் மதிமுகராசா என நீண்ட டாப்பு வாசிச்சுப் பேசுகின்ற உள்ளூர்க் கச்சேரிக்காரர் முடிய, எனக்கு விருப்பமான அமிர்தலிங்கத்தின் பேச்சுக்குக் காத்திருந்தேன்.

நேரம் இரவு பத்துமணிக்கு மேலாயிற்று. அதற்கிடையிலை, வந்த சனம் மங்கையற்கரசியும் பேச வேணும் என்று கத்த, அமிர்தலிங்கத்தின் மனைவி மங்கையற்கரசி பேசுறத்துக்கு வந்தா.

நேரம் பத்துமணி தாண்டியதால் அவர் வணக்கம் சொல்லிவிட்டு நேரம் போகின்றபடியால் ஒரு சிறிய பேச்சு பேசவா அல்லது கட்சிப் பாட்டு ஒன்று பாடவா என்று கேட்க்க, சனம் அமைதியாய் இருக்க நடுச்சனத்துக்கை இருந்து ஒரு குரல் திடீரென்று ‘நீ பேசவும் வேண்டாம் பாடவும் வேண்டாம் நீ ஆடு’ என்றது.

கூட்டத்துக்கு நடுவிலை ஓடிப்போய் அப்படிச் சொன்னவனைப் முதலில் பிடிச்சது சிமியோன்தான். இன்னும் இரண்டு மூன்று இளைஞர்களும் சேர்ந்து போய் குரல் எழுப்பினவனை அடிச்சாங்கள்.

சொன்னவன் அந்த ஊர்காரன். கொஞ்சம் கலவரமாய்ப் போயிற்று. விடுப்புப் பார்க்க போன எனக்கும் ஓர் அடி விழுந்தது.

சிமியோனை வெளியிலை இழுத்துக்கொண்டு வாறது கஸ்ரமாய் இருந்தது. என்ரை சைக்கிளிலைதான் ஏத்திக்கொண்டு வந்து பஸ் ஸ்ராண்டில் விட்டேன்.

யாழ். நூல் நிலைய வாசலிலை இருந்த மரத்தின்ர நிழலில் நின்று சிமியோன் சொன்னது இப்போது ஞாபகம் வந்தது. 'மச்சான் இனியும் அமிர்தலிங்கம் ஆட்களை நம்பிப் பிரையோசனம் இல்லை.'

நான் அவன்ரை கால் புண்கள் எப்படியிருக்குது என்று கேட்டேன். களிசானைத் தூக்கிக் காலைக் காட்டினான். இரண்டு கால்களும் முழங்காலுக்குக் கீழே அவிந்த மாதிரிக் கிடந்தது.

நாலைந்து மாசங்களுக்கு முன்பு நடந்த கர்த்தாலில் ஓடிக்கொண்டிருந்து இலங்கைப் போக்குவரத்துச் சேவை பஸ் ஒன்றைக் கடத்திக் கொண்டுபோய்ப் பண்ணை வெளியிலை வைச்சு இரண்டு மூன்று இளைஞர்கள் கொளுத்தினாங்கள். அதிலை சிமியோனும் ஒருவன். பஸ்சை எரிக்க அந்தரப்பட்டதிலை சிமியோன் காலிலையும் பெட்ரோல் பட்டதை உணரத் தெரியாமல் பஸ்சை எரிக்க சிமியோன் காலும் எரிஞ்சு போச்சு. இரண்டு மூன்று மாதச் சிகிச்சைக்குப் பிறகுதான் ஆள் உலாவத் தொடங்கினான். நானும் போய் பார்த்தேன்.

இப்ப இன்னொரு கதையைச் சொன்னான், இன்ஸ்பெக்டர் பஸ்ரியாம் பிள்ளை தன்னைக் கூட்டிக்கொண்டுபோய் ஒரு கிழமை பொலிஸ் ஸ்ரேசனிலை வைச்சுச் சாம்பல் அடி அடிச்சார் என்று.

நீ பஸ் எரிக்கப் போனது தெரிஞ்சிட்டுதோ என்று நான் கேக்க, 'அது இல்லை... ஒரு பாங் கொள்ளையிலை தன்ரை பெயரை யாரோ சொன்னாங்களாம் எண்டுதான் அடிச்சவன். உண்மையிலேயே எனக்கும் அதுக்கும் ஒரு சம்பந்தம் இல்லை. பஸ்ரியாம் பிள்ளைக்கும் அது தெரியும். ஒரு துவக்குக் கைமாறிய விடயத்திலை என்னிலை அவன் சந்தேகப்படுறான். ஆனால் அவனுக்கு முழுமையான விபரம் தெரியாமல் தடுமாடுறான்' என்று சொல்லிச் சிரித்தான்.

'பிறகு உன்னை எப்படி விட்டவன்' என்றேன்.

'என்னை விடேக்கை பெரிய மரியாதையாத்தான் விட்டவன். 'பரடைஸ் கபே'யில புரியாணி வேண்டித் தந்து, காசும் பத்து ரூபா தந்துதான் விட்டவன்.

'நீ கிரிஸ்ரியன். கோயிலுக்குத்தான் போக வேணும். அமிர்தலிங்கம், சிவசிதம்பரம் எண்டு அவங்கடை சொல்லைக் கேட்டு அழிஞ்சு போகாதேங்கோ. அவங்கடை பிள்ளைகள் எல்லாம் நல்லாப் படிச்சு வெளிநாடு போய்விடுவாங்கள். உங்களை மாதிரிப் பெடியள்தான் கஸ்டப்படுவீங்கள். தமிழ் ஈழம் என்று சொல்லித் திரியிற நட்டா முட்டிப் பெடியள் பற்றி என்ன தகவல் தெரிஞ்சாலும், தனக்குச் சொல்ல வேணும்' என்று சொல்லித்தான் அனுப்பினார் என்றான்.

'ஒவ்வொரு பொலிஸ் ஸ்ரேசனாய் உடைச்சுத் தள்ள வேணும் மச்சான். அதற்குப் பெரிய தமிழ் இராணுவத்தைக் கட்ட வேணும் மச்சான்.' ஏதோ யோசிச்சுப் போட்டு 'உன்னட்டை ஒரு 25 ரூபா இருக்கோ, கையிலை ஐந்து சதக் காசில்லை' எண்டான்.

நான் பொக்கெற்றுக்கை வச்சிருந்த 25 ரூபாவை அவனிடம் கொடுத்துவிட்டு 'ஒரு துவக்குத் தேடறதுக்கு இவ்வளவு அடி வேண்டினனி எண்டு சொல்லுறாய்... பிறகு, ஒவ்வொரு பொலிஸ் ஸ்ரோனாய் உடைத்துத் தள்ள வேணும் எண்டும் சொல்லுறாய் மச்சான்' எண்டு நக்கலாய்ச் சொன்னேன்.

அவன் கொஞ்சம் கோபப்பட்டு 'என்னையும் என்னைப் போன்றவர்களையும் கொண்டுபோய் வதைக்கிற உந்த யாழ்ப்பாணப் பொலிஸ் ஸ்ரேசனை ஒரு நாளைக்குத்

தரைமட்டமாக்குவோம்' என்றான். நான் மனசுக்குள் சிரிச்சாலும் ஒன்றும் பறையாமல் கேட்டுக்கொண்டு நின்றேன் அந்த மரநிழல் உரையாடலுக்குப் பிறகு இப்பத்தான் அவனைப் பார்க்கிறேன்.

ஒருநாள் காலையிலை வீட்டிலை இருந்து வாடிக்குப் போய்கொண்டிருக்கும்போது, மரியகொறற்றி இடையில மறித்துத் தங்கடை கோயில் சபையில இருக்கிற ஒரு இளைஞர் பிரிவான டொன் பொஸ்கோ சபையில் சேர முடியுமா என்று கேட்டா. அப்பத்தான் அவவை வடிவாய்ப் பார்த்தேன் அந்த ஊருக்குரிய செந்நிறமும் அகன்ற தோளும் பொன்னிற மேனியும் என்று வேறு ஓர் உலகத்தைச் சேர்ந்தவள்போல் இருந்தாள். வேனும் றைவரும் வேலைக்காரரும் என்று திரியிற என்னைப் பாத்துப் படித்த பணக்காரன் என்று நினைத்திருக்கலாம்.

'நான் வேறை ஊர் ஆள். அதெல்லாம் உங்களுக்குப் பிரச்சினை வரும்' என்றேன். அவ சிரிச்சுக்கொண்டு பங்குத் தந்தையே வேறை ஊர் ஆள்தான். நீங்கள் சரியான பயந்த ஆள். எல்லா யாழ்ப்பாணத்தாரும் அப்படித்தான்' என்று சொல்லிச் சிரிச்சா.

இன்னொரு நாள், நல்ல மாலை வெயில். கடற்கரைக் காற்று சுகமாக வீசிக்கொண்டிருந்தது. வீட்டு கேற்றடியில் இருந்தவொரு கல்லில் குந்தியபடி வாசிக சாலையிலை இருந்து எடுத்து வந்த ஜானகிராமனின் 'மோகமுள்' நாவலைப் படிச்சுக்கொண்டிருந்தேன்.

அந்த வழியாலை வந்த மரியகொறற்றியும் டெய்சியும் எனக்குக் கிட்ட வந்து என்ன பைபிளோ படிக்கிறீங்கள் என்று கேட்டார்கள், நான் இல்லை என்றேன். கொறற்றி வில்லங்கமாய் புத்தகத்தைப் பறித்துப் பார்த்தா. 'மோகமுள்' என்ற தலைப்பைப் பார்த்ததும் 'கெட்ட புத்தகம்' என்று டெய்சிக்குச் சொல்லிச் சிரித்தபடி என் தலையிலை இடிச்சுப்போட்டுப் போனா.

எப்படித்தான் தவிர்த்தாலும் ஏதோ ஒரு வகையில் கொறற்றி என் கண்ணில் பட்டுகொண்டே இருந்தா.

பத்மினியின் நினைவு, பங்குத் தந்தையின் எச்சரிக்கை; இவைகளையும் மீறி மனம் சலனப்பட்டது உண்மைதான்.

சிமியோன் இங்கைதான் எங்கையோ இருக்கிறான். அவன் இண்டைக்கு என்னைத் தவிர்த்தது பக்கத்தில் போன மற்றவருக்காய் இருக்க வேணும். எப்படியோ அவன் என்னை தேடிக் கண்டுபிடிப்பான் என்று நான் நினைத்தேன்.

உண்மையிலை நான் யாழ்ப்பாணத்தை விட்டு வெளிகிட்டதுக்கு பத்மினியின்ர பிரச்சினை மட்டும் காரணமில்லை. தமிரசுக் கட்சி அரசியலைத் தாண்டி, ஆயுதப் போராட்ட ஆயுத்தங்கள் நடக்கத் தொடங்கியதை உணரத் தொடங்கினேன். காலமும் வயதும் சூழலும் சாதகமாக அமைய, எனக்கும் அதோட ஒரு மெல்லிய தொடர்பு இருந்தது. அத்தோடு நானும் சேர்ந்து இறுகி விடுவேனோ என்றும் அச்சப்பட்டேன்.

பொலிசார் தமிழ் இளைஞர்களைக் கொண்டுபோய்ச் சித்திரவதை செய்வதும் கொல்வதும் தொடங்கியிருந்தது.

இளைஞர்கள் தரப்பாலும் வங்கிக் கொள்ளைகள், துரோகிகள் என்று பொலீஸ்மார் கொல்லப்படுவதுவும் ஆரம்பமாகியிருந்தது.

போரும் காதலும் என்னை மாற்றிவிடுமோ என்று பயந்தேன். இதுகளுக்குள்ளாலை இருந்து தப்ப யாழ்ப்பாணத்திலை இருந்து மன்னாருக்கு போவது ஒரு நல்லூழ் என்றுதான் நினைத்தேன். ஆனா, அப்படியில்லைப்போல இருக்கு.

ஒரு கதை ஞாபகம் வந்தது.

மக்கா நகரிலை ஒரு இளைஞனை மரண தேவதை பின்னாலை கலைச்சுக்கொண்டு போனதாம். அவன் பயந்து ஓடிப்போய்த் தான் வேலை செய்யும் கடை முதலாளியிட்டை 'ஐயோ உங்கடை குதிரையைத் தாங்கோ ... என்னை மரண தேவதை கலைக்குது. நான் தப்பி மதினாவுக்குப் போகப் போறன்' என்று சொல்லிவிட்டு, மதினாவுக்குக் குதிரையிலை வேகமாகச் சென்றுவிட்டான். அடுத்த நாள் கடை அருகாலை போன மரண தேவைதையைக் கண்ட கடை முதலாளி, 'ஏன் நேற்று அந்தப் பெடியனைக் கலைச்சனி?' என்று கேட்டபோது மரண தேவதை சொன்னாள் ...'இண்டைக்கு அவன் மதினாவிலை நிற்க வேண்டியவன் ... ஏன் இன்னும் மக்காவிலை நிற்கிறாய் என்று கேட்கத்தான் கலைச்சனான்' என்றதாம்.

7

சிமியோனை நான் கண்டு இரண்டு கிழமை கடந்த பிறகு, ஒரு காலையிலை திருப்பியும் வாசிக சாலைக்குப் போன நேரம், வாசல் படிக்கட்டுக்குப் பக்கத்திலை சிமியோன் நிற்கிறதைக் கண்டேன். சிமியோனும் என்னைக் கண்டார். கண்டவுடன் ஓடிவந்து கட்டிப்பிடித்தார்.

அண்டைக்கு உன்னோட பேசாமல் ஓடிப் போனது எனக்கும் கவலையாய் இருந்தது என்றார்.

நான் ஒன்றும் பேசாமால் நின்றேன். நீ மன்னாரிலை இருக்கிறது தனக்குத் தெரியும் என்றும் சொன்னார்.

'அது சரி... நீ ஏன் மன்னாரில் நிற்கிறாய்?' என்று நான் கேட்டேன்.

அவர் ஒண்டும் சொல்லாமல் நின்றார். பிறகு கொஞ்ச நேரத்தாலை, 'நான் மன்னாரில் இருக்கேல்லை... உங்காலை முருங்கன் பக்கத்திலை ஒரு பண்ணையிலை வேலை செய்யிறன். இப்போதைக்கு அதைப்பற்றி ஒண்டும் கேக்காதை மச்சான்' என்றார்.

'அதைப்பற்றி நான் அறிஞ்சு என்ன செய்யப் போறன்? அப்ப நீயேன் முருங்கன் பக்கம் இருந்து அடிக்கடி மன்னார் பக்கம் வாறாய்' என்றேன்.

'அண்டைக்கு வந்தது அவனோடை கொஞ்ச சாமான்கள் வேண்டுறத்துக்கு' என்றவர்... 'அவனை உனக்குத் தெரியுமோ' என்று கேட்டார். 'அவரை எங்கையோ பார்த்த மாதிரி இருக்குதுதான். அடையாளம் தெரியேல்லை' என்றேன். எனக்கும் சாடைமாடையாய்ச் சிலதுகள் விளங்கிச்சுது. ஆனா நான் விளங்கின மாதிரி காட்டிக் கொள்ளேல்லை.

'தெரியாதே . . . பெரியவன்ரா . . . தெரியாட்டி . . . சரி விடு. உன்னோடை அண்டைக்குக் கதைச்சிருந்தால் பெரிய பிரச்சினையாய்ப் போயிருக்கும். உனக்கு விளங்கும் எண்டு நினைக்கிறன். இப்ப மன்னாருக்கு வந்தது ஒருத்தனைப் பண்ணைக்குக் கூட்டிக்கொண்டு போக. அவன் யாழ்ப்பாணத்திலையிருந்து வாறான். 12 மணிக்குத்தான் வரும். சில வேளை நீ இஞ்சை வருவாய் எண்டு நினைச்சது உன்னைப் பார்க்கத்தான் வாசிக சாலைக்கு வந்தனான்' எண்டார் சிமியோன்.

'நீ எங்க இருக்கிறாய்' என்று சிமியோன் கேட்க, நான் உண்மையைச் சொல்ல விரும்பேல்லை. 'இஞ்சாலை உப்புக்குளம் பக்கம்' என்று பொய் சொன்னேன்.

'வாவன் . . . ஒரு தேத்தண்ணீ குடிப்பம்' என்று ஒரு தேத்தண்ணீர்க் கடைக்குக் கூட்டிப் போனேன். என்ன கதைக்கிறது என்று எனக்குத் தெரியவில்லை. எதைச் சொல்லுறது எதை விடுறது என்று தெரியாம சிமியோன் தடுமாறிக்கொண்டிக்கிறது எனக்குத் தெரிந்தது.

'அமிர்தலிங்கம் ஆட்களைக் கை கழுவி விட்டிட்டியளோ?' என்று ஏதாவது பேச வேணும் என்பதற்காகக் கேட்டன்.

'அவையின்ர வேலையளைப் பாத்தா சரியான கோவந்தான் வருகுது. எலெக்சனில் ஏதோ ஏதோ பேசிப்போட்டு, இப்ப மாவட்ட சபை, மாநகரசபை எண்டு சொல்லித் திரியினம்.

'இப்பவும் எங்கடை பெடியள் அவரோடை பேசிக்கொண்டுதான் இருக்கிறாங்கள். நீங்கள் பாராளு மன்றத்திலை போராடுங்கள்; நாங்கள் உங்களுக்குப் பின்னாலை நிண்டு எங்கடை வேலையளைச் செய்யிறம் எண்டு சொல்லியிருக் கிறாங்கள். அதுக்கான வேலையளைத்தான் இப்ப செய்து கொண்டிருக்கிறம்.'

'அப்ப கூட்டணி என்ன சொல்லுது?' என்றேன். 'அவங்கள் ஒண்டுக்கும் பிடி கொடுக்கிறாங்கள் இல்லை. ஆனால், பிடிபடுகின்ற பெடியளை வெளியிலை எடுக்கிறத்துக்கும், மறியிலிலை இருக்கிறன்றவர்களைப் பற்றிய அக்கறையோடையும்தான் இருக்கின்றாங்கள்.

'எங்களைக் காட்டிக் கொடுக்கிறத்துக்கோ, இல்லை கைவிடுறத்துக்கோ அவங்கள் விரும்பேல்லை' எண்டார்.

'உன்ர பாடு எப்படிப் போகுது?' என்று என்னைப் பற்றிக் கேட்டார்.

'ஒரு யாழ்ப்பாண முதலாளிக்குக் கூலிக்கு நிற்கின்றன். லோங்ஸ் சேட் போட்டுக்கொண்டு, றால் பிடிக்கின்ற குலத்தொழில்தான் செய்யிறன்' என்று சொல்லிச் சிரித்தேன்.

'எப்படியெல்லாம் கதைக்கிறனீ... இப்படிக் கதைக்க லாமோ?' என்று சினந்தவன், 'பாம்பு, பூச்சியளும் மலேரியா மாதிரி நோய்களும் பொல்லாத காட்டு மிருகங்களும் இருக்கிற இடத்திலை நானும் இன்னும் சிலபேரும் எப்படிக் கஸ்ரப் படுகிறம் எண்டுறதைத் தெரிஞ்சால் நீயே கவலைப்படுவாய்' என்று சொன்னார் சிமியோன்.

'நான் இப்ப இருக்கிற பண்ணைக்கு முதல்ல போகேக்கை அந்தக் காட்டுக்குள்ள ஒரு பாழடைஞ்ச கிணறு மட்டும்தான் கிடந்தது. இப்ப பெரிய தோட்டமே அமைச்சாச்சு' என்று சொல்லிப்போட்டுக் கதையை வேறு பக்கம் திருப்பினார்.

'எனக்கும் உனக்கும் தெரிஞ்ச செல்வா எண்டுற நண்பன் தான் சொன்னான்... ஏதோ ஒரு காதல் பிரச்சினையிலை தான் நீ மன்னாருக்கு ஓடிட்டாய் எண்டு... உண்மையோ?'

'ஊருக்குள்ள அப்படியே கதைக்கிறாங்கள்? நான் உண்மையிலை உழைக்கலாம், பணம் சம்பாதிக்கலாம் எண்டு தான் வந்தனான்' என்றேன்.

தேனீர் குடிச்சிட்டுக் கடைக்குள்ள இருந்து வெளியிலை வந்தோம்.

நான் இருக்கும் இடத்தையோ அவர் இருக்கும் இடத்தையோ இரண்டு பேரும் தெளிவாகச் சொல்லாமல் விடைபெற்றுக் கொண்டோம்.

விடத்தல் தீவிலை இருந்து மன்னாருக்கு லூக்காஸ் சம்மாட்டி வந்தால், இரவு என் வீட்டில் தங்கிப்போட்டுத்தான் அடுத்த நாள் போவார்.

நல்ல கறுத்த, ஆறு அடி உயரத்துக்கு மேல இருக்கிற நெடிய உருவம் அவர். எப்பையும் வெள்ளை வேட்டி நஷனலோட தான் திரிவார்.

நானும் பல சம்மாட்டிமார்களைப் பார்த்திருக்கிறேன். 10, 15 பவுணிலை சங்கிலி கழுத்தில் போட்டு, கலர் நிறைந்த ரெற்லீன் சேட்டுகளைப் போடுவினம். அதுவும் கொலர் பக்கம் ஊத்தையா இருக்கும். உழைப்பைத் தவிர வேறு ஒண்டும் தெரியாத ஆக்களாய்த்தான் அவங்கள் இருப்பாங்கள்.

முதல் நாள் இரவு அவர் தங்கின நேரம் நடந்ததை நினைச்சால் இப்பவும் சிரிப்பாய் இருக்கும்.

புதிதாய் வந்த சமைக்கிற தம்பியும் அப்ப வீட்டில்தான் தங்கியிருந்தான். அண்டைக்கு இரவு அவன் நாதன் தியேட்டரிலை படம் பார்த்துப்போட்டுச் சாமம்தான் திரும்பி வந்தவன். அப்ப நானும் என்ர அறையில படுத்திட்டன். லூக்காஸ் சம்மாட்டி தான் போட்டிருந்த உடுப்போடை விறாந்தையிலை நீட்டி நிமிர்ந்து படுத்திருந்தார். இருட்டிலை நீண்ட அந்த வெள்ளை உடுப்பிலை இருந்த உருவத்தைப் பார்த்த அவன் சரியாப் பயந்து போனான்.

‘ஐயோ… பேய் பேய்…’ எண்டு அவன் குளற… ‘ஏன்ரா இப்ப குளறினாய்? நான் மனுசன்தான்ரா…’ எண்டு லூக்காஸ் சிரிக்கத்தான் அவன் பயம் தெளிஞ்சான்.

‘நீங்கள் ஆர் அண்ண? ஏன் இவ்வளவு நீளமாயிருக்கிறீர்கள்?’ என்று கேட்க, ‘அவர் நீ போய்ப் படு’ என்று சொல்ல, அவன் இன்னமும் சந்தேகப்பட்டுக் கேள்வி கேட்க்க, அது பெரிய சண்டையாகிப் போச்சுது.

பிறகு நான்தான் எழும்பி வந்து தீர்த்து வைக்க வேண்டியதாய்ப் போச்சுது.

லூக்காஸ் சம்மாட்டிக்கு என்னை நல்லாப் பிடிச்சுக் கொண்டது. அவருக்கு அப்ப எழுபது வயது இருக்கும். பெரிய பொறுப்புகள் எதும் இல்லாமல் இருந்தவர்.

தகப்பன் வசதியான ஆளாய் இருந்தபடியால் இளமைக் காலத்திலை யாழ்ப்பாணத்திலை இருந்து படிச்சவர். தமிழ் மொழியிலையும் வேதாகமத்திலையும் பற்றும் அறிவும் கொண்டவர்.

லூக்காஸ் சம்மாட்டி சற்று வித்தியாசமான மனிதராய் இருந்தார். தமிழரசுக் கட்சியின் ஊர்க் கிளைத் தலைவராக வும் இருந்தவர்.

அண்டைக்கு இரவு நான் சிமியோனைக் கண்ட கதையை அவருக்குச் சொன்னேன்.

‘நானும் கேள்விப்பட்டனான். எனக்கும் வவுனியாவுக்கிட்ட கொஞ்சக் காடு இருக்கு. பண்ணை வைக்கிறத்துக்குக் குத்தகைக்குக் கொடுத்திருக்கிறன்’ என்றார்.

‘கொஞ்ச யாழ்ப்பாணத்துப் பொடியள் வந்து விவசாயம் செய்கின்றம் என்ற பெயரிலை துப்பாக்கிப் பயிற்சியிலை ஈடுபடுறதாகவும் அரசியல் வகுப்புகள் நடத்திறதாகவும் கேள்விப்பட்டனான். ஒரு பண்ணையில்லை; வேறை வேறை இடங்களிலை 4, 5 பண்ணைகள் இருக்கிறதாயும் அறிஞ்சன். உந்த வேளாண்மை வீடு வந்து சேராது’ என்று பெருமூச்சு விட்டுக்கொண்டு ‘உதெல்லாம் நல்லதுக்கில்லை’ என்றார்.

பிறகு என்னைப் பார்த்து ‘நீ பார்த்திருப்பாய் தள்ளாடி இராணுவ முகாம்… எவ்வளவு பெரிசு. எத்தனை ஆமிக்காறர். சிங்களவற்ர தொகை என்ன… எங்கடை தொகை என்ன?’ அங்கலாய்ப்போடு சொன்னார்.

ஓம் ஓம் என்று ஒத்தூதிய நான், 'மன்னார் ரவுணைப் பார்த்தால் ஏதோ ஆமியிட்டைப் பிடிபட்ட கொலனிபோல ரவுண் முழுக்க ஆமிக்காறரும் ஆமியின்ரை வாகனங்களும்தான் திரியுது' எண்டன்.

'கள்ளக்குடியேற்றத்தைத் தடுக்கிறத்துக்காக இப்படிப் பலமான முகாமைக் கட்டியிருக்கின்றார்கள். தமிழர்களைப் பயப்படுத்தி வைக்க வேணும் எண்டுதான் சிங்கள அரசு திட்டமிட்டுச் சில வேலையளைச் செய்யுது' என்றார். 'அமிர்தலிங்கத்தைப் பலப்படுத்திறத்துக்குச் சிலவேளை இந்தப் பெடியள் உதவலாம்' என்றும் சொன்னவர், 'மாறியும் நடக்கலாம்' என்று தீர்க்க தரிசனத்தோட அன்றைக்குச் சொன்னார்.

நான் 'யார் பெடியள் எண்டு தெரியுமோ' என்று கேட்டேன்.

'துரையப்பாவைக் கொன்ற பெடியள்தான் இவங்கள்' எண்டு கேள்விப்பட்டதாய்ச் சொன்னார்.

பிறகு எனக்கு அறிவுரை சொல்லுற மாதிரி, 'நீ யாரோடும் தொடர்பு வைச்சுப் போடாதை. அந்தப் பெடியனைக் காணுறதைத் தவிர்க்கப் பார். நீ முன்னேற வேண்டிய ஆள்! அடிமையாகவும் போகப்படாது ஆட்டமும் போடப்படாது. சமநிலையில் நின்றால்தான் இந்த வாழ்வைக் கொண்டு போகலாம். மனிதன் பிறந்தான், வருந்தினான், இறந்தான் எண்டு இல்லாமல், கொஞ்சமாவது சந்தோசமாய் வாழுறதுக்கு முயற்சிக்க வேணும்' என்றார்.

படுக்கப் போக முன் உனக்கு 'எத்தனை வயது' என்று கேட்டார். நான் என்ரை வயதைச் சொன்னபோது 'கல்யாணம் செய்யுறத்துக்கு இன்னும் காலம்; எண்டவர், 'சொல்லுறன் எண்டு குறை நினைக்காதை, இந்தவிடத்திலை இரண்டு மூன்று பெட்டைகள் சுத்திக்கொண்டு திரியிறதைக் கண்டனான். நீயும் வழிஞ்சு திரிஞ்சதையும் கவனிச்சிருக்கிறன். வாலிப வயசு. பொல்லாத வயசு. நானும் இதைக் கடந்து வந்தனான்தான். உன்னிலை எனக்கு நல்ல மரியாதை இருக்கு. ஒழுங்காய் இருந்துகொள்' என்றார்.

'அந்த வயசிலை நான் செய்தது எல்லாம் பெரிய அட்டகாசங்கள்தான். வயதும் பணமும் இருந்தது. கடைசியலை இரண்டு பெண்களோடை வாழ வேண்டியதாய்ப் போச்சு. உண்மையில் துன்பத்துக் காரணம் ஒழுக்கக்கேடு தான். இந்தப் பாவங்களால ஏறத்தாழ மிஞ்சியிருக்கிறது தனிமைதான். பிள்ளைகள்கூடச் சரியா மதிக்கிறது இல்லை' என்று பெருமூச்சுவிட்டார்.

அதுக்குப் பிறகும் மனுசன் விடுகிற மாதிரி இல்லை. 'உனக்கு விரும்பினால் சொல்லு, எங்களுக்குள்ளை பெரிசாய்ச் சாதி வித்தியாசம் இல்லை. சமயமும் ஒண்டுதான். எங்கட ஊரிலை நல்ல அழகான, குணமான பிள்ளைகள் இருக்கு. கல்யாணம் செய்யிற திட்டம் இருந்தால் சொல்லு' என்றார்.

'கல்யாணத்துக்கு இன்னும் வயது இருக்கு. அதைவிட எனக்கு வெளிநாட்டுக்குப் போற திட்டமும் இருக்கு' என்றேன். பெரிதாகச் சிரிச்ச 'அவர் அங்க போயும் றால், ஐஸ் அடிச்சு அனுப்புகிறவையோ?' என்றார்.

அவருக்கு என்ரை பதில் பிடிக்கவில்லையோ தெரியேல்லை. 'படுக்கப்போறேன்' என்று பாயை விரித்துவிட்டார்.

விடிய எழும்பித் தேத்தண்ணீர் குடித்தபடி திரும்பவும் பேசிக்கொண்டிருந்தோம்.

அவருக்கு உண்மையை மறைக்கக் கூடாது என்று நினைச்சு, என்ரை யாழ்ப்பாணக் காதல் கதையைச் சொன்னன். மௌனமாய்க் கேட்டுக்கொண்டிருந்தவர் 'நீ இதைக் காதல் எண்டு சொல்கின்றாய். இது எல்லா மனுசருக்கும் வாற அனுபவம்தான். என்ரை வயதோடு வந்திருக்கிற அனுபவத்தைச் சொல்லுறன், காமம்தான் காதல் என்ற மாறுவேடம் கொள்ளும். நீ தமிழ் இலக்கியம் படிச்சிருக்கமாட்டாய்... சயன்ஸ்தான் படிச்சிருப்பாய். எனக்கு அப்ப படிச்ச சங்கக் கவிதையொண்டு ஞாபகம் வருகிது. சொல்லுறன் கேள்,

காமம் காமம் என்ப காமம்
அணங்கும் பிணியும் அன்றே நினைப்பின்
முதைச்சுவர் கலித்த முற்றா இளம்புல்
மூதா தைவந் தாங்கு
விருந்தே காமம் பெருந்தோ ளோயே

'பல்லில்லாத கிழ மாட்டுக்கு மேட்டு நிலத்திலை இருக்கிற இளம் புல்லைச் சாப்பிட்ட நினைப்புத்தான் மிச்சமாக இருக்கும்' என்றார்.

இப்படிக் கதைச்சுக்கொண்டிருக்க சமைக்கிற தம்பி வந்து 'சம்மாட்டிக்கு மலையாளமும் தெரியுது' என்று சொல்லி ஆச்சரியப்பட்டான். இதுக்கு நான் சிரிக்க, 'உங்களோடை இதுகளைக் கதைச்சுப் பிரியோசனம் இல்லை'யென்று கதையை நிப்பாட்டிற்றார்.

எனக்கும் றைவருக்கும் ஒரு பிரச்சினை வந்தது.

என்ர பக்கத்து வாடி, சலீம் என்ற முஸ்லிம் நண்பருடையது. சலீம் அப்போது வளர்ந்து வரும் இளம் முதலாளி. அவர் என்னில் பெரிய மரியாதை. யாழ்ப்பாணத் தம்பி யாழ்ப்பாணத் தம்பி என்று அன்பாய் அழைப்பார். அவரும் சரியான வறுமையான குடும்பத்தில் இருந்து வந்து முன்னேறிக் குடும்பத்தைக் காப்பாற்றுகிற ஆள். அவருக்குத் தகப்பன் இல்லை.

அவருடைய அம்மா மத்தியானத்தில் அவருக்குச் சாப்பாடு கொண்டு வரும்போது என்னையும் சாப்பிடச் சொல்லிக் கட்டாயப் படுத்துவார்.

வேலை செய்யும் பெடியன்கள் மூலம் கேள்விப்பட்டன், றைவர் இரவில் சலீமையும் ஏத்திக்கொண்டு எங்கையோ பெண்களிட்டைப் போயினம் என்றும், இப்பிடியே போனால் பெண்களை வாடிக்கே கொண்டு வந்து விடுவினம் என்றும் அவங்கள் சொன்னாங்கள்.

ஒரு இராத்திரி நானே நேரிலை பிடிச்சுப் போட்டன். றைவருக்கு ஊரிலை பெண் சாதி பிள்ளைகள் இருக்கு! 'இனிமேல் வேனைக் கொண்டுவந்து என்ரை வீட்டடியில் விட்டுவிட்டுப் போங்கோ' என்றேன். அவர் அப்பிடிச் செய்ய இயலாது என்றார்.

'அப்படியென்றால் ஊருக்குப் போங்கோ, வேன் இனி எனக்குத் தேவையில்லை' என்று கோபமாகச் சொன்னேன்.

'நான் சம்மாட்டியின்ர சொந்தக்காறன்; கொஞ்சம் படிச்சாப்போலை நீங்கள் ஞாயம் கதைக்கிறியள். நான் இப்ப யாழ்ப்பாணம் போறன். உன்னர வேலைக்கு ஆப்பு வைக்கிறன்' என்று சொல்லிவிட்டுப் போய்விட்டான்.

8

ஒரு பின்னேரம்... கடற்கரைக்குப் பக்கத்தில இருந்த பெரிய பூவரசு மர நிழலிலை, ஒரு கல்லிலை சாய்ந்தபடி நான் கடலைப் பார்த்துக் கொண்டிருந்தபோதில் லூக்காஸ் சம்மாட்டி என்னைத் தேடி வந்தார்.

அந்தி வானத்தைப் பார்த்தபடியிருந்த நான் 'என்ன அழகு... பொன்னை உருக்கி வார்த்து வானத்திலை காய வைச்ச மாதிரியல்லோ கிடக்கு' என்று சொல்ல, அதெல்லாம் அந்தத் தச்சுவேலை செய்யுற பெடியன்ரை விளையாட்டல்லோ! என்று அவர் சொல்ல நான் நிமிர்ந்து பார்த்தேன். நான் அந்த யேசு கிறித்துவைச் சொன்னன் என்றவர், 'ஒரு செய்தி கேள்விப்பட்டனியோ' என என்னை உற்றுப் பார்த்தார்.

'இண்டைக்கு நான் வாசிக சாலைக்குப் போகேல்லை. காலையிலையும் வேலை கூட... என்ன செய்தி?' என்று கேட்டேன்.

'முருக்கன் பக்கத்திலை மூன்று சடலங்கள் எரிஞ்சபடி கிடக்குதாம். ஆரெண்டு தெரியாதாம். நான் பார்க்கப் போனனான்... அதுக்கிடை யிலை பொலிஸ்காரர் சடலங்களைக் கொண்டு போயிட்டாங்கள். உனக்கேதும் தெரியுமோ?'

'எனக்கொண்டும் தெரியாது. ஏதாவது ஊர் பிரச்சினையாலை நடந்த கொலைகளாய் இருக்கும்' என்று அவருக்குச் சொன்னாலும் மனம் ஏதோ அந்தரப்பட்டது.

சிமியோனும் 'அந்தப் பக்கந்தான் இருக்கிறன்' என்று சொன்னவன். அவனுக்கு ஏதும் தெரிஞ்சிருக்கும். அவனை இனி எங்க பாக்கிறது? அவங்களுக்குத்தான் ஏதாவது நடந்ததோ?

மனம் சந்தோசமாக இருக்கிற இந்த நேரத்தில் இந்தக் கதையைத் தொடர நான் விரும்பேல்லை.லூக்காசரும் அதை விட்டு விட்டு கடலையும் வானத்தையும் பார்த்துக்கொண்டிருந்தார்.

‘அப்பொழுது கடவுள், விண்ணுலகுக்குக் கீழுள்ள நீர் எல்லாம் ஓரிடத்தில் ஒன்று சேர, உலர்ந்த தரை தோன்றுக’ என்றார். அது அவ்வாறே ஆயிற்று. கடவுள், உலர்ந்த தரைக்கு நிலம் என்றும் ஒன்று திரண்ட நீருக்குக் கடல் என்று பெயரிட்டார்’ என்று சொல்லிக் கண்ணைச் செருகிக்கொண்டு என்னைப் பார்த்தார்.

மனுசனுக்குப் பைபிளிலை எல்லாம் மனப்பாடமாய்த் தான் இருக்கு. இதை இப்ப பாராட்டினால் தொடர்ந்து வேதாகமத்தைச் சொல்லப் போறார் என நினைத்துக்கொண்டு,

‘சம்மாட்டி, நீங்கள் கடவுள் உயிரோடை இருக்கிறார் எண்டு நம்புறியளோ’ என்றேன்.

‘ஏன் ... நீ நம்பேல்லையோ?’ என்று என்னைப் பார்த்துச் சிரிச்சபடி கேட்டார். நான் ஒன்றும் சொல்லாமல் அவரைப் பார்த்துச் சிரித்தேன்.

‘கடவுள் இருக்கிறாரோ இல்லையோ எண்டுதான் கதைப்பாங்கள். நீ என்னடாவெண்டால் கடவுள் உயிரோடை இருக்கிறாரோ எண்டு கேக்கிறது ஆச்சரியமாய் இருக்குது’ என்றார்.

பிறகு, ‘உன்ர கதையின்படி ... ஒரு காலத்திலை உயிரோடை இருந்தவர் எண்டு ஒத்துக்கொள்ளுகிறாய்’ என்று தொண்டையைச் செருமினார்.

நான் கொஞ்சம் சீரியசாய், அந்த லூயிஸ் மாதா தேவலாயத்தின் பென்னம்பெரிய கோபுரத்தைக் காட்டி ‘அப்படியிருந்தாலும் வசதிகள் குறைஞ்ச இந்தக் கிராமத்திலை அந்தக் கடவுளுக்கு இப்படிப் பென்னாம் பெரிய கட்டடமும் வானத்தை முட்டுற கோபுரங்களும் தேவையா’ என்று கேட்டேன்.

‘நான் விரலாலை நிலாவைக் காட்டுறன் . . . நீ நிலாவைப் பாராமல் விரலைப் பார்த்துகொண்டு கதைக்கிறாய் ... நீ என்ன தி.க.காரனோ?’ எனக் கோபமாய்க் கேட்டுப் போட்டு, என்ரை கடவுள் யேசு. அவர் உந்தக் கோயிலையும் இருக்கலாம். இந்தக் கடல் அடிக்கிற அலை களிலையும் சத்தம் வைச்சுக்கொண்டிருக்கலாம். நீ நினைக்கிறபடி அவர் இறந்திருக்கலாம் எண்டு வைச்சுக் கொண்டாலும் அவர் எவ்வளவு நல்ல மனிசன் தெரியுமோ?

'முதலிலை, கடவுளை நேசி என்று சொன்னாலும், அதுக்கொத்த மாதிரி இன்னொரு கட்டளை... உன்னை நேசிப்பது போல உன் சக மனுசனை நேசி எண்டும், சக மனிசன் உனக்குப் பிழை செய்தால் ஏழு முறையல்ல... ஏழு எழுபது முறை மன்னித்து விடு எண்டு சொன்னவன் அல்லோ!

'மாட்டுக் கொட்டிலிலை பிறந்து, இரவல் கல்லறையிலை அடக்கம் செய்யப்பட்டவன். பாம்புகளுக்கு வளைகள் உண்டு, பறவைகளுக்குக் கூடுகள் உண்டு, எனக்குத் தலை சாய்க்க இடமில்லை எண்டு சொல்லி அழுதவன் அல்லோ!

'மதம் அரசியலாய் மாறிய பிறகு, இவ்வளவு பெரிய கோபுரங்களாலும் பளிங்குக் கற்களாலும் மனுசர் அவனை அடக்கப் பார்க்கிறாங்கள்' எண்டு ஒரு பெரிய பிரசங்கம் செய்துபெருமூச்சொன்று விட்டார்.

நான் அவரை முறிக்காமல், 'எங்களுக்கு எங்கடை மதம் தெரியும். யேசுவையும் தெரியும். மற்ற மதங்களிலும் இதைவிட நல்ல விசயங்கள் இருக்கலாம். இந்தச் சிலுவை யைக் கொண்டு எங்கடை மதம் எவ்வளவு கொடுமைகள் செய்தது எண்டு பெரிய பெரிய அறிஞர்கள் எல்லாம் எழுதியிருக்கிறாங்கள், என்றேன்.

'அதுக்கு நான் என்ன செய்யுறது? எனக்குத் தெரிந்ததைத் தான் கதைக்கலாம். உன்ரை வயதில் இப்படித்தான் நானும் இருந்தனான். அதுதான் உன்மேல் எனக்கு விருப்பம். உன்னைத் தேடித் தேடி வாறதுக்கு அதுதான் காரணம்.

'தி.க புத்தகங்கள் எல்லாம் அப்ப கிடைக்கும். அதைப் படிச்சு அவர்களிலை ஒரு பிரியம் வந்தது உண்மைதான். ஆனா தனிப்பட்ட முறையிலை எனக்குச் சோதனைகள் வந்தபோது குறிப்பாய் அப்பரும் தம்பியும் புயலில் கடலில் காணாமல் போனபோது நான் அநாதையாய்ப் போய் நிண்ட அந்த நாட்களிலைதான் மனம் மாறத் தொடங்கிச்சுது' என்றார்.

'ஆறுதலுக்காகவா கடவுள்மீது நம்பிக்கை வைத்தீர்கள்?'

'அப்படியெண்டு சொல்லுறத்துக்கு இல்லை. அப்ப எங்கடை ஊர்க் கோயிலிலை ஒரு தமிழ் தெரிந்த வெள்ளைக் காறச் சுவாமி தான் பங்குத்தந்தையாய் இருந்தவர்.

'கோயில் வளவிலை நிண்டு யாரோடையோ கதைத்துக் கொண்டு நிண்ட என்னைக் கூப்பிட்டு இறந்துபோன உன்ரை அப்பா, தம்பிக்கு ஒரு நினைவுக் பூசை வைக்கேல்லையோ? எண்டார். நான் சட்டெண்டு சொன்னன். எனக்குக் கடவுள் எண்டுறத்துக்கு மேல நம்பிக்கையில்லை எண்டு.

'அவர் கேட்டார். உன்ரை அப்பா, தம்பிக்கு நம்பிக்கை இருந்ததுதானே, கட்டாயம் அவையின்ர ஆன்ம ஈடேற்றத்துக்காக, நீ பூசை வைக்க வேணும்' எண்டார்.'

அவரே தொடர்ந்து பேசினார். 'கடவுள் இருக்கிறார் இல்லை எண்டுறதைச் சமயம் தாண்டின அறிஞர்கள், விஞ்ஞானிகளாலை கூட வரையறுக்க முடியேல்லை. அதுக்கு உன்னைப்போல என்னைப்போல ஆட்கள் எப்படி முடிவு கட்டிறது?'

'நான் அவரை முறைச்சுப் பார்த்தேன். 'நீ தமிழ் படிச்சனிதானே? . . . இருந்த தமிழ் புலவர்களுக்குள்ள வள்ளுவன் பெரிய ஆள் எண்டு உலகமே சொல்லுது. அவர் கடவுள் பற்றி என்ன சொன்னவர் எண்டு நீ சொல்லு' எண்டார்.

'எனக்குக் கோபம் வந்தது. வள்ளுவனை இதுக்கை ஏன் இழுக்கிறார் எண்டு. ஏன் சுவாமியோடை வாதாடுவான் எண்டு நான் மெல்ல விலக வெளிக்கிட்டன்.

'சுவாமி விடுற மாதிரியில்லை; 'நீ உன்ர அப்பா, தம்பிக்கு நினைவு வழிபாட்டைச் செய். கடவுள் இருந்தால் அவர் அவர்களுக்கு ஆறுதலைக் கொடுப்பார். இல்லாவிட்டால் அது காற்றோடை போகட்டும். ஆனால், உனக்கும் உன்ரை குடும்பத்துக்கும் அந்த வழிபாடு ஆறுதலாய் இருக்கும். உனக்கும் சொல்லுகிறேன், நீ கடவுளை நம்பு, கடவுள் இருந்தால் சரி, இல்லையெண்டால் எந்த நட்டமும் இல்லை. அப்படியே அவர் இல்லாட்டியும் அந்த நம்பிக்கை உன்னை நல்லவனாக வாழ வழி வகுக்கும்' எண்டார்.

'அண்டைக்கு எனக்குள்ள ஒரு சிறிய மாற்றம் வந்தது உண்மைதான். தமிழ் இலக்கியம் வாசிக்கிறதோடை வேதாகமப் புத்தகத்தையும் வாசிக்க தொடங்கினன்.'

லூக்காஸ் சம்மாட்டி நிப்பாட்டுறமாதிரி இல்ல.

தமிழும் கடவுளும் எண்ட கோணத்திலை கதைக்கத் தொடங்கி விட்டார். இந்த விசயங்களைக் கதைக்கிறதுக்கு வேறை ஆள் கிடைக்கிறது கஸ்டம் எண்ட மாதிரி என்னட்டக் கொட்டிக் கொண்டிருந்தார்.

இதுக்குள்ளாலை இவரை இழுத்து வேறை கதைகளைப் பேசி அனுபவங்களைப் பெற்றுக்கொள்ள விரும்பின நான், கதையை மாத்த வெளிக்கிட்டன்.

அவற்ரைத் தனிப்பட்ட வாழ்க்கையைக் கேள்விக்கு உள்ளாக்கினால் ஆள் திசை மாறும் என்ற நினைப்போடை

‘இப்படியெல்லாம் கதைக்கிற நீங்கள், ஒரு மனைவியிருக்க இன்னொரு பெண்ணைச் சேர்த்தது பிழையென்று நினைக்கிறியள் தானே’ என்றேன்.

சம்மாட்டியார் கொஞ்சம் சோர்ந்துதான் போனார். ‘என்ன செய்யுறது? எல்லாத்திலையும் தவறித்தான் போனன்’ என்றார்.

அந்த நேரம் பார்த்து மரியகொறற்றியும் இன்னும் சில பெண்களும் அந்த வழியாகக் கோயிலுக்குப் போய்க் கொண்டிருந்திச்சினம்.

நான் பார்த்துப் போட்டுப் பார்க்காத மாதிரி நின்றேன். கொறற்றி கூட்டத்தை விட்டுப் பின்னுக்கு விலகி நிண்டு எனக்குக் கை காட்டினா.

லூக்காஸ் சம்மாட்டி கடைக்கண்ணாலை அதைப் பார்த்துக் கொடுப்புக்குள்ள சிரிச்சார். ஆளின்ரை கவனத்தை மாத்துவம் என்று நினைச்சு, ‘தவறித்தான் போனன் எண்டு சொன்னீங்கள். அதைப்பற்றிச் சொல்லுங்கோ’ என்றேன்.

‘இப்ப உனக்கு அந்தப் பெண் கைகாட்டியதைப் பார்த்தியோ!

‘நீ பயந்து கோழை மாதிரி நிற்க, எப்படித் துணிச்சலாய் அந்தப் பெண் நடக்கிறாள். பெண் எண்டா அப்படித்தான். ஆண்களைவிட அற்புதமானவர்கள்’ என்றவர் நிப்பாட்டேல்லை. அதுக்காக அவள் உன்னைக் உயிராய்க் காதலிக்கிறாள் என்று அர்த்தமில்ல.

‘அவள் ஒரு கஸ்ரமான குடும்பத்தில் பிறந்தவளா யிருக்கலாம், உன்னக் கல்யாணம் முடிச்சால் ஒரு நல்வாழ்வு கிடைக்கலாம் எண்டு நினைக்கலாம். யாழ்ப்பாணப் பெடியள் எந்தச் சுத்துமாத்து செய்தெண்டாலும் குடும்பத்தை நல்லாய் வச்சிருப்பாங்கள் என்ற நம்பிக்கையின்ரை அடிப்படையிலையும் இந்தப் பிள்ளை உன்னைக் கலைக்கலாம், என்று சொல்லிச் சிரித்தார்.

‘அப்ப சம்மாட்டி, உங்கடை கதையின்படி காதல் எண்ட ஒண்டு இல்லை. எல்லா அன்புக்குப் பின்னாலையும் ஒரு பிளான் இருக்கு... அப்படித்தானே சொல்ல வாறியள், அதுவும் குறிப்பாய்ப் பெண்கள்’ என்று நான் சொல்ல,

‘நீ பிழையாக விளங்கிறாய். இந்த உலகமே பெண்களுக் கானது. ஆண்கள் எல்லாம் சும்மா தகப்பனாயும்

கணவனாயும் மகனாயும் உதவி அல்லது உபத்திரவத்துக்காக இருப்பவர்கள்தான். நீ பழைய தமிழ் இலக்கியங்களைப் படி. குறிப்பாய்க் கம்பனைப் படி' என்றார்.

இந்த மனிசன் இண்டைக்கு ஒரு முடிவோடைதான் வந்திருக்கு. எப்படியாவது இதிலயிருந்து தப்பிச்சாக வேணும். என்ரை உள் உணர்வோட்டங்கள் அவருக்கு விளங்கவும் வாய்ப்பில்லை. அவர் தொடந்து இலக்கியம், பைபிள் என்று பேசுவது இரண்டு பக்கமும் பிடிகொண்ட வாளால் அறுப்பது போலிருந்தது எனக்கு.

'கம்பன் பெண்கள் என்றால் உருகிப் போய் விடுவான்' என்று அவர் சொல்ல, நானும் 'ஓம் ஓம் ஒரு படப் பாடலில் இராமனின் கதையல்ல இது சீதையின் கதையல்லோ இராமாயணம் எண்ட மாதிரி கண்ணதாசனின் பாட்டு ஒன்று, இருக்கு என்று எனக்கும் ஏதோ கொஞ்சம் தெரியும் எண்ட மாதிரிக் கதை சொல்ல வெளிக்கிட்டேன்,

சீதையை விடு... கம்பனுக்கு மண்டோதரியிலை தான் பெரிய பிரியம். அவவைப் பற்றி சொல்லேக்கை தன் கணவன் இராவணனை, 'நினைந்ததும் மறந்ததும் இலாத நெஞ்சினாள்' எண்டு சொல்லுறான் கம்பன். இந்த மாதிரி சீதையைப் பற்றி கம்பன் எங்கையும் சொல்லேல்லை.

இராமன் மனுசனாய் வந்த கடவுள் எண்டு கும்ப கர்ணனுக்குத் தெரியாது இந்திரஜித்துக்குத் தெரியாது. ஏன் இராவணனுக்கே தெரியாது. பெண் முன்னுணர்வு உள்ளவள் எண்டபடியால் 'ஆரா அமுதாய் அலைகடலில் கண்வளரும் நாராயணன்' என்று அவள் முன்னமே உணர்ந்திருந்தாள். ஏன் அகலிகையைப் பற்றி சொல்லேக்கையும் 'நெஞ்சினால் பிழையிலாள்'எண்டுதான் அடைமொழிபோட்டு அழைக்கின்றான் கம்பன். உனக்கு ராமாயணம் பிடிக்கவில்லை எண்டால் சிலப்பதிகாரம் மணிமேகலை எண்ட காப்பியங்களைப் படி.

மணிமேகலையிலை ஒரு கட்டத்திலை, சாதுவன் என்பவன் ஒரு மரக்கல விபத்தில் மாண்ட வதந்தி அறிந்து, அவன்ரை மனைவி தீய்க்குள் பாய்ந்து இறக்க முற்படுகிறாள். அப்ப அவள்,

படுத்து உடன் வைத்த பாயல் பள்ளியும்
உடுத்த கூறையும் ஒள் எரி உறா அது

ஆடிய சாந்தமும் அசைந்த கூந்தலில்
சூடிய மாலையும் தொல் நிறம் வழாது

எண்டு அவள் சொல்லுறாள்.'

பொறுமையிழந்த நான், 'இதை விடுங்கோ சம்மாட்டி, உங்கடை இரண்டாவதைப் பற்றிச் சொல்லுங்கோ' என்று கொஞ்சம் உறுக்கலாய்த்தான் கேட்டேன்.

'ஓம் ஓம் அதையும் சொல்லி என்ரை பாவத்தைக் கரைக்கிறன். அதுதானே எங்கடை சமயத்திலை 'பாவ மன்னிப்புக் கேட்டல்' எண்டு ஒண்டு இருக்கே. அது, செய்ததை எல்லாம் சுவாமிக்குச் சொல்லி அவரைப் பாவத்திலை விழுத்திற சடங்கு' என்று சொல்லிக் கெக்கட்டமிட்டுச் சிரிச்சார்.

'அப்ப நான் இதைவிட நல்ல கறுப்பாயும் உயரத்தோடையும் நல்ல எடுப்பாய் இருந்த காலம்.'

நான் இடைமறிச்சு,'இதைவிடக் கறுப்பாய் எப்படி இருக்கிறது' என்று கேக்க, 'நீ இப்ப கதை கேக்கப் போறியோ இல்ல...'

'இல்ல, இல்ல ... கதையைச் சொல்லுங்கோ சம்மட்டி' பதறியபடி சொல்ல, கதையைத் தொடர்ந்தார்.

'என்னைக் கேட்காமலே எனக்குக் கல்யாணம் பேசிச் செய்து வைச்சவை. சொத்துப் பத்து, அடக்க ஒழுக்கம், அழகு எண்டு பேசிச் செய்யுற கல்யாணம் இண்டைக்கும் எங்கட கிராமங்களிலை நடக்குது. இப்பவே இப்படியெண்டால் 45 வருசத்துக்கு முதல்ல யோசிச்சுப் பார்.

'நானும் கல்யாணம் முடிச்சன். அப்பாவும் இல்லாத படியால் எல்லாப் பொறுப்புகளும் பணமும் வசதியும் என்னட்டை வந்திட்டுது.

'மீன்பாடு நிறைய இருக்கிற நாட்களிலை எனக்கு வேலை கூட. விடியப்புறம் தொழிலாளர்களை நேரத்தோடை எழுப்பிக் கடலுக்கு அனுப்ப வேணும்.

'அப்ப எனக்கு நிறையத் தொழிலாளர்கள் தேவைப் ட்டிச்சினம். அப்படித்தான் அவனொருவன் எனக்கு அகப்பட்டான். அவன் பெரும் குடிகாரன். ஆனால் நல்லாய்த் தொழில் செய்யக்கூடிய இளம் பெடியன். அவன் இரவிலை நல்லாய்க் குடிச்சுப் போட்டுத்தான் படுப்பான். விடியப்பறம் நான் தான் படலைக்கை நிண்டு கூப்பிட்டு எழுப்பிவிட வேணும்.

'அப்படி ஒருநாள் அவன்ரை படலைக்கை நிண்டு கூப்பிடேக்கை, அவனை வழியனுப்பிப் போட்டு அவன்ரை பெண்சாதி 'சம்மாட்டி தேத்தண்ணீ குடிச்சிட்டுப் போங்கோ' எண்டா.

'அண்டைக்குத் தொடங்கினதுதான் அந்தத் தொடர்பு.

'அது அப்பிடியே தொடரேக்கை ஒருநாள், 'ஊர் முழுக்கக் கதைக்குது... என்னைக் கூட்டிக்கொண்டு போங்கோ, இல்லாவிட்டால் நான் சாக வேணும்' எண்டு அவள் கேட்கத் தொடங்கினா.

'பெண்பாவம் பொல்லாதது இல்லையா? இதுக்கு மேலை அவளை ஏமாத்தக் கூடாது எண்டு நினைச்சு என்ரை வாழ்வோடை இணைச்சன்' என்றார். 'அவளின்ர புருசனுக்குக் கொஞ்சப் பணம் குடுத்தன். அவன் ஊரைவிட்டுப் போய் வேறை கல்யாணம் முடிச்சு நல்லாயிருக்கிறான்.'

நான் அவரை ஒரு புழுவைப் பார்க்கிற மாதிரிப் பார்த்தேன்.

அவர், என்ரை பார்வையை எதிர்கொள்ளாமல், 'இரத்தம் இளமையாய் இருந்தது, பணம் கிடைச்சது. அப்ப ஊரையோ அல்லது திருச்சபையையோ நான் சட்டை செய்யேல்லை. நினைச்சதைச் செய்தன். அதை இண்டைக்கு உணர்ந்திருக்கிறன்' என்று சொல்லேக்கை பேச்சிலை குற்றவுணர்வு தெரிஞ்சிது.

'யேசுவை உங்கடை ஞானகுரு எண்டு சொன்னீங்கள். கதை கேக்கை நல்ல மாதிரி இருந்தது; வாழ்க்கையைப் பார்க்கேக்கை ...' என்று நான் தொடங்கினேன்.

அவர் கொஞ்சம் உரத்த குரலிலை 'தம்பி, நீ வாசிக்கிற குறிஞ்சி மலர், பொன்விலங்கு அல்லது மு. வரதராசனின்ர கரித்துண்டு,

இல்ல சாண்டிலியன்ரை கடல்புற மாதிரியோ வாழ்க்கை இருக்காது' என்றார்.

'போன கிழமை நடந்த ஒரு கதையைச் சொல்லுறன் கேள்' என்றார்.

உன்னட்டை சிலவேளை ஐஸ் அடிக்க மகேந்திரன் எண்டு ஒருவன் வருவான் தெரியுமோ?,'ஓம் ஓம் இடைக்கிடை வாறவர், அவருக்கு நல்ல வடிவான பெண் சாதி' என்று சொன்னேன்.

'அவவுக்கும் சலீமுக்கும் தொடர்பு இருக்கெண்டு கதைக்கினம்' என்று சொல்லத் தொடங்க, நான் திடுக்கிட்டுப் பார்த்தேன்.

'பொறுமையாய் என்ரை கதையை கேள்' என்று கொஞ்சம் கடுப்போடை சொன்ன சம்மாட்டி, 'எனக்கு மகேந்திரன் முன்னூறு ரூபாய் தர வேணும். அந்தக் காசை வாங்குறத்துக்காக அவன்ரை வீட்டுக்குப் போனன்.

'வீட்டுக்குள்ள வெளியிலை கேக்கிற மாதிரிச் சண்டை. என்ரை காதிலை சத்தம் விழுந்தது. சண்டைக்குக் காரணம் சலீம்தான்.

'மகேந்திரனுக்குச் சாடையான வெறி, அவன் கத்திக் கொண்டு நின்றான். அவவோ ... அவனைவிடச் சத்தமாய் 'உன்ரையைக் கொண்டே போயிற்றான், அது இஞ்சைதானே கிடக்குது. உதுக்கேன் இவ்வளவு துள்ளல் துள்ளுறாய்' எண்டு அகங்காரத்தோடை சொன்னதைக் கேட்டு நான் திகைச்சுப் போனன்' என்றார்.

இதைக் கேட்ட நானும் திகைத்துப் போனேன்.

9

ஹூரக்காஸ் சம்மாட்டி சொன்னது உண்மை தான்.

அடுத்த நாள் *ஈழநாடு* பத்திரிகையில் 'எரிந்த நிலையில் வீதி ஓரத்தில் மூன்று சடலங்கள்' என்பது போன்ற செய்திகள் வந்திருந்தன.

நீண்டகாலமாக எனக்கு றால் தருகின்ற ஏஜென்சியும் நண்பருமான சதகத்துல்லா ஒரு ஞாயிற்றுக்கிழமை எருக்கலம்பிட்டியில் உள்ள தங்கட வீட்டுக்குச் சாப்பிட வரும்படி கூப்பிட்டார்.

'ஓம் வாறன்' என்று ஒப்புக்கொண்டு, அந்த ஞாயிற்றுக்கிழமை பஸ்சில் போய் அவர் குறிப்பிட்ட இடத்தில் இறங்கினேன். இந்தக் கிராமத்தில் பார்க்கிற இடமெல்லாம் பொலிசும் ஆமியும்.

நான் சதகத்துல்லாவிடம் "ஒரு 12 மணி அளவில வாறன்" என்று சொல்லியிருந்தேன். சொன்ன நேரத்துக்கு நான் வந்திட்டன். ஆனா பஸ் ஸ்ராண்டில் அவரைக் காணவில்லை. எங்கு பார்த்தாலும் பொலீஸ் தலைகள்தான் தெரிஞ்சுது.

மூன்று சடலங்களைப் பத்தின செய்திக்கும் இந்தச் சுத்திவளைப்புக்கும் சம்பந்தம் இருக்குமோ? கொஞ்சம் பயமாயும் இருந்தது. இரண்டு பொலிஸ்காரர் என்னைக் கூப்பிட்டாங்கள். என்ர யாழ்ப்பாண மொழியைக் கேட்டவுடன் அவங்களுக்குச் சந்தேகம் வந்திருக்க வேணும்.

அந்தநேரம் பார்த்து சதகத்துல்லா அந்த இடத்துக்கு ஓடிவந்தார். என்னைத் தன்னிடம் வந்த விருந்தினர் என்றும், யாழ்ப்பாணத்திலை இருந்து இங்கை வந்து படிச்சுக்கொண்டிருக்கும் குடும்ப நண்பர் என்றும் சொல்லி மீட்டுக்கொண்டு போனார்.

என்ன பிரச்சினை என்று கேட்டபோது, "ஒரு கள்ளக் கடத்தல் சம்பந்தமான தேடுதல்தான். இது இங்கு வழமையாய் நடக்கிற விசயந்தான். நீங்கள் ஒண்டுக்கும் பயப்பட வேண்டாம்" என்று சொன்னார்.

சதகத்துல்லா வீடு, மிக அழகான சிறிய வீடாக இருந்தது. யாழ்ப்பாணத்தில் இரண்டொரு முஸ்லிம் நண்பர்களோடு பழக்கம் இருந்தாலும் அவர்கள் வீட்டுக்கு போகக்கூடிய சந்தர்ப்பமோ, சேர்ந்து சாப்பிடுகின்ற வாய்ப்போ கிடைக்கவில்லை.

மொக்கன் கடை புட்டும் ஐஞ்சு லாம்படிச் சந்தியில் இருக்கும் பிளாசா விடுதி றொட்டியும் சாப்பிட்ட வாய்க்கு, கனகாலத்துக்குப் பிறகு அண்டைக்குத்தான் ஒரு முஸ்லீமின் கைபட்ட சாப்பாடு கிடைத்தது. அருமையான புரியாணி. அவையின்ர உபசரிப்பில் எந்தக் குறையையும் காணேல்ல. மிக அன்பாக இருந்தார்கள்.

சாப்பாடு முடிய வெளியே மரநிழலில் இருந்தபடி பேசிக்கொண்டிருந்தோம். இதமான காற்று கடற்கரைப் பக்கமாக இருந்து வீசிக்கொண்டிருந்தது.

பேச்சுவாக்கில் *ஈழநாடு* செய்தியை நான் சொல்ல, அது அவருக்கு ஏற்கெனவே தெரிந்திருந்து.

சதகத்துல்லாவை நம்பி எதுவும் கதைக்கலாம். எனக்கு நல்ல நண்பர். அதைவிடத் தமிழரசுக்கட்சி ஆதரவாளர். அவருடைய அண்ணன் தமிழரசுக்கட்சி சார்பாக ஊராட்சித் தேர்தலில் போட்டியிட்டவர்.

"எனக்குக் கொஞ்சம் பயமாய் இருக்கு. எங்கடை பெடியங்கள் கொஞ்சப்பேர் இங்காலைப்பக்கம் பண்ணைகள் எடுத்து விவசாயம் செய்யுறாங்கள். அதேநேரத்தில் ஆயுதப் பயிற்சியும் நடக்குது என்று கேள்விப்பட்டன்" என்றேன்.

தானும் கேள்விப்பட்டேன் என்று சொன்ன சதகத்துல்லா, "பொலிஸ் ஆமியோடை அடிபாட்டுக்குப் போகப்படாது. போனால் இருக்கிற நிலைமையை விட, வாற நிலைமை இன்னும் மோசமாக இருக்கும்.

"சிங்களவர்களோடை ஒப்பிடேக்கை தமிழர், முஸ்லிம் எல்லாம் சேர்ந்தாலும் கொஞ்சப்பேர்தான். அமிர்தலிங்கம் மாதிரி ஆட்களைக் கொண்டு அரசாங்கத்தை வெருட்டி எங்கட உரிமைகளைப் பெற்றுக்கொள்ளுவதுதான் புத்திசாலித்தனம். போன எலெக்சனிலை கூட முஸ்லிம் மக்கள் கொஞ்சப் பேரும் தமிழர்களிலை கொஞ்சப் பேரும் யு.என்.பி. கட்சிக்குத்தான் வாக்களிச்சவை.

சனம் எப்ப என்ன செய்யும் எண்டு தெரியாது? சிங்கள மக்களும் சிங்களத் தலைமைகளும் சமஷ்டி கொடுக்கிறத்துக்கு ஒத்துக்கொள்ளப் போறதில்லை" என்ற சதகத்துல்லா, கொமினிஸ் கட்சி தலைவர்களிலை ஒருவரான பீற்றர் கெனமன் சொன்னதாக ஒரு கதையைச் சொன்னார்.

தன்னோடு படித்த தமிழ் நண்பர் ஒருவர் தன்னுடைய இளமைக்காலத்திலை நடிகை வைஜயந்திமாலாவைத் தான் விரும்புவதாகவும், கல்யாணம் முடிச்சால் அவவைத்தான் முடிப்பதாகவும் பிடிவாதமாகச் சொல்லிக் கொண்டு திரிஞ்சார்.

படிப்பு முடிஞ்ச பிறகு ஒருதடவை கண்டபோது 'உங்கள் வைஜயந்திமலா காதல் எப்படி போகின்றது, என்று கேட்ட போது 'ஒரு பிரச்சினையும் இல்லை. நல்லாய்த்தான் போகிறது' என்றும் சொன்னார். கடைசியாகக் கண்டபோது 'உங்களுக்கு வயதும் போகுது, உங்கள் காதல் கல்யாணம் என்ன மாதிரி?' எண்டு கேட்டபோது 'இப்போது எல்லாம் சரி. ஒரு மாதிரி என்ரை அப்பா அம்மாவை 'ஓம்' எண்டு சொல்லப் பண்ணிப்போட்டன். ஒரு சின்ன விசயம்தான் மிச்சம். வைஜயந்திமாலா தரப்போடை பேசவேண்டிக் கிடக்கு' எண்டாராம்.

அப்படித்தான் செல்வநாயகம் கேட்டுக்கொண்டிருக்கின்ற சமஷ்டி. 'தமிழர்களுக்கெல்லாம் விருப்பம்தான். ஆனால் மற்றப் பகுதிக்குத்தான் இது ஒண்டும் விளங்குதில்லை' எண்டாராம். 'அப்படித்தான் தமிழ் பேசும் மக்களின் பிரச்சினை இருக்கிறது' எண்டு சதகத்துல்லா சொன்னார்.

"58 கலவரம் அல்லது 77 கலவரம் மாதிரி இனி இன்னுமொண்டு வராமல் பார்த்துக் கொள்ள வேணும். மனுசன் தன்னை அடிக்கப் போறான் எண்ட பயத்தாலை பாம்பு மனுசனுக்கு கொத்திறது போல, சிங்களப்பகுதி தமிழர்களுக்கு எதிராகப் பெரியளவில் கலவரம் செய்யிற மனநிலையில்தான் வளர்க்கப்பட்டு இருக்கிறார்கள். நாங்கள்தான் கவனமாக இருந்து தப்பப்பார்க்க வேணும். இல்லாவிட்டால் சிதைஞ்சு போவம்" எண்டார். சதகத்துல்லா பேச்சிலை ஒரு தெளிவு இருந்தது.

அவர் என்னைப்பற்றி விசாரிச்சார். என்ர காதல் கதையைக் கேட்டு அவருக்குச் சிரிப்பு வந்தது.

"யாழ்ப்பாணத்திலை சாதி ஒரு பெரிய பிரச்சினைதான். ஆனா ஒரே சாதி எண்டு சொல்லுறியள்... அதிலையும் சிக்கல்களோ!" என்று ஆச்சரியமாய்க் கேட்டார். என்னால் ஒரே சாதிக்குள் இருக்கிற மேலோங்கிகள் என்கிற வர்க்க வேறுபாட்டை அவருக்கு விளங்கப்படுத்த முடியவில்லை.

பனிவிழும் பனைவனம்

"நீங்கள் கோவிக்காவிட்டால் ஒண்டு சொல்லட்டே..." என்று தொடர்ந்தார். "யாழ்ப்பாணத்திலே தமிழ் உணர்வு இருக்கிறது. ஆனா அது ஒரு பொய். சாதிதான் அங்கை முக்கியம்" என்றவர் என்ர முகம் வாடுறதைப் பார்த்துவிட்டு, "நீங்கள் கிறிஸ்தவர்கள்... நான் மற்றவர்களை சொல்லுறன்" என்றார்.

செல்வம் அருளானந்தம்

நான் இடைமறித்து “அவங்களாவது பரவாயில்லை... இரண்டு கையையும் விரிச்சு சிலுவையைப் பார்த்துச் செபித்துக்கொண்டு 'நீ அங்காலையெல்லோடா இருக்க வேணும்” என்று தள்ளிவிட்ட பக்திமான்களை எல்லாம் எங்கட கிராமத்துக் கத்தோலிக்கக் கோயிலை என் கண்ணாலை கண்டிருக்கிறேன். ஏன், சாதிப் பிரச்சினையாலை ஒரு பென்னாம் பெரிய தேவாலயமே மூடியிருக்கு” என்றேன்.

இப்படி பேசிக்கொண்டிருக்கேக்கை அந்த இடத்துக்கு சதகத்துல்லாவின்ர நண்பர் ஒருவர் வந்தார். நான் யாழ்ப்பாணம் என்றவுடன், “எப்படி அங்கு நிலைமை? ஒரே வங்கிக் கொள்ளையும் பொலிசைச் சுடுவதுமாக இருக்கே!” என்றார்.

ஏதோ வில்லங்கமாகத் தமிழ்ப் பெடியள் ‘சொறிவதாக’ அவர் தொனி இருந்தது. சதகத்துல்லா சொன்ன பீற்றர் கெனமன் கதையும் எனக்குச் சுவைக்கவில்லை.

நான் கதைக்கத் தொடங்கினேன்.

“சிங்களக் குடியேற்றங்கள், தமிழ் மாணவர்களுக்கான தரப்படுத்தல், வேலைவாய்ப்பு இல்லாமல் போகுது எண்டுறதை விடுங்கோ. அங்க இருக்கிற சிங்கள ஆமியும் பொலிசும் சிங்கள நிர்வாகமும் தமிழர்களை அடிமையெண்டுதான் நினைக்குது. அதுவும் 77 கலவரத்துக்குப் பிறகு நடந்த ஒரு உண்மைக் கதையைச் சொல்லுறன்.

“இதை பகிடியாத்தான் நான் கதைகிறனான். 77 கலவரம் நடந்து முடிந்த நாட்களிலை ஒரு நண்பர் ஒருவரின்ர மணிக்கூடு திருத்திற கடையிலை நிண்டபடி இரண்டு மூன்று நண்பர்கள் பேசிக்கொண்டிருந்தினம். அந்தநேரம் நெற்றியில காயத்தோட ஒருவர் வந்தார். அவர் மணிக்கூடு திருத்திற நண்பருக்குத் தெரிந்தவராக வேணும்.

‘‘என்னடா தலையிலை காயம்?’ எண்டு மணிக்கூடு திருத்திற நண்பர் கேட்க,‘ராத்திரி பொலிஸ் அடிச்சுப் போட்டுது’ எண்டார். ‘விளக்கமாய்ச் சொல்லடா!’ எண்டு கேக்க...

“இராத்திரி மோட்டார் சைக்கிளிலை போய்க் கொண்டிருக்கேக்க கஸ்தூரியார் றோட்டிலை வைச்சுப் பொலீஸ் மறிச்சுது...”

“ஏண்ரா லைசன்ஸ் இல்லாமல் போனனியோ?” எண்டு கடைக்காரர் கேட்க, அடிபட்ட நண்பர், “ஓனர்ஷிப், லைசென்ஸ், இன்ஷூரன்ஸ் எல்லாத்தையும் வாங்கிப் பார்த்துப் போட்டு, ஏதோ சிங்களத்திலை கேட்டாங்கள்.

எனக்குச் சிங்களம் தெரியாது எண்டு சொல்ல, துவக்காலை நெற்றியிலை இடிச்சுப்போட்டாங்கள்." எண்டார்.

ஒருவித உணர்வையும் காட்டாமல் மணிக்கூட்டைக் கூர்ந்து பார்த்துத் திருத்திக்கொண்டே 'நீ ஏண்ரா சிங்களம் தெரியாமல் மோட்டார் சைக்கிளிலை போனனீ?' எண்டு கேக்க, நாங்கள் பக்கெனச் சிரித்துவிட்டோம்.

இந்த கதையைக் கேட்ட சதகத்துல்லாவும் நண்பரும் சிரித்தார்கள். இந்தக் கதைக்குள்ள இந்த இனத்தின் வலியையும் அவை உணர்ந்திருக்க வேணும்.

வந்த நண்பர், கதையோட கதையாக, தீடிரென ஏதோ ஞாபகம் வந்ததுபோல, "நேற்று எரிஞ்சபடி கிடந்த அந்த மூன்று சடலங்களும் பொலிசுமார் தானாம் எண்டு, தான் மன்னார் ரவுணில் அறிந்ததாக"ச் சொன்னார். நாங்கள் கொஞ்சம் திடுக்கிட்டுத்தான் போனோம்.

"என்னவோ ஏதோ ... நீங்கள் நேரத்தோடு போங்கோ ..." என்று சதகத்துல்லா என்னை பஸ்ஸில் ஏற்றி அனுப்பிவிட்டார்.

அன்று இரவு படுத்திட்டு விடிய எழும்பும்போது, வாடியில் என்னைத் தேடி யாரோ வந்திருப்பதாக அங்கு வேலை செய்யும் தம்பி ஒருவர் வந்து சொன்னார்.

யாராய் இருக்கலாம்? போய் பார்த்தபோது சிமியோனும் இன்னொருவரும் அங்கே நின்றார்கள்.

நான் பயந்துபோனன். நேற்றுக் கேள்விப்பட்ட செய்திக்கும் இவன் இங்க நிற்கிறத்துக்கும் ஏதும் சம்பந்தம் இருக்குமோ? மெல்லிசாய் மனம் நடுங்கிக்கொண்டிருந்தாலும் அதைக் காட்டிக்கொள்ளாமல், "என்னெண்டு மச்சான் இடத்தைக் கண்டு பிடித்தாய்?" என்று கேட்டேன். உண்மையைச் சொல்லப்போனால், "ஏன்ரா இங்க வந்த நீ?" என்று கேட்டிருக்க வேண்டும்போல இருந்தது.

கடைசியாய்க் கண்டபோது தேத்தண்ணீர் குடித்த கடைக்காறனிடம் விசாரிச்சு வாடியைக் கண்டுபிடிச்சதாகக் சொன்னான்.

சிமியோனின் முகமெல்லாம் வாடியிருந்தது. அவனோடு நின்ற மற்றவரும் ஏதோ பதற்றத்தோடு நிற்கிறதுபோல் இருந்தது.

சிமியோன் வாடிக்கு வெளியே என்னை வரும்படி கண்ணால் சைகை காட்டிவிட்டுச் செல்ல, நானும் பின்னால் போனேன். "ஒரு பிரச்சினையும்... ஒரு சந்தோசமும்" என்று நிதானமாகச் சிமியோன் சொல்ல, "என்டாப்பா?" என்று நான் கேட்டேன்.

“உனக்கும் சந்தோசமாய் இருக்கும். எங்கடை ஆட்கள் முதல் தடவையா பெரிய தாக்குதல் ஒன்டைச் செய்திருக்கினம். விபரங்கள் சரியாய்த் தெரியாது. எங்களை உடனே பண்ணையை விட்டு பாதுகாப்பாக வேறு எங்கையாவது போய் கொஞ்ச நாளைக்குத் தலைமறைவாக இருங்கோ எண்டு சொல்லிப் போட்டாங்கள்.”

நான் “என்ன நடந்தது? எங்கை? எப்போ?” என்று கேள்விகளை வீசினேன்.

சிமியோன், “நான் நினைக்கிறபடி, மடுப் பண்ணை யாகத்தான் இருக்கவேணும் . . .” என்பதோடு சிமியோன் நிப்பாட்டிப்போட்டார். வேறையொன்றும் அந்தக் கொலைகளைப் பற்றி விபரமாகச் சொல்லவில்லை.

“இனியும் அங்க இருக்கிறது ஆபத்து. நானும் நண்பரும் திரும்பவும் யாழ்ப்பாணம் போகப் போறம். கொஞ்ச நாளைக்கு அங்க இருக்கிறதுதான் பாதுகாப்பு. பஸ்சிலை சங்குப்பிட்டியாலை போகலாமோ? இல்லை, வவுனியா போய்ப் போகலாமோ எண்டு தடுமாற்றமாய் இருக்கு. சில இடங்களில பொலிஸ் செக் பண்ணுறாங்கள். அதுதான் இண்டைக்கு இரவு உன்னோட தங்கி நிலைமையைப் பார்த்துப் போகலாம் எண்டு யோசிச்சம்” என்று தயங்கித் தயங்கித் சொன்னான்.

எனக்கு என்ன சொல்வது என்று தெரியவில்லை. ஓம் என்று சொல்லிப் பிரச்சினைக்கை மாட்டுப்படவும் விருப்ப மில்லை. அவனுக்கு உதவி செய்யாமல் கோழைத்தனமாக நழுவவும் மனம் வரவில்லை.

“வீட்டிலை வேண்டாம். இரவு வாடியிலையிலேயே தங்கியிருங்கோ. யாரும் கேட்டால் நாச்சிக்குடாவில இருந்து றால் கொண்டு வந்தனாங்கள் எண்டு சொல்லுங்கோ. நிலைமையைப் பார்த்து நாளைக்கோ நாளையிண்டைக்கோ போங்கோ” என்றேன்.

பிறகு சிமியோனை நெருங்கி, “என்ன நடந்தது? பொலிசார் எப்படிச் செத்தவை” என்று என்று திருப்பித் திருப்பிக் கேட்டேன். தனக்கு அதுக்கு மேலை எதுவும் தெரியாது என்றே சிமியோன் சொன்னார். அது உண்மையாக இருக்கலாம்.

ஆனால் ஒன்றை மட்டும் உறுதியாய்ச் சொன்னார். “இந்தப் பொலிஸ்மார் யார் எண்டு, இன்னும் தெரியவரேல்லை. அவை எங்கடை பெடியளைத் தேடிப் போய்த்தான் மாட்டுப்பட்டிருக்கினம். எப்படி... யாரால் பண்ணை காட்டிக் கொடுக்கப்பட்டது? எங்களுக்குள்ளை தான் யாராவது

காட்டிக் கொடுத்தார்களா? எதுவுமே தெரியவில்லை. அதுதான் மற்றப் பண்ணையிலை இருந்த எங்களைப் போன்றவர்களை எல்லாம் வீட்டை போகச் சொல்லிப்போட்டினம்... ஆனால் மச்சான்... எங்கடை போராட்டம் ஆரம்பிச்சு விட்டது. இனி அடிதான்" என்று உறுதிபட சிமியோன் சொன்னார்.

அவர் சொல்லுவதைக் கேட்கிற மனநிலையில் நான் இல்லை. இவங்களால் எனக்கு ஏதும் சிக்கல் வந்துவிடுமோ என்கிற பயத்தில்தான் நான் இருந்தேன். ஆனால் நண்பனைக் கைவிடவும் மனம் வரவில்லை.

"மச்சான் நீங்கள் பஸ்சிலை போனால் சிலவேளை தள்ளாடி ஆமிக் காம்படியிலையோ அல்லது வேறு எங்கையாவது இடத்திலோ உங்களை செக் பண்ணலாம். யோசிச்சுத்தான் செய்ய வேணும்" என்று சிமியோனுக்குச் சொன்னேன்.

எனக்கும் யாழ்ப்பாணம் போகவேண்டிய அலுவல் இருந்தது. அது ஈஸ்ரர் திருவிழாவை அண்டிய நாட்களாக இருக்க வேண்டும்.

என்னுடை வியாபாரத் தேவைக்குக் கார் கொண்டு வரும் ஒரு காரோட்டியைக் கூப்பிட்டு, "மூன்று பேரை சங்குப்பிட்டியில் கொண்டுபோய் விடமுடியுமா?" என்று கேக்க, ஒரு சிறிய தொகைக்கு அவரும் ஒப்புக்கொண்டார்.

"நானும் உன்னோட யாழ்ப்பாணம் வாறன்" என்று சிமியோனுக்குச் சொன்னேன். அவருக்குப் பெருத்த சந்தோசம். "பொலிஸ் முறிகண்டி வரைதான் செக் பண்ணி விசாரிக்குது. அங்கால பிரச்சினை இல்லை" என்றார்.

அவரையும் அவர் நண்பனையும் களிசானைக் கழற்றிப் போட்டு சாரத்தைக் கட்டச் சொன்னேன். கார் வந்தவுடனே காருக்கு மேலே றால் ஐஸ் அடிச்சு அனுப்பும் நாலு ஐந்து பெட்டிகளை வைத்துக் கட்டினேன்.

றால் பெட்டிகள் காயாவிட்டால் ஒருவித வெடுக்குடன் இருக்கும். அப்படி வெடுக்கடிக்கிற பெட்டிகளைத் தெரிவு செய்தேன். இதை இடையில் இலுப்புக்கடவையில் இருக்கும் லூக்காஸ் சம்மாட்டி வீட்டில் இறக்க வேணும் என்று றைவருக்குச் சொன்னேன்.

பயணம் தொடங்கிப் போகேக்க, றைவரிட்டைச் சொன்னேன், "நேரம் போய்விட்டுது, எங்களைச் சங்குப் பிட்டியிலை இறக்கி விட்டு வரேக்க பெட்டியளச் சம்மாட்டியார் வீட்டில இறக்கிவிடு" என்று. அவனும் ஒத்துக்கொண்டான்.

ஒரு பிரச்சினையும் இல்லாமல் பயணம் போய்ச்சுது. முழங்காவிலில் இறங்கித் தேத்தண்ணி குடிக்கும்போது, அங்கு நின்றவர்கள் பெட்டிகளின் றால் மணத்தால் கொஞ்சம் முகம் சுழித்தார்கள். திருக்கேதீஸ்வரத்துக்குப் போற யாழ்ப்பாணப் பயணிகளாய் இருக்கலாம்.

செம்மண்குண்டைத் தாண்டும்போது ஒரு பொலிஸ் ஜீப் கடந்து போனது. பெட்டிகளைப் பார்த்துவிட்டு யாரோ மீனவர்கள் என்று நினைச்சிருக்கக்கூடும்.

ஒரு பிரச்சினையும் இல்லாமல், சங்குப்பிட்டி தாண்டி வள்ளத்தில் ஏறிக் கேரதீவிலை பஸ் ஏறி யாழ்ப்பாணம் போனோம். யாழ் கச்சேரியடியில் இறங்கி அவர்கள் இரண்டு பேருக்கும் கைகாட்டிப் போட்டு வீட்டுக்குப் போனேன். வீட்டில் ஒருநாள் தங்கிவிட்டு, அடுத்த நாளே மன்னார் போறதுதான் திட்டம்.

அன்றைக்கு இரவு போய் சம்மாட்டியைச் சந்தித்துப் பலதையும் பத்தையும் கதைக் கேக்கும்போது, "யப்பான் கொம்பனி றாலின்ர விலையைக் குறைக்கப் போறதாய் தன்ர கொழும்பு ஏஜென்சி சொல்லுறான்" என்று ஒரு அடி போட்டார்.

அவங்கள் குறைக்கப் போறாங்களா? அல்லது பெரும் பண ஆசையில்தான் இவர் எங்கள் வருவாயில் கைவைக்கப் போறாரா? என்று யோசித்தேன்.

அப்படி யோசித்தது பிழையென்கிற மாதிரிப் பிறகு அவர் விளக்கமாய்க் கதைத்தார்.

"கடந்த நாலு, ஐஞ்சு மாதமாய்த் தனக்கு லாபம் பறவாயில்லை. நீயும் உண்மையாய் உழைக்கிறாய்" என்று சொல்லி ஒரு ஆயிரம் ரூபா தந்து, "இது சம்பளத்திலோ கொமிசனிலையோ பிடிக்க மாட்டன், ஈஸ்ரர் அன்பளிப்பாய் வைச்சுக்கொள்" என்றார்.

அவரைப் புரியமுடியாமல் வீடு திரும்பினேன். நண்பர்களைச் சந்திக்க விரும்பவில்லை. ராசகுலத்தைப் பார்க்க விருப்பமாய் இருந்தாலும், மற்றவர்களுக்குத் தெரிந்தால் கோவிப்பார்கள் என்று நினைத்து அந்த எண்ணத்தையும் கைவிட்டேன்.

விடிய எழும்பி அம்மாவின் கையால் புட்டும் மீன் குழம்பும் சாப்பிட்டுவிட்டு வெளிக்கிடும்போது சம்மாட்டி தந்த ஆயிரம் ரூபாவை அம்மாவிடம் கொடுத்தேன். அவவின் சந்தோசத்தைக் காண எனக்குச் சந்தோசமாய் இருந்தது.

அப்பதான்.. "தம்பி டேய்... நான் மறந்து போனேன், உனக்கொரு கடிதம் வந்ததடா. நான் அதை உடைச்சும் பார்க்கேல்லை. ஏதும் வேலையளுக்கு இன்ரர்வியூவோ

தெரியேல்லை, உடைச்சுப் பார் எண்டு கொப்பர் சென்னவர். உடைச்சால் வந்து கத்துவான் எண்டு சொல்லி நான்தான் உடைக்காமல் வைச்சிருந்தனான். ஆரோ நண்பர்கள் போட்ட கடிதம்போல," என்று சொல்லித் தந்தா.

பார்த்தவுடனேயே தெரிந்துவிட்டது ஒரு பெண்ணின் எழுத்து என்று.

அம்மாவுக்கு முன்னால் பிரித்துப் படிக்காமல் பொக்கற்றுக்குள் வைத்து மன்னார் வந்த பிறகுதான் அதை வாசிச்சேன்.

பைபிள் – உன்னத சங்கீதம் 5: 6–8, 8: 5–7 என்றிருந்தது. அதற்குக் கீழே . . .

என் காதலர்க்கு நான்
கதவைத் திறந்தேன்,
ஆனால் என் காதலர்
திரும்பிப் போய் விட்டிருந்தார்.
அவர் பேசியபோது
என் உயிரே உருகிற்று.
அவரைத் தேடினேன்,
ஆனால் அவரைக் காணவில்லை
அவரைக் கூப்பிட்டுப் பார்த்தேன்,
ஆனால் பதிலே இல்லை.
நகரத்தைச் சுற்றிக் காவல் வந்த
சாமக் காவலர் என்னைக் கண்டார்கள்
என்னை அடித்துக் காயப்படுத்தினார்கள்,
அலங்கத்தின் காவலர்
என் போர்வையை எடுத்துக்கொண்டனர்.
யெருசலேமின் மங்கையரே,
ஆணையிட்டுச் சொல்கிறேன்:
என் காதலரைக் கண்டால்
அவரிடம் என்ன சொல்வீர்கள்?
நான்
காதல் நோயுற்றதாகச் சொல்லுங்கள்.

o

கிச்சிலி மரத்தடியில்
நான் உன்னை எழுப்பினேன்.
அங்கேதான் உன் தாய்
நோயுற்று உன்னைப் பெற்றாள்,
உன்னைப் பெற்றவள்
உன்னைப் பெற வேதனையுற்றாள்.
நீ என்னை
உன் இதயத்தின்மேல் முத்திரையாகவும்,
கையிலே இலச்சினையாகவும்
பொறித்து வை.
ஏனெனில் காதல்
சாவைப்போல் வலிமையுள்ளது,
காதல் வைராக்கியம்
பாதாளம்போல் கொடியது
அதன் சுடர்கள்
நெருப்புச்சுடர்கள் போலும்!
அதன் கொழுந்து
கொடிய தீக்கொழுந்தை யொக்கும்!
பெருங்கடலும்
அன்பைத் தணிக்க முடியாது,
வெள்ளப்பெருக்கும்
அதை மூழ்கடிக்க இயலாது.

கீழே சிறிய எழுத்தில் 'பத்மினி' என்று இருந்தது

    எப்படி என் வீட்டு விலாசம் அவளுக்குக் கிடைத்தது என்று யோசிக்கத் தொடங்கிய நான், அந்தக் கேள்வி எல்லாத்தையும் மறந்து, அவள் முகம் என்முன் தோன்ற ... மெல்ல மெல்ல அந்தக் கவிதையில் கரைந்து போனேன்.

10

மூன்று பொலிசார் கொல்லப்பட்ட செய்தி, அடுத்தடுத்த நாள் பேப்பர்களில் கொட்டை எழுத்திலை பெரிசா வந்திருந்தது. கொல்லப்பட்ட பொலிசார் நாலு பேர் என்று செய்தியில் தெரிந்தது.

கொல்லப்பட்டவர்களில் பஸ்தியாம்பிள்ளை என்ற இன்ஸ்பெக்ட்டர் பெரிசாய் அறியப்பட்டவர். அவரைப் பத்திச் சீமோன் நிறையச் சொல்லி யிருக்கின்றான்.

துரையப்பா கொலைக்குப் பிறகுதான் பஸ்தியாம்பிள்ளை பெரிசாப் பேசப்பட்டார். 'துரையப்பாவைக் கொலை செய்தது இந்தியாவிலை படிச்சுக் கொண்டிருந்த அமிர்தலிங்கத்தின்ரை மகன்' என்று ஒரு தவறான செய்தியும் உலாவித் திரிந்தது.

இந்தக் கொலை தொடர்பாக மங்கையர்கரசி அமிர்தலிங்கத்தை பஸ்தியாம்பிள்ளை விசாரித்த தாகவும் அப்போது, அவவோடை மிக மரியாதைக் குறைவாக இவர் நடந்ததாகவும் அதனால்தான் இன்ஸ்பெக்டர் கொல்லப்பட்டார் என்றும் கதைகள் வரத் தொடங்கின.

வேறைமாதிரியும் கதைகள் அடிபட்டது. நிறைய இளைஞர்களைக் கொண்டுபோய்ச் சித்திரவதை செய்கிறவர் என்றும் புஸ்பராணி, கல்யாணி மாதிரி விடுதலை உணர்வுக்கு முன்னோடியான பெண்களை அவமதித்தவர் என்றும், அதனால்தான் பிராபாகரன், உமா மகேஸ்வரன் போன்ற இளைஞர்கள் விடுதலைக்கான அமைப்பு ரீதியாய் இயங்கி, இவரையும் இவர் மாதிரியான தமிழ் பொலிஸ்காரரையும் தேடித்தேடிக் கொல்லுகின்றார்கள் என்ற கதைகளும் வதந்திகளாகவும் உண்மைகளாகவும் அடிபட்டன.

எது, ஏது எப்படியோ? நான் கண்டபடி பயணங்கள் செய்யிறத்துக்குப் பயந்துபோய் இருந்தேன். ஆனால் மன்னார் பாதுகாப்பான இடம்மாதிரித் தெரிந்தது.

சீமோன் மாதிரியான ஆட்களோட தொடர்புகளைக் குறைக்க வேணும் என எண்ணினேன். இச்சம்பவம் நடந்து ஒரு மாதத்துக்கிடையில், மன்னார் வாசிக சாலைக்கு நான் போனபோது, *வீரகேசரி* பேப்பரைப் பார்த்தேன். அதில் 'விடுதலைப் புலிகள்' என்ற பெயரில் ஒரு துண்டுப் பிரசுரம் வெளியாகியிருந்தது.

அதில், செய்யப்பட்ட கொலைகளைப் பட்டியலிட்டு, இவற்றை நாம்தான் செய்தோம், வேறு யாரும் உரிமை கோரப்படாது என்ற எச்சரிக்கையும் காணப்பட்டது.

அதை வாசிக்கச் சந்தோசமாகவும் இருந்தது, பயமாகவும் இருந்தது. அந்த நேரத்தில் வாசிக சாலையில் பேப்பர் படித்துக்கொண்டிருந்த எல்லாத் தமிழர்களின் மனநிலையும் இப்பிடித்தான் இருந்திருக்க வேணும்.

உண்மையைச் சொல்லப்போனால் பேப்பர் வாசித்து முடித்துத் திரும்பப்போகும்போது, மன்னார் பொலிஸ் நிலையத்தைக் கடக்கிற நேரம் நடுக்கமாய்த்தான் இருந்தது. இவையெல்லாம் நன்மையாய் முடியாது என்று உள்ளுணர்வு சொன்னாலும் ஒடுக்கப்படுகிறவையள் உரிமைகளைப் பெற்றுக்கொள்வதற்கு வேறு என்ன வழியிருக்கிறது என்று என்னைத் தேற்றிக் கொண்டேன்.

அது ஒரு ஞாயிற்றுக் கிழமையாக இருக்க வேணும். நான் கணக்குகளை எழுதி, சரிபார்த்துக்கொண்டிருந்தன். அப்போது மரிய கொறற்றியின்ரை அம்மா என்ரை வீட்டுக்கு வருவது தெரிந்தது. அவ அங்க வாறது அதுதான் முதல்தரம். நான் கொஞ்சம் திடுக்கிட்டுப் போனேன். வாற போற வழிகளில் அவவைக் கண்டால், எப்படியிருக்கிறியள் என்று கேட்கிறதையும் மெல்லச் சிரிக்கிறதையும் தவிர, எனக்கும் அவவுக்கும் வேறு தொடர்புகள் இல்லை. ஏதும் சிக்கலாய் இருக்குமோ? என்று உள்மனம் எச்சரிக்க, நான் உசாரானேன்.

அப்போது, வீட்டில் யாரும் இல்லை. சமைக்கிற பையன் ரவுணுக்குப் போயிருந்தான். நான் வீட்டுக்கு வெளியே வந்துவிட்டேன்...

நான், மரியாதைக்கு 'வாங்கோ... வாங்கோ' என்று சொல்ல, அவதான் பேச்சைத் தொடங்கினார். 'தம்பி... நீங்கள் கோயிலுக்குப் போறதில்லையோ? நான் ஞாயிற்றுக்கிழமைப் பூசையிலை ஒருநாளும் உங்களை காண்றதில்லை' என்றார்.

நான் சிரித்துச் சமாளிக்கப் பார்க்க அவவுக்கு விளங்கியிருக்க வேணும். அவரே கதையைத் தொடர்ந்தார் . . . 'கொறற்றி சொன்னவள், நீங்கள் வேதக்காறர் எண்டும் சரியான பக்தியான குடும்பத்தை சேர்ந்தவர் எண்டும். உண்மையா நீங்கள் வேதம்தானே' என்று கேட்டார்.

நான் மெதுவாய் 'ஓம்' என்றேன்.

'அதுதானே பார்த்தேன் இல்லாவிட்டால் இந்த வீடு எடுக்கிறத்துக்குப் பங்குத்தந்தைதான் முயற்சி எடுத்திருப்பாரே? அவரால்தானே உங்களுக்கு இந்த வீடு கிடைச்சது' என்றார்.

நான் இடைமறித்து 'நான் கோயிலுக்குப் போகாத ஆள் இல்ல... ஆனா போறது குறைவு' என்றேன். அவ என்னவோ சொல்லத் துடிப்பதும் தயங்குவதும் எனக்கு விளங்கிட்டுது.

'தம்பி கொறற்றியைப் பற்றி என்ன நினைக்கிறீங்கள்?' என்று தயங்கித் தயங்கிக் கேட்டார்.

நான் உசாராகிவிட்டன். மெல்லச் சிரித்துக்கொண்டே, 'நான் நினைக்கிறத்துக்கு என்ன இருக்கு? நாலு ஐஞ்சு மாதமாய்த்தான் அவவைத் தெரியும். அவ நல்ல பிள்ளை, அந்தளவுதான் எனக்கு அவவைப் பற்றித் தெரியும்' என்று எந்தச் சலனமும் இல்லாமல் சொன்னேன்.

அவ கொஞ்ச நேரம் மௌனமாக இருந்தார். 'என்ர தங்கச்சி ஒருத்தி ஊரைவிட்டு வெளியேதான் ஒரு பெடியனைக் காதலிச்சுக் கல்யாணம் முடிச்சு இப்ப நல்லாய் இருக்கிறாள். பெடியனும் யாழ்ப்பாணப் பக்கம்தான். அவர் இங்கை மன்னாரில் படிப்பிக்க வரேக்கை என்ரை தங்கச்சியைக் கண்டு காதலிச்சவர். இப்ப கொழும்பிலை இருக்கினம். ஊரிலை பெரிய எதிர்ப்பு வந்ததுதான். யாழ்ப்பாணத்திலைதான் கல்யாணம் நடந்தது. கொஞ்ச நாளிலை ஊர் அதை மறந்து போச்சுது. என்ன, சில உறவினர்கள் தங்கடை நன்மை தீமைகளுக்கு எங்கடை குடும்பத்தைக் கூப்பிடுறது இல்ல. அதைப்பற்றிக் கவலையும் எங்களுக்கு இல்லை' என்று ஒரு வரலாற்றையே சுருக்கமாய்ச் சொல்லி முடித்தார்.

எனக்கு அவ வந்த நோக்கம் முழுசாய் விளங்கிட்டுது. மரிய கொறற்றியைப்போல, அழகான முகம். வாய் சிரிக்க முன் கண் சிரிக்கும் வஞ்சகமில்லாத் தனம் அவவின்ர முகத்தில் தெரிந்தது.

நான் அமைதியாக இருக்க, அவவே தொடர்ந்தார்.

'எனக்கு ஊர் சாதி எல்லாம் முக்கியமில்லை, என்ன... எங்க சமயமாய் இருக்க வேணும். நான் தங்கச்சியிட்டை அடிக்கடி

போய் வாறனான். அவளும் நத்தார், வருசம் எண்டால் இஞ்சை வந்து போவாள்' என்றார்.

இதுக்கும் நான் ஒன்றும் சொல்லவில்லை. எல்லாவற்றையும் கேட்டதுபோல, தலையை ஆட்டிவிட்டு, மெளனமாக இருந்தேன்.

ஏதோ யோசிச்சுகொண்டிருந்தவர் சட்டென்று கேட்டார், 'நீங்கள் கொறற்றியை விரும்புகின்றீர்களோ ...' இவ இப்பிடி நேராகவே கேட்பா என்பதை நான் எதிர்பார்க்கவில்லைத்தான். தடுமாறிப் போனேன். எவ்வளவுதான் உசாராய் இருந்தாலும் இதுக்கான மறு மொழியை என்னால் சட்டென்று சொல்ல முடியாமல் இருந்தது என்னுடைய பலவீனம்தான்.

'இல்ல. இல்ல... அப்பபடியொரு எண்ணம் என்னட்ட இல்லை' என்று நாக்குளறச் சொன்னேன்.

'நல்ல பிள்ளை; அழகான பிள்ளை; இந்த ஊருக்கு வந்த போது என்னுடன் பேசிய முதல் பெண். அதனாலை கண்டால் சிரிக்கிறது கதைக்கிறது அவ்வளவுதான்... அதுக்குமேல ஒண்டும் இல்ல.'

வழக்கமாய்ச் சரளமாய்ப் பேசுற நான், அன்றைக்குச் சொற்கள் ஒன்றுக்கு மேல் ஒன்று ஏறித் தடக்குப்பட, நாக்கும் பற்களும் இடறுப்பட்டுக் கொண்டிருந்தன.

உள்ளத்திலே உண்மை இருந்தால்தானே வாக்கில் தடுமாற்றம் இல்லாமல் இருக்கும். நான் ஒன்றுமே இல்லாத வானத்தை அண்ணாந்து பார்த்துக்கொண்டிருந்தேன்.

'ஆனா, அவ உங்களை விரும்புறா ...' ஒரு தாய் மகளின் காதலை, சம்பந்தப்பட்ட இளைஞனுக்குச் சொல்லுறது இதுதான் முதல்தடவையாய் இருக்குமோ? இதுவும் நான் எதிர்பார்க்காததுதான். திகைப்பு அப்பட்டமாக வெளிப்பட, நான் செயற்கையான கேள்விக்குறியோடு அவவின்ர முகத்தைப் பார்த்தேன்.

'அவள் உங்களை விரும்புறது எனக்குத் தெரியும். நான் அவளின்ரை தாய்... அதைவிட நானும் குமர்ப்பெண்ணாய் இருந்தவள்தானே!' என்று சொன்னார். மகள் தனக்குச் சொல்லவில்லை என்பதையும் தானாக ஊகித்தறிந்தேன் என்பதையும் எனக்கு அவ சொல்ல வேண்டியிருந்தது.

என்ர மனசின் குழப்பங்களுக்கு அப்பால், அவையளின்ர கனவுகளில் இருந்து அவையள விடுவிக்க வேண்டியிருந்தது.

'எனக்குக் குடும்ப பொறுப்புகள் இருக்கு ... அதோட கலியாணத்துக்கு இன்னும் வயது இருக்கு. நீங்கள் நினைக்கிற

மாதிரி நான் பணக்காறக் குடும்பத்தை சேர்ந்தவனும் அல்ல... மனதைக் கடுமையாக்கிக் கொண்டு, மன்னாருக்குப் பிழைக்கத்தான் வந்திருக்கிறன். வேறை எந்த நோக்கமும் எனக்கு இல்ல' என்றேன்.

அவ விடுகிற மாதிரி இல்லை.

'தம்பி. நீங்கள் அவளை விரும்பினால் நாங்கள் ஒரு தடையும் சொல்ல மாட்டம். இந்தக் காலத்திலை ஊர்க் கட்டுப்பாடு எல்லாம் பெரிசாய் எடுபடாது. நீங்கள் கொஞ்சம் பயந்த ஆள் எண்டு கொறற்றி சொல்லிச் சிரிப்பா.' சிலவேளை நீங்கள், இந்த ஊர் ஆண்பிள்ளைகளுக்குப் பயந்து, உங்களை வெளிக்காட்டாமல் இருப்பியள்' என்று ஏதோ சொல்லத் தொடங்க, நான் குறுக்கால் பாய்ந்து,

'எனக்கொரு பயமும் இல்லை... என்னுடைய வசதிக் குறைவாலை காதலிலோ கல்யாணத்திலோ இப்ப நாட்டம் இல்லை. அவ்வளவுதான்' என்றேன். பத்மினியின் முகமும், அவள் எனக்கு எழுதிய கடிதமும் என் நினைவில் திரைப் படமாய் விரிந்தது.

நாங்கள் பேசிக்கொண்டிருக்கும்போது ரவுணுக்குப் போன சமையல்காரத் தம்பி சாமான்களோடு வந்தார். அவனைக் கண்ட பிறகு, கதையை நிற்பாட்டினேன். அவ போக வெளிக்கிடும்போது,'உள்ள வாங்கோ தேத்தண்ணீ குடிச்சிட்டுப் போங்கோ' என்று நான் சொல்ல, அவ சுரத்தில்லாமல் 'நான் இன்னொரு நாளைக்கு வாறன்' என்று சொல்லிப் புறப்பட்டார்.

குறிஞ்சி மலர் நாவலிலை வருகிற நவநீதன்போல... உண்மையான இலட்சியப் புருசனாகத்தான் நான் விரும்பி யிருந்தேன். ஆனால் வாழ்க்கை என்னவோ, எம்.ஜி.ஆர். பட வில்லன் மாதிரித்தான் என்னைக் கொண்டுபோகிறது.

அதற்குப் பிறகு, மரிய கொறற்றிய போற வாற வழிகளில் தற்செயலாகச் சந்திக்கும் வாய்ப்புகளைக்கூடத் தவிர்த்தேன். இந்தப் பிரச்சினையில் மனம் உழன்று கொண்டிருந்த நாள்களில், அம்மாவிடமிருந்து கடிதம் ஒன்று வந்தது.

என்ரை அப்பாவின்ரை கடைசித் தங்கச்சி ரதி மாமிக்குப் புருசன் அடித்துவிட்டார் என்றும், அவர் யாழ்ப்பாண ஆசுப்பத்திரியில் இருக்கிறார் என்றும் அம்மா எழுதியிருந்தார்.

நான் உடனே யாழ்ப்பாணம் வெளிக்கிட்டேன்.

ரதி மாமி, என்னைவிட ஒரு நாலு ஐந்து வயதுதான் மூத்தவ. 'நீ பிறந்தபோது தன்னை விட, அதிகமாய்ச்

சந்தோசப்பட்டது அவதான், நீ அவவின்ரை தோளிலைதான் எப்பையும் இருப்பாய்' என்று அம்மா சொல்லுறவ.

நான் நடக்கத் தொடங்கி, விபரம் தெரியத் தொடங்கிய நாட்களில், அவ என்னைத் தூக்கிக்கொண்டு திரிந்ததும், அவ தன்ரை சிநேகிதிகளோட கெந்தல் விளையாட்டு விளையாடும்போது கூட, இடுப்பில் என்னை வைத்துக் கொண்டு கெந்தி விளையாடியதும் எனக்கு நினைவில் இருக்கிறது.

கொஞ்சம் வளர்ந்த பிறகு அவவின்ரை சிநேகிதிகளுக்கு முன்னால் மாமி என்று கூப்பிட்டால் ஆட்களுக்கு முன்னால், மாமி என்று கூப்பிடாதையென என்னைக் கிள்ளுவா.

ஆட்கள் இல்லாதபோதும் வீட்டிலையும் மாமி என்று சொல்லாமல் ரதி என்று கூப்பிட்டால் அப்பவும் கிள்ளுவா. அம்மாவும் வாயிலை சுண்டுவா. அவ மாமி என்பதைவிட, எனக்கு ஓர் அக்கா போலவே இருந்தா. அவவின்ர பாசம் மிகப் பெரிசு.

இப்ப, சாதி பார்த்து, சமயம் பார்த்துக் கல்யாணம் முடிச்சு, பெரிய துன்பப்படுகிறா.

புருசன்காரன் அவவிற்கு அடிக்கிறவர் என்று கேள்விப்படுகிற போதெல்லாம் நான் தனியே இருந்து அழுதிருக்கிறேன். என்ரை சித்தியைப்போல இவவும் சாதி பாராமல் யாரோடையும் ஓடிப் போய்க் கல்யாணம் முடித்துச் சந்தோசமாயிருந்திருக்கலாம்.

அவவின்ர புருசன்காரனை எனக்குப் பிடிக்காது. ஒருக்காலும் நான் அவரை மாமா என்று கூப்பிடுவது இல்லை. அவன் ஒரு நட்டாமுட்டி. மேயர் துரையப்பாவைப் பிடித்து மாநகரசபையில் கிளார்க் வேலை எடுத்தவர். தமிழரசுக் கட்சிக்கு எதிரான மனநிலை கொண்டவர். கடைசியாய் நடந்த தேர்தலில் தமிழ் அரசுக் கட்சியில் இருந்து விலகியோடி, அரசாங்கத்தோடு ஒட்டியிருந்த மாட்டீனுக்கு வேலை செய்தவர்.

எலெக்சன் முடித்த நாள்களில் அவரைப் பற்றிய பகிடி ஒன்றை நண்பர்கள் சொல்லிச் சிரிப்பார்கள். அவரும் அவற்ரை நண்பர்களும் எலெக்சன் அன்றைக்குப் பகல் முழுவதும் மாட்டினிட்டை வாங்கிக் குடிக்கிறதும் எலக்சன் பூத் பக்கங்களில் போய் நிக்கிறதும்தான் வேலை. இடைக்கிடை மாட்டின் வீட்டுக்குப்போய் 'எல்லா பூத்துகளும் போய்வந்து கொண்டிருக்கிறம். நிச்சயமாய் நீங்கள்தான் வெல்லுவீர்கள்' என்று சொல்லிப் பணமும் சாராயமும் வேண்டினார்களாம். இரவு, எலெக்சன் முடிவு வந்தது தெரியாமல் இவை மார்ட்டின் வீடு போயிருக்கினம். அங்க போய், 'எங்கடை சனமெல்லாம் உங்களுக்குத்தான் வோட் போட்டிருக்கு. சாதியும் சமயமும்

முக்கியமல்லோ… நீங்கள்தான் வெல்லப் போறியள்… ஏதாவது மிச்ச சொச்சம் இருக்கோ' என்று கேட்க, தன்னுடைய படுதோல்வியை ரோடியோவில் கேட்டுப் போட்டு, கடுங் கோபத்திலும் துக்கத்திலும் இருந்த மார்ட்டின், தும்புக்கட்டையை எடுத்துக்கொண்டு 'வளவுக்கு வெளியாலை போங்கோடா' என்று கலைத்தவராம்.

நான் வீட்டை போய், அம்மாவிடம் விபரங்களைக் கேட்டேன், 'தனக்குச் சரியான சீதனம் தரேல்லை என்று மாமிக்கு

நெடுகலும் அடிக்கிறவனாம். அத்தோடு அப்பாவைப் பற்றியும் ஏசிக்கொண்டிருப்பானாம்.

அண்டைக்கும் குடிச்சுப் போட்டு வந்து அதே சண்டையைத் துவக்கியிருக்கிறான்.

மாமி, பிள்ளைக்குப் பால் குடுத்துக்கொண்டிருந்தவ; எதிர்த்து எதோ சொல்ல, பின்னாலை முதுகுப் பக்கத்தால் உதைந்திருக்கின்றான். மாமியின்ரை தலை சுவரில் அடிப்பட்டுத் தலையில் காயம் பட்டிருக்கிறது. பெரிய காயம்போல. அதனால் தான் பெரியாஸ்பத்திரியில் கொண்டுபோய் வைத்திருப்பதாய் அம்மா சொன்னா. நல்லவேளை குழந்தைக்கு ஒன்றும் இல்லை.

எனக்கு இந்தச் சீதனப் பிரச்சினை தெரியும். மாமியைப் பெண் கேட்டு அவன்ரை ஆட்கள் அப்பாவிடம் கல்யாணம் பேசி வந்தபோது நான் நிற்கும்போதுதான் அப்பா சொன்னார், ‘எங்களுக்கு அப்பா இல்லை... நான்தான் எல்லாம் பார்க்க வேணும். சீதனம் தாறதுக்கு எங்களிட்டை பெரிய பண வசதியில்லை. உங்கடை மகன் முனிசிப்பால்ரியிலை உத்தியோகம் என்று சொல்லுறீங்கள். எங்களுக்கு அந்தளவுக்கு வசதி வராது’ என்றார். அதற்கு, அவனும் அவன்ரை தாய்தகப்பனும் ‘எங்களுக்குச் சீதனம் வேண்டாம். நீங்கள் பெம்பிளையைத் தந்தால் போதும் கல்யாணச் செலவுகூட, நாங்கள் பாக்கிறம்’ எண்டவை.

அப்பா, இதை நம்பாமல், அவனையே நேராய்ப் பார்த்துக் கேட்டார், ‘தம்பி நீங்கள் என்ன சொல்லுறியள்...’ என்று அதற்கு அவன், ‘நான் உங்கடை தங்கச்சியன்ரை குணத்திற்காவும் வடிவுக்காகவும்தான் அவவை விரும்புறன். எனக்குச் சீதனம் வேண்டாம்’ என்றான்.

அப்போது அப்பா சொன்னார், ‘நாங்களும் சும்மா அனுப்ப மாட்டம்... அவள்தான் கடைசிப் பிள்ளை... இருக்கிற வீடு அவளுக்குத்தான். கல்யாணச் செலவும் தந்து கொஞ்ச நகையையும் போடுறம்’ என்று சொல்லிக் கல்யாணத்துக்கு ஒப்புதல் குடுத்தார். அப்பருக்கும் சாதி, சமயம் ஒன்றென்பதால் சந்தோசம்.

ஆனால், மாமிக்கு இதில் பெரிசாய் விருப்பம் இருக்க வில்லை. பெண் குரலை யார்தான் கேட்கப் போகினம்?

கல்யாணம் நடந்தது. கல்யாணம் முடித்துக் கொஞ்ச நாளிலேயே அவன் தன்ரை சுயத்தைக் காட்டத் தொடங்கி விட்டான். வீட்டிற்குச் சுத்து மதில் கட்டித்தரச் சொல்லி ஆக்கினைப்படுத்தினான். மாமியும் வந்து அழ, அப்பாவும் கடன்பட்டு வளவிற்குச் சுத்துமதில் கட்டிக் கொடுத்தார்.

எனக்குச் சரியான ஆத்திரம். சீதனம் வேண்டாம் என்றுவிட்டு இப்படி ஆக்கினைப் படுத்திறானே என்று.

ஆத்திரத்தையும் கவலையையும் ராசகுலத்திடம் சொன்னேன். அப்போது நாங்கள் படித்துக்கொண்டிருக்கிற காலம். ராசகுலமும் ஆத்திரப்பட்டான்.

அன்றைக்கு இரவு சாமத்தில் அவனும் நானுமாய்ப் போய் புதிதாகக் கட்டிய சுத்துமதிலில் 'சீதனம் வேண்டாம்' 'சீதனம் வேண்டாம்' என்று இரண்டு மூன்று இடத்தில் சிவத்த பெயின்ராலை பெரிதாக எழுதி வைத்தோம்.

அவன் இரண்டு மூன்று நாளில் அதை அழிச்சுப் போட்டான். அதை யார் எழுதினது என்பதை அவனால் கண்டுபிடிக்க முடியவில்லை.

நான் மாமியைப் பார்க்க ஆஸ்பத்திரிக்கு போகவில்லை... ராசகுலத்திடம்தான் போனேன். கவலையோடு மாமிக்கு நடந்த கதையைச் சொல்லும்போது எனக்கு அழுகை வந்தது. அழுகை மாத்திரமல்ல; வெப்பியாரத்தாலும் கோபத்தாலும் மனம் கொந்தளித்தது.

ராசகுலத்திற்கும் ரதி மாமிமீது அனுதாபம் உண்டு. அவனும் கவலைப்பட்டான். அதுமட்டுமில்லை, பெடியளைப் பொலீசுக்குக் காட்டிக் குடுக்கிற வேலையும் இவன் பார்க்கிறான் என்று சொன்னான். 'நீ ஒரு நூறு ருபாய் செலவழிப்பாய் எண்டால் சொல்லு எனக்குப் பெடியள் இருக்கிறாங்கள், நான் நல்லதொரு பாடம் படிப்பிக்கிறன்' எண்டான்.

'என்னட்டை இப்ப காசுப்புழக்கம் இருக்கு... 100 என்ன 500 ரூபா செலவழிக்கிறன்... ஏதாவது ஒழுங்கு செய்' என்றேன். அவ்வளவு கோபம் எனக்கு.

'இரவு துண்டிப்பக்கம் போயிற்றுத் தனியத்தான் வாறவர், காலை முறிச்சு விடுகிறன். அந்தமாதிரிப் பெடியள் செய்வாங்கள்' என்றான் இராசகுலம்.

'நீ கட்டாயம் இந்த உதவியைச் செய்ய வேணும்' என்று சொல்லிவிட்டு மன்னாருக்கு வெளிக்கிட்டேன்.

'மாமியைப் பார்க்க ஆஸ்பத்திரிக்குப் போகவில்லையோ' என்று அம்மா கேட்டார்; நான், 'இல்லை போகேல்லை. அங்கை அவன் நிப்பான். பிள்ளையோடை நடக்கேக்கை வழுக்கி விழுந்தவ எண்டுதான் ஆஸ்பத்திரியிலை அட்மிட் பண்ணினவனாம். அவன் நின்றால் மாமியைப் பற்றியோ அப்பரைப் பற்றியோ என்னோடை ஏதாவது கதைப்பான்... கட்டாயம் அவனோடை சண்டை வரும். நான் மன்னாருக்குப் போறன். நீங்கள் போய் அடிக்கடி மாமியைப் பாருங்கோ' என்று சொல்லிவிட்டு பஸ் ஏறிவிட்டேன்.

மன்னாரில் மனசு வேலையில் ஓடவில்லை... இராசகுலத்தின் கடிதம் எப்போது வரும் என்று குரூர சிந்தனையோடு மனம் காத்திருந்தது.

அம்மாவின் கடிதம்தான் வந்தது. 'ஏதோ இயக்கமாம். அவனை அடிச்சுக் காலைமுறிச்சுப் போட்டாங்களாம். மாமி ஆஸ்பத்திரியாலை வெளியிலை வர அவன் ஆஸ்பத்திரியிலையாம் என்று அம்மா எழுதியிருந்தா.

மனம் சந்தோசத்தில் கூவியது. ராசகுலத்துக்கு நான் எவ்வளவு கடமைப்பட்டுப்போனவன்? நான் பின்னால் படப்போகும் துன்பங்கள் எல்லாம் இப்படி நான் செய்த கொடுமைகளால்தான் பழியாய் வந்ததோ?

அம்மா 'ஒவ்வொரு நாளும் மனதுக்கையாவது இந்தச் செபத்தைக் கட்டாயம் சொல்லு . . . கடவுள் உன்னை ஆசிர்வதிப்பார்' என்று சின்ன வயசிலிருந்தே அம்மா சொல்லித் தந்த செபம்தான் 'புனித பிரான்சிஸ் அசிசியின் செபம்.'

> ஆண்டவரே உமது சமாதானத்தின் கருவியாக என்னை ஆக்கியருளும். எங்கு பகை உள்ளதோ அங்கு அன்பையும். எங்கு மனவருத்தம் உள்ளதோ, அங்கு மன்னிப்பையும். எங்கு சந்தேகம் உள்ளதோ, அங்கு நம்பிக்கையையும். எங்கு இருள் உள்ளதோ அங்கு ஒளியையும். எங்கு துன்பம் உள்ளதோ, அங்கு இன்பத்தையும் நான் பரப்ப அருள் தாரும்.
>
> நான் என் ஆறுதலுக்காக அலைவதை விட்டு, ஆறுதலைக் கொடுக்க உழைப்பேனாக. என்னை மற்றோர் புரிந்துகொள்ள வேண்டும் என்று நடப்பதை விட்டு, மற்றவர்களைப் புரிந்து கொள்ள உழைப்பேனாக.
>
> என்னை மற்றவர்கள் நேசிக்க வேண்டும் என்று தவிப்பதை விட்டு, மற்றவர்களை நேசிக்க முற்படுவேனாக.
>
> ஏனெனில் கொடுப்பதன் மூலம்தான் பெற்றுக்கொள்ள முடியும். மன்னிப்பதன் மூலந்தான் மன்னிப்படைய முடியும். சாவதின் மூலம்தான் முடிவில்லாத வாழ்வில் பிறக்க முடியும் – ஆமென்.

இந்தச் செபம் எனக்கு மனப்பாடம்தான். ஆனால், சொல்வதில்லை. சொல்லக்கூடிய தகுதியை நான் மெல்ல மெல்ல இழந்துவிட்டிருந்தேன்.

11

நோயல் பிரான்சிஸ் என்னைத் தேடி மன்னாருக்கே வந்திருந்தான்.

நோயல் என் பள்ளித் தோழன். நான் பிறந்து வளர்ந்த ஊர்க்காரன். என் அம்மாவின் ஊரைவிட்டு வந்து பத்து வருசங்களுக்கு மேல் என்றாலும் நோயலுடன் என் தொடர்பு இருந்துகொண்டிருந்தது.

அவன் என்னைத் தேடி வந்ததும், அவனை நேரில் பார்த்ததும் எனக்கு உண்மையாய்ப் பெருஞ்சந்தோசமாய் இருந்தது.

அவன்ரை அண்ணன் முருங்கன் பக்கம் இருக்கின்றார் என்றும், அவரைச் சந்திக்கிறத்துக்காக வந்ததாகவும், அப்பிடியே என்னையும் பார்த்துவிட்டுப் போக விரும்பியதாயும், என்ரை வீட்டை விசாரிச்சுக் கண்டுபிடிக்கக் கஸ்டப்பட்டதாயும் சொன்னான்.

அண்ணர்தான் உன்னை மன்னாரில் கண்டதாக வும் நீ எங்கையிருக்கிறாய், என்ன செய்யிறாய் என்ற விபரங்களையும் சொன்னவர் என்றான்.

நோயல் டொக்டர் படிப்புப் படிக்கிறத்துக்காக இந்தியாவுக்குப் போயிருந்தான். அவன்ரை அண்ண னும் அண்ணியும்தான் அவனை வேலூர் மருத்துவக் கல்லூரிக்கு அனுப்பிப் படிப்பிச்சுக்கொண்டிருந்தவை.

‘எப்ப நீ இந்தியாவிலையிருந்து வந்தனி? படிப்புக்கள் எப்படி போகுது?’ என்று கேட்டேன்.

தனக்கு இது கடைசி வருசம் என்றும் அடுத்த வருசம் படிப்பு முடிஞ்சிடும் என்றும் சொன்னான்.

‘அப்ப... அடுத்த வருடம் நீ டொக்டர்’ என்று கொஞ்சம் பொறாமையோடுதான் சொன்னேன்.

‘அப்பா எப்படியிருக்கின்றார்?’ என்று நான் கேட்ட போது ‘ஓம் நல்லாய் இருக்கின்றார்’ எனச் சிரிச்சுக்கொண்டு சொன்னான்.

‘கொப்பர், அண்ணனை சேர்த்துப் போட்டாரோ? அண்ணன் அண்ணி வீட்டுக்கு வாறவையோ?’ என்று கேட்க, ‘இல்லை இன்னும் அது சரிவரேல்லை... அப்படியே இருக்கு’ எண்டான்.

அதுக்குப் பிறகு அதைத் தொடர விரும்பாமல், என்ர நிலவரங்களைக் கேட்டான். சொந்தக்காரன் எண்டுறதைத் தாண்டியும் என்னில் உண்மையான அன்பும் அக்கறையும் கொண்டவன்.

‘மச்சான்! இப்படியே நிரந்தரமில்லாத வேலைகளைச் செய்து இளமைப் பருவத்தை அழிக்காமல் ஏதாவது நல்ல வேலையை தேடு, அல்லது இப்ப பெடியள் வெளிநாடுகளுக்கு போறாங்கள்... அப்படி ஒரு வழியைப் பார். கணவாய் அனுப்புறன், றால் அனுப்புறன் எண்டு சொல்லி எங்கடை பரம்பரை தொழிலுக்கே திரும்பாதே. ஆருக்கும் வேலைசெய்து உன்னையும் நாட்களையும் வீணாக் காதே;, உனக்கும் வசதியிருந்தால் என்னைப் போல் நீயும் படிச்சிருப்பாய்’ என்று சொல்லிப் பெருமூச்சுவிட்டான்.

அண்டைக்கு மத்தியானம் வரை என்னோடையிருந்து சாப்பிட்ட பிறகுதான் முருங்கனுக்கு தமையனிட்டை போனான். அவனை பஸ்சிலை அனுப்பிவிட்டு வரும்போது, அவனையும் அவன் குடும்பத்தையும் அவன் சொன்ன கதைகளையும் நினைத்துக்கொண்டு வாடி நோக்கி நடந்தேன்.

நோயலின்ரை அப்பாவை ‘யேமிசு மாமா’ எண்டுதான் நான் கூப்பிடுவன். அவற்றை பெயர் யேம்ஸ். ஆரும் அவரை யேம்ஸ் என்று சொல்லி நான் கேட்டது இல்லை. ‘யேமிசர் யேமிசர்’ என்றுதான் எல்லாரும் கூப்பிடுவினம்.

யாழ்ப்பாணம் கச்சேரியிலை அவர் பியுன் ஆக வேலை பார்த்தவர். நேரம் கிடைக்கேக்க றால் இழுக்கவும் போறவர்.

நாங்கள் இருந்த ஊரிலை கடல் இல்லாதபடியால் எங்கடை ஊராக்கள் சிலபேர் அராலி, அரியாலை என்று நீண்டதூரம் போய் றால் இழுத்துவிட்டு வருவினம். அதுக்கு இரண்டு பேர் வேணும். அந்த வலையின் நீளம் அறுபதடி இருக்கும். பறி வலையெல்லாம் கட்டிக்கொண்டு பின்னேரம் வெளிக்கிட்டால் திரும்பி வரக் காலையில பத்து மணியாகும்.

அது மிகக் கஸ்ரமான தொழில். கடற்கரையோரங்களில் படுத்துவிட்டு விடிய ஒரு மணிக்கோ இரண்டு மணிக்கோ வெள்ளம்

வத்தி வடு விழும் நேரம் கடலுக்குள் இறங்கி இரண்டு இரண்டு பேராய் வலையை அரையிலை கட்டிப்போட்டு விடிய விடிய பின் பக்கமாய் இழுத்துக்கொண்டு நடக்க வேணும்.

வலையிலை அகப்பட்டவையளை பறியில கொட்டுற போதுதான் முக்கால்வாசிப் பாசியும் கடற் தாவரங்களுமாயிருக்க, கால்வாசி மட்டும்தான் றாலும் சின்ன மீன்களுமாய் இருக்கும். விடிஞ்ச பிறகு, கழிவுகளைக் கடலிலை கொட்டிப் போட்டு, மிஞ்சின றால், மீன்களை வியாபாரியளிட்டை விற்றுவிட்டு வரும்போது, உடம்பில் அரைவாசியை இழந்தமாதிரி இருக்கும். அதுக்குப் பிறகுதான் சாப்பிட்டுப்போட்டுப் படுக்கப் போகலாம்.

யேமிசரும் வறுமை காரணமாக இந்த வேலையும் இரவில் செய்பவர்தான். அவருடைய கண்டிசன் என்னவென்றால். வெள்ளை வேட்டி, சட்டையோட சைக்களிலை வந்து, உடுப்பை மாற்றிக்கொண்டு தொழிலுக்குப் போறது. காலையிலை உடுப்பை மாற்றிக்கொண்டு வெள்ளை வேட்டி, சட்டையோட திருப்பி வேலைக்குப் போறது. இரண்டாவது கண்டிசன், அவரிட்டை பறியையோ வலையையோ காவுறத்துக்குக் கொடுக்கப்படாது. உழைப்புக்குத் தக்கமாதிரி மூன்றில் ஒன்றோ, இரண்டில் ஒன்றோ அவருக்குக் கொடுக்க வேணும்.

அவருக்கு அடிக்கடி இத்தொழிலிலை வருவாய் கிடைக்கும். ஏனெண்டால் இரண்டு பேர் சேர்ந்து செய்யிற தொழில் இது. ஆராவது ஒரு ஆளுக்குச் சுகமில்லாமல் வந்தால் அல்லது செத்த வீடு, கல்யாண வீடு என்று வந்தால் இவருக்கு அழைப்பு வரும். எல்லாரும் ஒன்றுக்கை ஒன்றான ஆட்கள்தான். உறவுகளுக்குள்ள பகைகள் இருந்தாலும் ஒருவரையொருவர் விட்டுக்கொடுக்க மாட்டார்கள்.

இதனால் யேமிசருக்கு இரண்டாவது வரும்படிக்கு வாய்ப்புகள் இருந்தன. இரண்டு வரும்படிகள் வந்தாலும் எட்டுப் பிள்ளைகளை வளர்க்கிறது யேமிசருக்கு லேசான காரியமாய் இருக்கேல்லை.

வருசம் தவறினாலும் பிள்ளை தவறாது எண்டும், இரவு பகலாய் வேலை, தொழில் என்று ஆள் பிசியாய் இருந்தாலும் மற்ற அலுவலுக்கும் ஆளுக்கு நேரம் இருக்குத்தானே என்றும் இளவட்டங்கள் அவரைக் கிண்டலடிக்கிறதும் வழக்கம்தான்.

அவர் நல்லவரா கெட்டவரா எண்டுறது இண்டுவரைக்கும் எனக்குத் தெரியாது. ஆனா பெரிய பக்திமான். எங்கடை ஊரிலை பக்திமான்கள் எல்லாம் யேசுவே, மாதாவே, அல்லாட்டால் அந்தோணியாரே என்று அடிக்கடி சொல்வார்கள்.

ஆனா என்னவோ இவர் மாத்திரம் 'அச்சேற்றசூசையப்பரே' என்று அடிக்கடி யேசுவின் வளர்ப்புத் தந்தையின் பெயரை அழைப்பார்.

எனக்கு அவரிலை பிடிக்காதது ஒண்டிருக்கு. அடிக்கடி என்ரை பாடங்களின்ரை மார்க்ஸைக் கேட்பது. ஏனெண்டால் அவற்ரை பிள்ளைகள் எல்லாரும் பாடங்களுக்கு நல்ல மார்க்ஸ் எடுப்பாங்கள்.

றோட்டிலை, அல்லது கோயிலாலை வரேக்கை போகேக்கை 'ஏடோய் உனக்கு கெமிஸ்ரிக்கு, எத்தனை மாக்ஸ்? இங்கிலீசுக்கு எத்தனை மாக்ஸ்?, என்று கேட்பார்.

முப்பத்தேழு, முப்பத்தெட்டு என்று நான் உண்மையைச் சொல்வேன், 'அச்சேற்றசூசையப்பர்' என சத்தம் வைச்சு, பெருமூச்சு ஒன்றை விடுவார். பிறகு, 'றோட்டுவழிய திரியாமல் வீட்டை இருந்து படியடா' என்று புறுபுறுத்துக்கொண்டு போவார்.

அவரிலை பிடிக்காதது இன்னுமொரு விசயம், சாதித் திமிர் கொண்ட யோசவ் மாஸ்டரின்டை சிநேகிதம். யோசவ் மாஸ்ரர் ஊருக்குள்ள ஒரு பெரிய ஆள். றெயினிங் கொலிச்சிலை விரிவுரையாளராய் இருந்து ஓய்வு பெற்றவர். கோயிலுக்குள்ளை குழப்படி செய்யிற சின்னப்பெடியங்களைக் குட்டேக்கைக் கூடச் சாதிப் படிநிலையிலைதான் குட்டின்ரை வேகம் இருக்கும்.

பணம், அரசியல், சாதி, பதவி என எல்லா அதிகாரமும் கைவரப் பெற்ற யோசவ், ஊரில் தவிர்க்க முடியாத ஆள்.

யோசவ் மாஸ்ரரை நினைக்கும்போது கடும் கோபம் வரும். அத் தோடை நீங்கிலாஸ் என்ற என் அயலில் வசித்த ஒருவரின் நினைவும் வரும். நீங்கிலாஸ் என்று நான் சொல்லுற அந்த அண்ணனை எல்லோரும் நீங்கிலான் என்றுதான் கூப்பிடுவாங்கள்.

முதல்முதலில் அவர்தான் அவையடை சமூகத்தில எஸ்.எஸ்.சி.யில் கன கிறடிட்டோட பாஸ் பண்ணியவர். எங்கட பள்ளிக்கூட உதைப்பந்தாட்ட அணியின் கோல்கீப்பர். நீக்கிலாஸ் நெடுநெடு எண்ட உயரமும் கம்பீரமுமான உடலமைப்பும் கொண்டவர். தகப்பன் மரியான், பறை அடிப்பதை விட்டிட்டு மேசன் வேலைக்குப் போன த்லைமுறையைச் சேர்ந்தவர்.

ஏதோ பிரச்சினையில் கோயிலிலை திருநாளுக்கு மேளம் அடிக்க மாட்டன் எனச் சபதமிட்டு, யேசவ் மாஸ்ரர் போன்றவர்களின் எதிர்ப்பைச் சம்பாதித்தவர் மரியான்.

ஸ்டானிஸ்லாஸ் என்ற குருவானவர்தான் அப்ப நாங்கள் படிச்ச பள்ளிகூடத்துக்கு அதிபர். ஆள் பொல்லாத நெருப்பன்.

பெரிய கண்டிப்பான ஆள். அடி போடுறதில் விண்ணன். ஆனா சாதி அமைப்புக்கும் சமய வேறுபாடுகளுக்கும் எதிரானவர். நீக்கிலாசை உதைப்பந்தாட்ட அணியில் கோலி ஆக்கினத்துக்கும், அவர் நல்லாய்ப் படிச்சத்துக்கும், இந்தக் குருவானவர்தான் காரணம்.

வறுமை காரணமாக நீக்கிலாஸ் அட்வான்ஸ் லெவல் படிக்காமல் தகப்பனுடன் மேசன் வேலைக்குப் போகத் தொடங்கி விட்டார். பள்ளிக்கூடம் விட்டாலும் நீக்கிலாஸ் அதிபருடன் தொடர்பில்தான் இருந்தார்.

ஸ்ரானிஸ்லாஸ் சுவாமி அவருக்காக வேலைகள் தேடிக்கொண்டிருந்தார்.

பொலிஸ் சப்இன்ஸ்பெக்டர் வேலைக்கு அப்பளை பண்ணியபோது விளையாட்டில் கெட்டிக்காரரையும் எஸ்.எஸ்.சி. யில் நல்ல றிசலட்டும் நல்ல உடல்வாகும் இருந்ததால் நீக்கிலாஸ் மூன்று நேர்முகத் தேர்விலும் வெற்றி பெற்றுவிட்டார்.

நீக்கிலாஸ் இன்ஸ்பெக்ட்டராய் வரப்போகிறார் எண்ட கதை, ஊர் முழுக்கப் பரவிப் பலபேர்ர நித்திரையில்லாமல் பண்ணியது.

யோசப்பன் திடுக்கிட்டுப் போனார். ஊர் முழுக்க இதுக்கு எதிராகக் கைப்யொப்பம் வேண்டினார். அவற்றை ஆட்களில் கொஞ்சப் பேர் நல்ல மனிதர்கள். 'இப்படிச் செய்வது கடவுளுக்கு ஏற்காது' என்று யோசப்பை மறிச்சபோதும் யோசப் மாஸ்டர் கேக்கேல்லை. 'நீங்கிலான் இன்பெக்ஸ்ரராய் வந்து தற்செயலாய் மானிப்பாய் பொலிஸ் ஸ்ரேசனுக்கு வேலைக்கு வந்தால், ஏதாவது தேவையெண்டு போனால் நாங்கள் எல்லோரும் அவனுக்கு முன்னாலை கைகட்டியெல்லே நிக்க வேணும். எங்கடை சரித்திரத்தில இல்லாத நிலை வந்திடும்' என்று குமுறினார்.

வெள்ளையும் சொள்ளையுமாய் நடுக்கோயிலுக்குள் சிலுவைக்கு முன்னால் இருந்துகொண்டு 'ஆண்டவரே ஆண்டவரே' என்று கைநீட்டிப் பிரார்த்தனை செய்யும் யோசேப்பன், நீக்கிலாஸ் குடும்பத்தைக் 'கிரிமினல் குடும்பம்' என்று பெட்டிசன் போட்டுத் தன்ரை சின்னத்தனமான வேலையைச் செய்து முடிச்சார்.

நீக்கிலாஸ் குலைஞ்சு போனான். 'என்னருமை யாழ்ப்பாணமே' என்று அவனாலை கவிதைதான் எழுத முடிந்தது. வி. பொன்னம்பலத்தாற்ர உதவியோடை ஒரு பட்டணசபையில் பியூனாகி, தன்ர வாழ்நாளைக் கழிச்சுக்கொண்டிருக்கிறான்.

யோசப்பை நினைக்கிறபோது சந்தியாப்பிள்ளை மாஸ்ரர், சமயம் படிப்பிக்கிற நேரத்திலை பாடமாக்கச் சொன்ன பைபிள் வாசகங்கள் ஞாபகத்துக்கு வரும்.

‘வெளிவேடக்காரரே! மறைநூல் அறிஞரே! பரிசேயரே! உங்களுக்கு ஐயோ கேடு! ஏனெனில் நீங்கள் வெள்ளை அடிக்கப்பட்ட கல்லறைகளுக்கு ஒப்பாவீர்கள். அவை வெளியே மனிதர்களுக்கு வனப்பாகத் தோன்றுகின்றன. உள்ளேயோ இறந்தோர் எலும்புகளும் பலவகை அசுத்தங்களும் நிறைந்துள்ளன. அவ்வாறே நீங்களும் வெளியே மனிதருக்கு நீதிமான்களாய்த் தோன்றுகின்றீர்கள். உள்ளேயோ கள்ளத்தனத்தாலும் அக்கிரமத்தாலும் நிறைந்திருக்கிறீர்கள்.’

யேமிசருக்கும் யோசவ் மாஸ்ரருக்கும் சின்ன வயதில் படிச்ச காலம்தொட்டேன் நீண்டகாலச் சிநேகிதம். கோயில் பூசை முடியக் கொஞ்சம் இடைவெளிவிட்டு இரண்டு பேரும் ஒன்றாகத்தான் பேசிக்கொண்டு வருவார்கள். யோசவ் மாஸ்ரர் வீடு வந்ததும் அவர் தன்னுடைய போட்டிக்கோவில் இருக்கிற கதிரையில் இருந்து பேச, யேமிசர் நின்றபடியே பேசிப் போட்டுத்தான் வீட்டை போவார்.

அவை இரண்டு பேரும் கதைக்கிற விசயங்கள் பற்றி எனக்கும் யோசனைகள் ஓடும். கத்தோலிக்க மதம் பற்றி இருக்கலாம், அல்லது ஊர் அரசியலாக இருக்கலாம், அல்லது குலைந்து கொண்டு போற சாதி அடுக்குப் பற்றிய கவலையாய் இருக்கலாம். என்ரை கணக்கின்படி எந்த நல்ல விடயங்களையும் இவையள் பேசியிருப்பார்கள் என்றில்லை.

இந்த நட்பால் இரண்டு பேருக்குமே சில நன்மை, தீமைகள் இருந்தன. யோசவ் கொஞ்சம் நோயாளி அவருக்குத் தேவையான மருந்துகளை இவர் கச்சேரி வேலை முடிச்சு வரேக்க ரவுணிலை வேண்டி வர வேணும்.

ஊரில உள்ளவை, பிறப்புச் சான்றிதழ், கல்யாணச் சான்றிதழ், இறப்புச் சான்றிதழ் தேவையென்றால் யோசப் மூலம்தான் யேமிசரிட்டை விண்ணப்பங்களைக் குடுப்பினம். ஒவ்வொன்றுக்கும் மூன்று ரூபா வீதம் யோசவ், யேமிசருக்குக் கொடுப்பார். இதெல்லாம் ஊர் அறிந்த இரகசியம்

இப்படியே இருக்கின்ற காலத்தில் யேமிசரின்னர மூத்த மகனுக்கு பி.எஸ்சி படிக்கிறதுக்குக் கொழும்பு யூனிவேசிற்றியில் இடம் கிடைச்சுது.

யேமிசருக்கும் ஒரு கனவு இருந்தது.

தன்னப்போல் பியூனாய் இல்லாமல், தன்ரை பிள்ளைகள் படிச்சுக் கச்சேரியிலையோ கொழும்பிலையோ பெரிய உத்தியோகத்துக்குப் போக வேணும். அதுக்குப் பட்டினி கிடந்தென்றாலும் பிள்ளைகளை நல்லாய்ப் படிப்பிக்க வேணும்.

‘யேமிசர், தன்ரை மகனுக்கு யூனிவேசிற்றியில் இடம் கிடைச்சதை அவர் யோசப்புக்குச் சொன்னபோது, அதை அவர் சந்தோசமா வரவேற்கவில்லை.

‘யேமிசு . . . கொழும்பிலை விட்டு படிப்பிக்கிறது எண்டால் பெரிய காசு வேணும். எங்களைப்போல ஆட்களே கஸ்ரப்படுறம். உங்கடை ஆட்கள் ஆர் யூனிவேசிற்றிக்குப் போய் இருக்கினம்? அவனுக்கு அட்வான்ஸ் லெவல் நல்ல ரிசல்ட் எண்டால் கச்சேரியிலை யாரையும் பிடிச்சு அங்கினிக்கை வேலைக்குப் போடப் பார். பெரிசாய்க் கால் வைச்சு இவ்வளவு பிள்ளை குட்டிகளோடு கஸ் ரப்படப் போகிறாய்’ என எச்சரித்தார்.

இதுக்கு யேமிசர் மசியவில்லை. ஒரு மாதிரிச் சிரிச்சு சமாளிச்சுப் வெளியே வந்தவர், உயிரைக் கொடுத்தென்றாலும் மகளைப் படிப்பிக்க வேணும் என்று மனசுக்குள் நினைச்சுக்கொண்டார். சூசையப்பர் பார்த்துக்கொள்வார் என்ற உறுதியோட மகனை யூனிவேசிற்றிக்கு அனுப்பி வைத்தார்.

மூத்த மகன் படிப்பிலை நல்ல கெட்டிக்காரன். ஆனால் யூனிவேசிற்றியிலை மூன்றாவது வருசமே ஒரு முருங்கன் பக்கத்துப் பெண் ஒருத்தியைக் காதலிக்கத் தொடங்கிட்டான். யூனிவேசிற்றி முடிஞ்ச கையோடு வேலையும் கிடைக்க, ஓர் இக்கட்டான சூழ்நிலையி அந்தப் பெண்ணைத் திருமணமும் முடித்து விட்டான்.

யேமிசர் கொதித்துக் குலைந்து போனார்.

ஊர் அறியச் சத்தியம் செய்தார். ‘மூத்தவன் வீட்டுப் பக்கம் வந்தால் அச்சேற்றசூசையப்பர் அறிய, படலையடியிலை வைச்சு, வெட்டிப்போட்டு நான் மறியலுக்குப் போவன்’ என்று.

குடும்பத்தின் ஏழ்மையைக் கவனிக்காமல் அவன் கல்யாணம் முடிச்சுக்கொண்டு போய்விட்டான் என்றல்ல அந்தக் கோபம் . . . தங்களை விட, சாதி அடுக்கில குறைஞ்ச பெண்ணைக் கல்யாணம் முடிச்சான் என்பறதுதான் அவரின் பெரிய கோபம்.

சாதி அடுக்குகள் குலைவதை வெறுக்கிற யோசவ் மாஸ்ரரும் தன்னால் இயன்றதைச் செய்தார். ‘நான் உனக்குச் சொன்னனான், நான் உனக்குச் சொன்னனான்’ என்று யேமிசரை ஏத்திவிட்டுக் கொண்டு நின்றார்.

மூத்தவன் முடித்த பெண்ணோ மிக அருமையானவர். அத்தோடு அவவும் படிப்பு முடிய ஆசிரியராக நல்ல சம்பளத்தில் மன்னார் கொண்வேன்றில் வேலை செய்கின்றா.

யேமிசருக்குத் தெரியாமல் தாய்க்கு உதவிகள் செய்வார்கள். ஆனால் மூத்தவனோ அல்லது அவவோ ஊர்ப் பக்கம் வருவதில்லை.

நோயலை எப்படியும் டொக்டருக்குப் படிப்பிக்க வேணும் என்பதுதான் மூத்தவனின் திட்டம். முதல்தரம் அவனுக்கு பி.எஸ்சிதான் கிடைச்சது. மூத்தவன் யூனிவேசிற்றிக்குப் போக வேண்டாம் என்று மறிச்சுப் போட்டான். 'தரப்படுத்தல் இல்லாவிட்டால் நீ கட்டாயம் மெடிக்கலுக்குப் போயிருப்பாய். நீ இன்னொருக்கால் கடுமையாய் றை பண்ணு. நான் எல்லாம் பார்கிறேன்' என்று சொன்னான்.

இரண்டாம்தரம் அட்வான்ஸ் லெவல் சோதனைக்கு நோயல் படிச்சுக்கொண்டிருக்கிற காலத்தில்தான் யோசவ் மாஸ்ரருக்கு வேண்டியவர் ஒருவர் எம்பியாக எங்கள் தொகுதிக்குத் தெரிவானார். யோசவ் கேட்பதையெல்லாம் செய்யக்கூடிய ஆள்.

அப்பதான் யேமிசர் யோசிச்சார்; வயதும் போகுது, இரவு தொழிலுக்குப் போய்வாறது இப்ப இலகுவாயில்லை. நம்பியிருந்த மூத்தவனும் கல்யாணம் முடிச்சுத் தனக்குத் துரோகம் செய்து விட்டான். மூத்தவனைப்போல இவனையும் யூனிவேசிற்றிக்கு அனுப்பினால் இவனும் யாரையும் சாதி குறைஞ்சவளையோ அல்லது எங்கடை மதம் இல்லாதவளையோ பிடிச்சுக்கொண்டு வந்தால் ஊரில் இருக்கிற எச்ச சொச்ச மரியாதையும் இல்லாமல் பண்ணிப் போடுவன்' என்று.

அது எம்பிமார் சிபாரிசில் ஆசிரியர் வேலைக்குப் பெடியன், பெட்டையளை எடுத்துக்கொண்டிருந்த காலம்.

யேமிசர் யோசவ்விடம் போய் 'மாஸ்ரர் மாஸ்ரர் . . . உங்களாலை நினைச்சா முடியும். என்ர மகனுக்கும் அட்வான்ஸ் லெவல் நல்ல ரிசல்ட். அவனையும் ரீச்சர் வேலைக்குச் சிபாரிசு செய்யுங்கோ' என்று கேட்டார்.

'என்ன கேட்கிறாய் யேமிசு . . . உன்னோடை சமமாய்ப் பழகினாப்போல எல்லாம் கேட்கலாமோ? எங்கடை பெடியங்களே எத்தனை பேர் வேலையில்லாமல் இருக்கிறாங்கள், உங்களுக்கு வேலையில்லாட்டாலும் றால் இழுக்கப் போகலாம். எங்கடை பெடியள் எங்கை போறது? இருபது பேருக்குகிட்ட என்னட்டை வந்து நிக்கிறாங்கள். அவங்களிலை யாரைத் தெரிவு செய்யிறது

எண்டு நான் தடுமாறிக்கொண்டிருக்கிறன்' என்று கோபமாகச் சொன்னார்.

அன்றைக்கும் யேமிசர் அவரைக் குறை நினைக்கவில்லை. 'மனுசன் ஏதோ கோபத்திலை நிற்கிறான் பாவி' எண்டு நினைச்சுக்கொண்டு வந்துவிட்டார்.

தரப்படுத்தலினால் இலங்கைப் பல்கலைக்கழகத்தில் நோயலுக்கு மருத்துவத்துறை கிடைக்கிறது கஸ்ரம் எண்டு நினைத்த மூத்தவனும் அவன்ரை பெண்சாதியும் மன்னாரில் இருக்கின்ற ஒரு குருவானவரைப் பிடிச்சு, வேலூர் மருத்துவக் கல்லூரியிலை நோயலுக்கு அட்மிசன் வாங்க முயற்சி செய்திச்சினம்.

நோயலுக்கு இது தெரியவர, தன்னால் அண்ணன் குடும்பத்துக்குப் பெரிய செலவு வரும் என்று நினைத்து, இதைச் செய்ய வேண்டாம் என இரண்டு பேரையும் மறிச்சிருக்கிறான்.

அண்ணிக்காரி, 'நாங்கள் இரண்டு பேரும் உழைக்கிறம். உன்னை நிமிர்த்தினால்தான் உங்கட குடும்பம் நிமிரும். நீ துணிவோடை இரு' என்று உற்சாகப்படுத்தினார்.

நோயல் இரகசியமாக வேலூருக்குப் போய் நேர்முகத் தேர்வையும் எழுதிப்போட்டு வர, அவனுக்கு அனுமதியும் கிடைத்துவிட்டது.

இது எங்கள் ஆட்களுக்கெல்லாம் தெரியவர, எல்லாருக்கும் பெரிய சந்தோசம். யேமிசர் மெல்லவும் முடியாமல் விழுங்கவும் முடியாமல் இருந்தார். மகன் டொக்டராய் வரப்போறான் என்ற சந்தோசம் ஒருபுறம் இருந்தாலும், மூத்தவன் செய்கிற உதவியை ஏற்கிறதோ என்ற வீம்பும் குறையவில்லை.

யேமிசர் வேலைக்குப் போன ஒருநாளில். நோயலைத் தன்னை வந்து சந்திக்கும்படி யோசவ் மாஸ்ரர் ஆள் அனுப்பியிருந்தார். இவனும் என்னவோ ஏதோவென்று யோசவ் மாஸ்ரரைச் சந்திக்கப் போயிருக்கிறான்.

இவன் படியிலை ஏறி மேலை வந்துவிடுவான் எனப் பதற்றப்பட்ட யோசவ், அவசமாய்க் கீழேவந்து 'எப்படியிருக்கிறாய்?' என்று கேட்டார்.

'நல்லாயிருக்கின்றன்' என்று இவன் தலையாட்ட, 'உனக்குத் தெரியுந்தானே. நானும் உன்ர கொப்பரும் படிக்கிற காலம்தொட்டுச் சிநேகிதம். அதுக்காக நானே எம்பியட்டை வலியப்போய் உதவி கேட்டு உனக்கு ஆசிரியர் வேலைக்குச் சிபாரிசு செய்தன். என்ர மரியாதையை விட்டுக் கொடுத்து எங்கடை ஆட்கள் எத்தனையோ பேர் இருக்க, ஏமிசுக்காக இதைச்

செய்தனான். உன்ர சேட்டிபிக்கட்டுகள், றிசல்ட்டுகளையும் எடுத்துக்கொண்டு, என்ர கடித்ததையும் கொண்டு நாளைக்கு எம்பியைப் போய்ச் சந்தி' என்றார்.

நோயலுக்குத் தடுமாற்றமாய் போய்விட்டது. அவன் உண்மையைச் சொன்னான் 'எனக்கு வேலூர் மருத்துவக் கல்லூரியில் இடம் கிடைச்சிருக்கு' என்று.

யோசவ் ஏறிக் குதிக்கத் தொடங்கிவிட்டார். 'உங்களுக்கென்ன பயித்தியமோ? உங்களாலை முடியுமோ? எவ்வளவு செலவு வரும் தெரியுமோ? இந்தியாவிலை படிச்சாலும் இஞ்சையும் சோதனை பாஸ் பண்ண வேணும். உனக்கென்ன பயித்தியமோ? அவன் யேமிசன் பாவம். அவனை ஏன்றா கஸ்ரப்படுத்திறாய்?

அவன் மூத்தவன் மன்னார்க்காரியை இழுத்துக்கொண்டு வந்ததுபோல, நீ ஒரு சாதி குறைஞ்ச இந்தியாக்காரியை இழுத்துக்கொண்டு வரப்போறியோ?' என்று கத்தத்தொடங்கினார்;, நோயல் மெல்லமாய்த் திரும்ப வெளிக்கிட்டான். 'நான் எம்பியட்டை சொல்லிப் போட்டன். என்ர மரியாதையைக் காப்பாற்றுங்கோ. நாளைக்கு எம்பியிட்டை பின்னேரத்திக்கிடையிலை போ' என்று சொன்னார்.

தான் இந்தியாவுக்கு மெடிக்கல் படிக்கபோறதைக் கேள்விப்பட்டுத்தான் இந்த நடவடிக்கையை யோசப் எடுக்கிறார் என்பது நோயலுக்கு விளங்கிட்டுது.

நோயல் வந்து இதை யாரிடமும் சொல்லவில்லை. அடுத்தநாள் எம்பியைப் பார்க்கச் செல்லவுமில்லை. இரண்டு நாள் கழிய, யோசப்பின் மருமகன் படலைக்கை காரில் வந்து நின்று கொண்டு கோண் அடித்தார்.

அவர், ஒரு ஆயுர்வேத டொக்கர். பெரிய பணக்காரன். நிறையச் சனம் வருகிற ஒரு வைத்திய நிலையத்தை நடத்துகிறவர்.

அவர் மென்மையாத்தான் நோயலோடு பேசினார். 'மாமா போய் உங்களுக்காக எம்பியோடை கதைச்சு இருந்த சின்னக் கோட்டாவிலை உங்களுக்கு ஒரு இடம் எடுத்துத் தந்திருக்கிறார். அவருக்கு மரியாதை செய்யுங்கோ' என்றார்.

நோயலுக்குக் கோபம் வந்துவிட்டது. 'எனக்கு அண்ணன் வேலூரிலை எல்லா ஆயத்தமும் செய்து எவ்வளவோ கஸ்ரப்பட்டு அட்மிசன் எடுத்திருக்கிறார். எனக்கு ஆசிரியர் வேலை வேண்டாம்' என்று உறுதியாகச் சொல்லியிருக்கிறான்,

மென்மையான குரலோடை கதைச்ச அந்த ஆயுர்வேத டொக்டர், 'அப்ப நீ டொக்டராகி இங்கை வந்து ஆஸ்பத்திரி போட, எங்கடை ஆட்களெல்லாம் நீ எம்.பி.பி.எஸ் டொக்டர் என்டு உங்கடை படியேறி வைத்தியம் பார்க்கப் போகினம். அதை ஒருக்கால் பார்ப்பம்' என்று குரலை உயத்திக்கொண்டு,

இரைச்சலோடு காரைத் திருப்பினார்.

12

ரதி மாமி கடிதம் எழுதியிருந்தா.

'அவருக்குக் கால் கொஞ்சம் சுகமாயிற்றுது. முந்தி மாதிரி இப்ப அவர் இல்லை, கொஞ்சம் திருந்தி விட்டார். சண்டையெல்லாம் குறைஞ்சிட்டுது. கால் குணமாக மடுமாதா கோயிலுக்கு நேர்த்தி வைச்சனாங்கள். பெருநாளுக்கு மடுமாதா கோயிலுக்கு வர இருக்கிறம். நீ பக்கத்திலைதானே இருக்கிறாய். இயலுமெண்டால் வந்து பார்.'

நானே காலை முறிப்பிச்சுப் போட்டு, கால் சுகமாக வேணும் என்ற நேர்த்திக்கும் போறதை நினைக்கச் சிரிப்பாய் இருந்தது. ரதி மாமிக்காகவென்றாலும் போகத்தான் வேணும்.

வேலை குறைவாக இருந்தால் வருகிறேன் என்று மறுமொழி எழுதினேன்.

இந்த நாள்களில்தான் தமிழர் கூட்டணியின் ஆவரங்கால் மாநாடு நடந்து முடிஞ்சிருந்தது. வட்டுக்கோட்டை மாநாட்டிற்குப் பிறகு நடந்த முக்கிய மாநாடு இது. லூக்காஸ் சம்மாட்டியார் அதுக்குப் போயிருந்தவர், அதுக்குப் பிறகு இப்பதான் என்னைக் காணவந்தார்.

அரசியலைத் தவிர்த்தாலும் கூட்டங்களுக்குப் போவதை விட்டிருந்தாலும் அது என்னைத் தேடி வந்துகொண்டிருந்தது.

அவருடன் இன்னோர் ஆளும் வந்திருந்தார்.

'இவர், மன்னாரிலை கோட்டிலை வேலை செய்யிற யாழ்ப்பாணத்து உத்தியோகத்தர். எனக்கு நல்லாத் தெரிஞ்சவர். நான் உன்னைப் பற்றி இவருக்குச் சொல்லியிருக்கிறன். இவற்றை பெயர் சங்கர்' என்று கூட வந்தவரை அறிமுகப்படுத்தினார் சம்மட்டியார்.

நானும் அவரைப் பார்த்து முகமனுக்குச் சிரிச்சுப் போட்டு, ஆவலோடு ஆவரங்கால் மாநாட்டைப் பற்றிக் கேட்டேன். சம்மட்டியாரிடம் பழைய உற்சாகம் இருக்கவில்லை. 'தமிழர் விடுதலைக் கூட்டணி மெல்ல மெல்ல அழிஞ்சு போய்விடுமோ எண்டு பயம் எனக்கு வந்திட்டுது' என்றார். 'அதுக்கான அறிகுறியளை நான் ஆவரங்கால் மாநாட்டில அவதானிச்சன்' என்றும் சொன்னார்.

'மேடையிலை அமிர்தலிங்கத்துக்கும் கொஞ்சப் பெடியளுக்கும் வாக்குவாதம் நடந்தது. நிறையப் புது இளைஞர்களையும் நான் அங்க கண்டன். அவங்கள் எல்லாம் கோபமாய்த்தான் நிண்டாங்கள். தேர்தல் அரசியல் முடிவுக்கு வந்து, ஆயுத அரசியல் வந்திடுமோ எண்டு பயமாய்க் கிடக்கு' என்றார்.

'இப்பிடியே போனா... பெரும் அழிவுதான் வரும்' என்று கூட வந்தவரும் சொன்னார்.

கிட்டடியிலை நடந்த வங்கிக் கொள்ளை பற்றியும் அவர் நல்லாய்த் தெரிந்து வைத்திருந்தார்.

'பெடியன் எடுத்துக்கொண்டு போன பணமும் நிறைய... கொள்ளையில பாவிச்ச ஆயுதங்களும் பெரிசு' என்றார்.

'இதுக்கெல்லாம் முதல் காரணம், தமிழரசுக் கட்சியும் தமிழர் விடுதலைக் கூட்டணியும்தான், இனி வாற அழிவுகளுக்கும் அவைதான் பொறுப்பேற்க வேணும்' என்று சங்கர் சொல்ல, நான் அவர் 'இடது' பக்கத்து ஆள் என்பதைக் கணித்துவிட்டேன்.

நான் கொஞ்சம் கோபத்தோடு, 'சிங்கள அரசுதான் இதுக்குக் காரணம், உங்கடை இடது தலைவர்களும் இதுக்குப் பொறுப்பேற்க வேணும்' என்றேன். லூக்காஸ் சம்மாட்டி மௌனமாய் வானத்தை வெறித்துப் பார்த்துக்கொண்டிருந்தார்.

சங்கரும் விடுகிற மாதிரியில்லை. 'தமிழ் வெறியை ஊட்டி பெடியளை ஆயுதப் போராட்டத்துக்குத் தள்ளுறது இந்தத் தேர்தல் அரசியல் கட்சிகள்தான்' என்று சொல்ல, நானும் விடவில்லை.

'ஒரு மொழியெண்டால் இரண்டு நாடு, இரண்டு மொழியெண்டால் ஒரு நாடு எண்டு சொன்ன தீர்க்க தரிசனப் பெரும் தலைவர்களும் சேர்ந்துதான் புதிய அரசியல் திட்டத்தைக் கொண்டுவந்து, தமிழர்களை இன்னும் அடிமையாக்கினவை' என்றேன். இதோடு சங்கரும் கொஞ்சம் தணிந்தான், 'இது எங்கட நாடு. சிங்களவர்களும் தமிழர்களும் சேர்ந்துதான் நல்ல நாட்டை உருவாக்க வேணும். இப்படிப் போனால் நாடு அழியும்' என்று லூக்காஸ் சம்மாட்டி என் பக்கம் கதைக்க வெளிக்கிட்டார்.

சம்மட்டியார் சங்கரைப் பார்த்து, 'தம்பி, இந்த நாட்டிலை இரண்டு இனமும் சமாதானமாக வாழ வேணும் எண்டால், முற்போக்காய்ச் சிந்திக்கிற உங்கள மாதிரியாக ஆக்கள் சிங்கள இனத்துக்குள்ளேயும் உருவாக வேணும். நீங்கள் எல்லாம் யாழ்ப்பாணச் சாதிப் போராட்டங்களில் ஈடுபட்டவர்கள், சாதி இல்லை; சாதி இல்லவேயில்லை எண்டு ஆர் சொல்ல வேணும்? அடக்கப்பட்ட சாதிக்காறரோ சொல்லுறது? அடக்கிற சாதியிலை இருந்தல்லோ அந்தக் குரல் வர வேணும். அப்பிடியான குரல்தானே உங்கட குரல். ஒரு சிறிய வட்டத்துக்குள்ள இருக்கிற சிங்கள முற்போக்கானவர்களைத் தவிர்த்துப் பார்த்தால், சிங்களத் தலைமைகளும் அவை சொல்லுறதைக் கேட்கிற மக்களும் சேர்ந்தல்லோ சொல்ல வேணும் இலங்கையில் இருக்கிற மக்கள் அனைவரும் சமம் எண்டு. சிங்கள அரசுகள் சிங்களம்தான் நாட்டின்ர மொழி எண்டும், பௌத்தம்தான் இலங்கையின்ர சமயம் எண்டும் சொல்லி, கல்வியிலையும் வேலைவாய்ப்புகளிளையும் தமிழர்களை ஒதுக்கி, தமிழர்களின்ர நிலத்தையும் பிடித்தால் ஆயுதம்தான் வரும்' என்று நீண்ட விளக்கத்தை வைத்தார்.

அதுக்கு அந்த நண்பர், 'இரண்டு பக்கமும் பிழையிருக்கு, ஒருவருக்கு ஒருவர் விட்டுக்கொடுத்து நடக்க வேணும்' என்று சொல்ல, எனக்குச் சினம் ஏறியது. அதைக் காட்டிக்கொள்ளாமல்,

'எங்கடை வீட்டுக்குப் பக்கத்திலை ஒரு புருசனும் பெண்சாதியும் ஒரே சண்டையும் சச்சரவும். அதைத் தீர்க்கப் போன ஒரு அப்பு 'இவன் எப்பவும் குடிச்சுபோட்டு வந்து சண்டையைத் துவக்கி அவளுக்கு அடிக்கிறது ... அவளும் வாய்காட்டுறது. இரண்டு பேரும் நிப்பாட்ட வேணும்' எண்டாராம். அந்த மாதிரியெல்லே நீங்கள் கதைக்கிறீங்கள். உலகத்திலை மிகப்பெரிய தத்துவமான மார்க்சியத்தைத் தெரிஞ்ச நீங்கள் இப்படிக் கதைக்கலாமோ? முதல் குடிச்சுப்போட்டு வந்து அடிக்கிறதையெல்லே நிப்பாட்டச் சொல்ல வேணும். அவனிலையும் பிழை, அவளிலும் பிழையென்று சொல்லறது புருசனுக்குச் சார்பான ஒரு அறிக்கைதான். ஒரு தத்துவம் மாதிரி ஒன்று எப்பவோ வாசிச்சனான். ஒருவன் இன்னொருவனை அடிச்சுக்கொண்டு நிக்கேக்கை அதைப் பார்த்துக்கொண்டு நிற்பவனும் அல்லது அதைப் பார்க்காத மாதிரி விலத்திக்கொண்டு போறவனும் அடிக்கிறவன் பக்கம்தான் நிற்கிறான் எண்டு. இண்டைக்கு உங்கடை ஆட்கள் இதைத்தான் செய்யினம்' என்றேன்.

'உங்களோடை இப்ப இதைக் கதைக்க இயலாது. மாக்சியம் என்ற தத்துவத்தையும் சமத்துவத்தையும் நீங்கள் விளங்கிக்கொள்ள

மாட்டியள். ஆயுதம் ஏந்தப்போற பெடியங்களுக்காவது இதைத் சொல்லுறதுதான் எங்கட திட்டம்' என்று சொல்லிப் போட்டு அவர் போயிட்டார்.

லூக்காஸ் சம்மாட்டிக்கு நான் இப்படி விதண்டாவாதம் செய்தது அவ்வளவு பிடிக்கவில்லை. 'நான் உன்னைப்பற்றி அவருக்குச் சொல்லித்தான் கூட்டிக்கொண்டு வந்தனான். நீ கதைச்சது பிழையில்லைத்தான். ஒரே நாட்டுக்கை இருந்து கொண்டு இரண்டு இனமும் குத்துப்பட இயலாது நாங்கள் நினைக்கிற மாதிரி எங்கடை நாட்டைப் பிரிச்சு எடுத்தாலும் இந்த 200 மைல் எல்லையிலை நிண்டு சண்டைதான் பிடிச்சுக் கொண்டிருக்க வேணும்' என்று சோர்வாய்ச் சொன்னார்.

'நானும் வாக்குவாதப்பட்டிருக்கக் கூடாதுதான்' என்று மன்னிப்புக் கேட்கிற தொனியில் சொன்னேன்.

கதை அப்பிடியே றால் பக்கம் திரும்பியது. 'றால் பிடிப்பனவு ஏன் இப்படிக் குறைவாக இருக்கு' எண்டு, நான் கேட்க, 'இனிக் காத்து மாறினால்தான் றால் பிடிபாடு கூடும். எல்லாத்துக்கும் ஒவ்வொரு காலம் இருக்கெல்லே... இனிக் கொஞ்ச நாளைக்கு உனக்கு வேலை குறைவாய்தான் இருக்கும்' என்றார்.

20, 25 பெட்டிகள் அனுப்புகின்ற நேரத்தில். நான் 4, 5 பெட்டி றால்தான் அனுப்பிக்கொண்டிருந்தேன். வேலையும் குறைவாய் இருந்தபடியால் ரதி மாமி கேட்டபடி மடுப்பெருநாளுக்குப் போகலாம் என்று யோசித்தேன்.

போன பெருநாளுக்குப் பக்கத்து வாடி சலீம் முதலாளியோடு மடுக் கோயிலுக்குப் போயிருந்தன். மூன்று நாளைக்குத் தனக்கு உதவி வேணும் என்று அவர்தான் என்னை கூட்டிக்கொண்டு போனார். ஒரு ஐஸ் அடிக்கும் பெடியனை என்ரை வாடிக்குப் பொறுப்பாய் விட்டிட்டு அவரோடு போய் வந்தேன்.

சலீம் மடுக்கோயிலடியில் பெருநாள் நாள்களில் ஒரு சாப் பாட்டுக் கடையை நடத்துகிறவர். பின்னேரத்தில்தான் வியாபரம் சூடு பிடிக்கும். முஸ்லிம் சாப்பாட்டுக்கு நல்ல சனம் மொய்க்கும், பிசியான நேரத்தில் காசுப் பட்டறையில் என்னை விட்டுவிட்டு அவர் சுழன்று சுழன்று வேலை செய்வார். போனமுறை ஒரு சம்பவம் நடந்தது. நான்தான் காசுப் பட்டறையில் நின்றிருந்தேன். சலீம் உள்ளுக்குள் சமைத்தபடி நின்றிருந்தார். அழகான நடுத்தர வயதுப் பெண் ஒருவர், ஆட்டுக்கால் சூப், ரொட்டி றோல்ஸ் எல்லாம் வேண்டினா. அதுக்குரிய காசை நான் கேட்க, 'நீ சலீம்டை சொல்லு, அந்தக் காசிலை கழிக்கட்டாம் எண்டு.' நான் திகைத்துப்

போனேன். நான், 'சலீம் முதலாளி சலீம் முதலாளி, இங்கை ஒரு அக்கா பணம் தாறாயில்லை... ஏதோ அந்தக் காசாம் எண்டுறா ... ஒருக்கா வெளியிலை வாங்கோ' என்றேன்.

அவர் வெளியில வர, அந்தப் பெண் சலீமைப் பார்த்து, 'அந்தக் காசிலிலை கழி' என்று சொல்ல, சலீம் நாணிக்கொண்டு 'ஓம்... ஓம்...' என்றார்.

நானும் விபரம் விளங்காமல், 'எந்தக் காசு' என்று திரும்பத் திரும்ப சலீமைக் கேக்க, 'ஆட்கள் எல்லாம் திரும்பிப் பார்க்கினம்.

விபரம் கெட்ட யாழ்ப்பாணத் தம்பி' என்று புறுபுறுத்துக்கொண்டு சலீம் உள்ளுக்குள் போனார்.

இப்போது நாங்கள் ஒருவரையொருவர் புரிந்துகொண்ட நல்ல நண்பர்கள். போனமுறையும் நான் உதவி செய்தற்கு 100 ரூபா தந்தவர்.

இந்த முறையும் கேட்டார். எனக்கும் அங்கு அலுவல் இருந்ததால் ஓம் என்று போய், ரதி மாமியைச் சந்தித்தேன். ஊரில் இருந்தே எனக்கு விரும்பின சாப்பாடெல்லாம் கொண்டு வந்தி ருந்தா.

அவவின் புருசன்காரன் பெரிய மரியாதையாக என்னோடு பழகினார். நான் பின்னேரம் சலீம் கடையில் நின்றேன். இரண்டாம் நாள் பின்னேரம் கடையில் காசுப் பட்டறையில் இருந்தபோது வீதியில் நின்றுகொண்டு யாரோ என்னைப் பார்க்கிற மாதிரி உணர்வு ஏற்பட்டது.

நிமிர்ந்து பார்த்தேன். பத்மினியும் இன்னொரு பெண்ணும் என்னைப் பார்த்துக்கொண்டிருக்கிறது தெரிந்தது. திடுக்கிட்டுப் போனேன். பத்மினிக்கும் என்னை இப்படிக் கண்டது அதிர்ச்சியாய்த்தான் இருந்திருக்கும்.

'காரிருளில் பேரொளியைக் கண்டேன்' என்ற வேதவாக்கியம் என்ரை நினைவுக்கு வந்தது.

நான் சலீமிடம் சொல்லிவிட்டு அவவை நோக்கிப் போனேன். அவ ஒன்றும் கதைக்காமல் கோபப் பார்வை பார்த்தபடி நின்றா.

பக்கத்திலை நிண்ட பெண்ணிட்ட, 'இவர் என்ர ஒன்றுவிட்ட அண்ணன்' என்று சொல்லிப்போட்டு, அவவை விலத்தி என்னிடம் வந்தா. கிட்ட வந்தவ, 'நான் பாடகர் குழுவோடை இன்ன இடத்தில் தங்கியிருக்கிறன். நாளைக்குக் காலையிலை பெரிய கோவில் மணிக்கூண்டடியிலை 10 மணிக்கு நிற்பன் விரும்பினால் வந்து பாருங்கோ' எனக் கிசுகிசுத்துவிட்டுப் போயிற்றா.

விடிய அஞ்சு மணிக்கே எனக்கு நித்திரை முறிந்துவிட்டது. சலீமின் ரேப் ரெக்கோடரிலை இருந்து,

நீ வருவாயென நான் இருந்தேன்
நீ வருவாய் என நான் இருந்தேன்
ஏன் மறந்தாய் என நான் அறியேன்
நீ வருவாய் என நான் இருந்தேன்
ஏன் மறந்தாய் என நான் அறியேன்
கண்கள் உறங்கவில்லை இமைகள் தழுவவில்லை...

என்று பாட்டு, மனதை உருக்கிக்கொண்டிருந்தது.

நான் எட்டு மணிக்கே போய் நின்றேன். அவவும் முன்னதாகவே வந்திட்டா. 'எங்கட சொந்தக்காரரைச் சந்திக்கப் போறன் எண்டு சொல்லிப்போட்டு வந்தனான் கனநேரம் நிக்கேலாது. உங்களோடை கொஞ்சம் கதைக்க வேணும் அங்காலை வாறீங்களோ?' என்று கேட்டா.

அவ முன்னலை நடக்க, நான் பின்னாலை நடந்து கொண்டிருந்தன். எல்லா இடங்களிலையும் சனங்கள். ஆட்கள் இல்லாத இடமாய் இருந்து கதைக்கலாம் என்றுதான் அவ நடந்துகொண்டிருந்தா. இப்படியே போனால் பண்டிவிரிச்சானுக்குத்தான் போய்ச் சேருவம் என்று நான் சொல்லிச் சிரிக்கேக்கை மடுக்குளக்கட்டு கண்ணில் பட்டது.

அந்த இடங்களிலை கட்டு மறைப்புக்களிலையும் மர மறைவுகளிலையும் சிங்களக் காதல் சோடிகள் கதைத்தும் கொண்டிருந்திச்சினம்.

ஒரு மரச்சரிவுக்கு அருகில் போய் நிண்டா. முகத்திலை கோபம். 'நான் போட்ட கடிதத்துக்கு ஏன் பதில் போடேல்லை?' எண்டா. நான் சிரித்துக்கொண்டு 'பைபிள் வசனத்துக்கெல்லாம் பதில் போட முடியுமோ? ஆனால் அதைப் பாடமாக்கிப் போட்டன்' என்றேன்.

அவவுக்கும் சிரிப்பு வந்திட்டுது.

'றால் கொம்பனி மனேஜர்... இப்ப முஸ்லீம் சாப்பாட்டு கடை நடத்திறார்போல' என்று ஏளனமாய்க் கேட்டா.

'இல்லை... நண்பர் ஒருவருக்கு உதவி செய்ய வந்தனான்' என்றேன்.

அதைக் காதில் வாங்கிக்கொள்ளாமல், 'சரி... உங்கடை திட்டத்தைச் சொல்லுங்கோ... என்னை விரும்புறியளோ... இல்லையோ... ஏமாத்துறத்துக்கெண்டேதான் ஆம்பிளையள் பிறந்தனீங்களோ?

'நீங்கள்தானே என்னைச் சுத்திச்சுத்தி வந்து விழுத்தினீங்கள். ஏன் இப்போ கள்ளன் போலை ஒளிக்கிறீங்கள்?' சடபுடவென்று மூஞ்சையை நீட்டிக்கொண்டே கதைச்சா.

எனக்கும் கொஞ்சம் சூடாயிற்று...'அதையெல்லாத்தையும் உங்கடை அக்காவிட்டைக் கேளும். அவவின்ரை அகங்காரமும் திமிரும்தான் நான் உன்னை விட்டு விலகக் காரணம். உம்மை மறந்து வாழலாம் எண்டுதான் மன்னாருக்கு ஓடி வந்தனான்.

உம்மை மறந்திட்டனா, இல்லையா எண்டு ஒரு முடிவெடுக்க முடியாத நேரத்திலைதான் உம்மட கடிதம் எனக்குக் கிடைச்சது.'

திடீரென்று ஓடிவந்து என் நெஞ்சில் சாய்ந்தா. பக்கத்துச் சிங்களச் சோடிகள் குடுத்த துணிவாய் இருக்க வேணும்.

'அக்கா திரும்பவும் கொழும்புக்குப் போயிட்டா... இனி இன்னொருக்கால் சிங்களவர் தமிழருக்கு அடிச்சால்த்தான் திரும்பி யாழ்ப்பாணம் வருவா' என்று சொல்லிச் சிரித்தபடி என்ரை கண்ணைப் பார்த்தா! 'நீங்கள் திரும்பவும் யாழ்ப்பாணம் வாருங்கோ... எப்படியாவது வெளிநாட்டுக்குப் போய் என்னையும் கூப்பிடுங்கோ' எண்டா.

'வெளிநாட்டுக்குப் போனால் நான் மேலோங்கி ஆகி விடுவேனோ' என்று சொல்லி அவவை என் மடியில் சரித்தேன்.

பக்கத்தில் இருந்த சிங்கள சோடி அடுத்த கட்டடத்திற்குப் போயிருந்தது.

13

அவசரமாய்க் கொழும்புக்கு வரும்படி முதலாளி தந்தி அனுப்பியிருந்தார். உடனே புறப்பட்டுவிட்டேன். அங்கு போக, முதலாளி என்னைக் கூட்டிக்கொண்டு நாங்கள் றால் அனுப்பும் கொம்பனி மனேஜரைப் பார்க்கப் போனார்.

மனேஜர், 'யப்பான்காறங்கள் றால் விலையை குறைத்துப் போட்டாங்கள். முன்பு தந்த விலை இனித் தரமாட்டோம் எண்டும் றாத்தலுக்கு இரண்டு ரூபாய் குறைக்கப்போகிறோம்' என்றும் சொன்னார்.

துக்கமான செய்திதான். றால் பிடிபாடும் குறைந் திருக்கிற இந்த நேரத்தில் காசைக் குறைக்கிறத்துக்குத் தொழிலாளிகள் சம்ம திக்க மாட்டார்கள்.

பெரிய கவலையோடு ரயிலில் மன்னாருக்கு திரும்பிக்கொண்டிருந்தேன். பகல் முழுவதும் கொழும்பில் அலைந்த களை . . . ரெயிலிலும் பெரிதாய்ச் சனம் இல்லை. ஒரு சீற்றில் நீட்டி நிமிர்ந்து படுத்துவிட்டேன்.

நல்ல நித்திரை; திடீரென்று நித்திரை முறிஞ்சு எழும்பிப் பார்க்கிறேன்... ரயில் பெட்டிகுள் ஒருவரும் இல்லை; வெளியிலை நல்ல இருட்டு. ரயிலும் ஓடாமல் நிற்குது.

வெளியே எட்டி, என்ன ஸ்ரேசன் என்று பார்த்தேன். மாகோ ரயில் நிலையம் என்று இருந்தது. 77 கலவரம் நடந்து கனகாலம் இல்லை. வெளியே போகப் பயமாய் இருந்தது. கொஞ்ச நேரம் பெட்டிக்குள்ளேயே இருந்தேன்.

இப்படியே இருந்து என்ன செய்யிறது? யாரிடமாவது கேட்க வேணும். இறங்கிப் போக, கண்ணில் ஒருவர் பட்டார். அவரிடம் இரயில் ஏன் நிக்குது என்று கேட்க, 'அது பழுதாய்ப் போய் ஒரு மணித்தியாலயம் ஆச்சு. வெளியில் போய்

பஸ் ஏறித்தான் மன்னாருக்குப் போகலாம்' என்று சொன்னார். ரெயிலுக்குள் இருந்த பயணப்பையை எடுத்துக்கொண்டு வெளியில் வந்தன்.

இன்னும் களைப்புத் தீரவில்லை. ஸ்ரேசனுக்கு முன்னால் ஒரு தேத்தண்ணீக் கடையிருந்தது. ஒன்றிரண்டு பேர் தேத்தண்ணி குடித்துக் கொண்டிருந்தவை.

சுற்றிவரத் தமிழர்களின் கடைகள் எரிஞ்ச தடயங்கள் தெரிந்தன. பயமும் கவலையும் கூடி வந்தது. சிங்களத்தில் எப்படி பால் தேத்தண்ணீர் கேட்கிறது என்று தெரியாமல் முழிச்சுக்கொண்டு நிற்க, அப்பதான் ஒருவர் வந்து 'கிரிதே தெண்ட' என்று சொல்லிப் பால் தேநீர் வேண்டிக் குடித்தார்.

ஓ, இது ஒரு சின்ன விடயம் என எண்ணிக்கொண்டு, அப்பிடியே அதைக் நினைவில் வைத்துக் கடைக்காரிடம் போய் 'கிரிதே தெக் காய்' எண்டன். வாய் கொஞ்சம் சிலிப் ஆயிட்டுது.

'தா' என்று சொல்கிற 'தெண்ட' என்ற சொல்லையும் 'இரண்டு' என்று சொல்கிற 'தெக்காய்' என்ற சொல்லையும் ஏன் இவ்வளவு கிட்ட வைச்சிருக்கிறாங்கள்? சிங்களமொழி இன்னும் வளர்ச்சி

செல்வம் அருளானந்தம்

அடைய வேணும் என்று நினைக்க, கடைக்காரர் இரண்டு பால் தேநீர் தந்தார்.

இரண்டையும் வாங்கி, கொதிக்கக் கொதிக்க இரண்டு கையிலையும் வைச்சிருந்ததைப் பக்கத்தில் நின்றவர் ஆச்சரியமாய்ப் பார்த்தார்.

இரண்டையும் குடிக்க, நல்லாய்த்தான் இருந்தது.

பிறகு ரெயில்வே ஸ்ரேசனுக்குள்ளே போய் ஒரு தமிழ் உத்தியோகத்தரைத் தேடிப் பிடித்தேன். எப்பிடி மன்னாருக்குப் போவது என்று அவரிடம் கேட்க, 'நீ எங்கை நிண்டு வாறாய்? இப்பத்தான் மன்னாருக்கு பஸ் ஒன்று வெளிக்கிட்டுப் போகுது. இனி விடியத் தான் பஸ்' என்றவர், 'மன்னாருக்குப் போற கொஞ்சப்பேர் ஒரு மினி வான் பிடிச்சுத் தங்கடை காசிலை போறத்துக்கு ஆயுத்தப்ப டுத்துகினம். மற்றப் பக்கத்தாலை போய் வெளியிலை பார். அவையளோட சேர்ந்து போறதெண்டால் போ' என்றார்.

மற்றப் பக்கத்தாலை போய்ப் பார்த்தேன். பெண்களும் ஆண்களுமாய்க் கொஞ்சப்பேர் நிண்டிச்சினம். அங்கு நின்ற ஒரு இளம் ஆளிடம் போய் 'மன்னாருக்கோ போறீங்கள்? நானும் வரலாமோ? 'எனக் கேட்டேன். 'ஓம்... இடம் இருக்கு, 25 ருபா வரும். நீங்களும் வாறியளோ?' என்றார்.

நான், ஓம் என்று சொல்ல, இன்னுமொருவர் பக்கத்தில் வந்தார். வந்தவர் என்னைக் கொஞ்சம் ஆழமாய்ப் பார்த்துப்போட்டு, 'மன்னாரிலை எங்கே இருக்கிறாய்?' என்றார். நான் இருக்கிற இடத்தைச் சொன்னேன். 'உன்னையும் உன்ர பேச்சையும் பார்க்கேக்கை, நீர் அந்தப் பகுதி ஆள் இல்லைபோல் தெரியுதே?' என்று இழுத்தார்.

'நான் யாழ்ப்பாணத்தைச் சேர்ந்தனான். இங்கை றால் எடுக்கிற ஒரு கம்பனியிலை வேலை செய்யுறன்' என்றேன். இதைக் கேட்டவுடன், மருந்து குடிக்கிற குழந்தைப் பிள்ளையின் முகம் போல, அவரின் முகம் விகாரமாய் மாறியது.

'நானும் இப்பபடியான தொழிலிலதான் இருக்கிறன்' என்று இருமிக்கொண்டு சொன்ன அவர், 'ஏன்ரா... யாழ்ப்பாணத்திலை இருந்து வந்து எங்களுக்குக் கஸ்ரம் கொடுக்கிறியள்? றால், நண்டு எடுத்து வியாபாரம் செய்து, உள்ளூரில் பிழைச்சுக்கொண்டு இருக்கின்ற எங்களின்ர பிழைப்பை ஏன் கெடுக்கிறியள்' என்றார்.

'தரப்படுத்தல் எண்டவுடன, அங்கை பெரிய பள்ளிக் கூடங்களிலை படிச்சுப்போட்டு இங்கு வந்து சோதனை எழுதுவியள்.

மன்னாருக்குக் கிடைக்கக்கூடிய சிறிய பல்கலைக்கழகக் கோட்டாவையும் பறிப்பீர்கள். றால், கணவாய்க்கு விலையை ஏத்தி, எங்களை மாதிரியான ஆக்களின்ர வாழ்வாதரத்திலை கை வைக்கிறியள்' என்று கோபமாய்த்தான் பேசினார்.

எப்பவாவது ஒரு யாழ்ப்பாணத்தான் சிக்கினால், அவனுக்கு நல்லாய்க் குடுக்க வேணும் என்று நினைத்து வைத்துத் செய்த மாதிரி இருந்தது அவரின் பேச்சு.

நான் என் முகத்தில் எந்த உணர்ச்சியையும் காட்ட வில்லை. 'அப்ப, நான் மன்னாருக்கு போகலாமோ' என்று கேட்ட இளைஞர், 'ஏன் அண்ணன் இந்தப் பெடியனோடை போறாய்..? விடியப்புறத்திலும் தண்ணியைப் போட்டிட்டு கொழுவித் திரிறாய்? என்றார்.

'நீ வாயை பொத்து... நான் ஞாயத்தைதான் கதைக்கிறன். நீயும்தானே என்னுடன் சேர்ந்து குடிச்சனி' என்றார்.

'இல்லையண்ணன்... ஒரு சம்பளத்துக்கு வேலை செய்யிற ஒரு பெடியனோடை சண்டைக்குப் போறாய்? நீங்கள் தவிச்ச முயல் அடிச்ச மாதிரி இரண்டு மூன்று ரூபாவுக்கு றால் எடுத்துச் சிங்களவனுக்கு அனுப்பிக் கொமிசன் அடிக்கிறியள். இவங்கைளைப்போல ஆட்கள்தான் எங்கட கடலுணவுக்கு உண்மையான விலையைத் தாறாங்கள். எங்கட கடற்றொழிலாளர் இவையளாலைதான் பிழைக்கினம்' என்று சொல்லிப்போட்டு, என்னைப் பார்த்து, 'நீங்கள் அங்காலை போய் நில்லுங்கோ. பஸ் வரக்கே சொல்லுறன்' என்றார்.

அங்காலை கொஞ்சம் இருட்டாய் இருந்தது. என்ரை சம்மாட்டி, தொழிலாளருக்குச் கூலியாகக் குடுக்கிறத்துக்கு என்று தந்த 20 ஆயிரம் ரூபா பண முடிச்சைக் கட்டி இடுப்பில் வைத்திருந்தேன். சனம் இல்லாத இடத்துக்குப் போகப் பயமாய் இருந்தது.

கொஞ்சம் தள்ளிப் போய் நின்றேன். அங்காலை இருட்டுக்குள் ஏதோ சத்தம்... உற்றுப் பார்க்க ஒரு சோடி, ரெயிலுக்குள் ஸ்ராட் பண்ணியிருக்க வேணும். இங்க தொடர்ந்து கொண்டிருதிச்சினம். இந்த சிணுங்கலையாவது என்னெண்டு எட்டிப் பார்ப்பம் என்று ஒரு அடி எடுத்துவைக்க, பொம்பிளையை இறுக்கிப் பிடிச்சுக்கொண்டு, அங்காலை போ என்று சிங்களத்தில் துரத்தியது அந்த ஆண்குரல்.

என்னர கற்பனையில் ஆற்றையோ பெண்சாதியும் ஆற்றையோ புருசனும் தற்செயலாகச் சந்தித்துபோது காமன் வலையில் விழுந்த மாதிரிக் கிடந்தது.

தள்ளி அங்காலை போனேன். இருளும் தனிமையும் மனசைக் கொஞ்சம் குழப்பிக்கொண்டிருந்தது. அண்ணாந்து இருண்ட வானத்தைப் பார்த்தேன். இனி எப்படி இந்த வாழ்வு போகப் போகின்றது? மன்னார் வேலை போனால் இனி என்ன செய்யலாம்? பத்மினி சொல்லுற மாதிரி வெளிநாட்டுக்குப் போவதா?

ஊரைவிட்டுப் போறது மனசுக்கு இஸ்டமாயில்லை. வாழுறது கொஞ்சக் காலம். அதுக்குள் ஊரையும் உறவுகளையும் விட்டுப் பிரிந்து... எங்கேயோ கண்காணாத தேசத்தில்...?

இவையள் சொல்லுறமாதிரி வெளியிலை போனாலும் என் படிப்பின் அளவுக்கு வேலை ஒன்றும் எடுக்க இயலாது.

எங்கேயாவது இரண்டு ஒரு வருசம் போய் உழைத்துக் கொண்டு வந்தால் நல்லதுதான். அதற்கு மத்திய கிழக்கு நாடுகள்தான் சரி. பத்மினி சொல்கிற மாதிரி இங்கிலண்ட், ஜெர்மனி, பிரான்ஸ் என்று போனால் திரும்பி வரக் கனகாலம் செல்லும். நான் சின்னனாய் இருக்கும்போ லண்டன் போன எங்கள் உறவினர் ஒருவர் பத்து வருசமாகியும் திருப்பி வரவில்லை. தகப்பன்ரை செத்த வீட்டுக்குக்கூட வரவில்லை.

இப்படி ஒரு சீவியம் தேவையோ? என்று யோசிச்சுக் கொண்டிருக்கும்போது, அந்த இளைஞர் ஓடி வந்தார். 'மினி பஸ் வந்திட்டடுது போய் ஏறுங்கோ' என்றார்.

25 ரூபாவை ஏறும்போதே வேண்டிவிட்டார்கள். நான் போய் ஒரு நல்ல சீற்றாய்ப் பார்த்து இருக்க, எனக்கு பக்கத்தில் எனக்காகப் பேசிய அந்த இளைஞர் வந்து இருந்தார்.

எனக்கும் நித்திரை வரவில்லை, அவருக்கும் சாடையான வெறி; பேசத் தொடங்கினார். 'நீங்கள் அவற்ரை கதையை மனசிலை வையாதேயுங்கோ. அவர்போல ஆட்கள் மன்னாரிலை கனபேர் இருக்கினம்' என்றார்.

நான் ஒன்றும் பேசாமல் இருந்தேன். 'இப்படியே போனால் என்ன நடக்குமோ தெரியாது? அவன் சிங்களவன், இவன் முஸ்லீம், அவன் யாழ்ப்பாணத்தான், இவன் கிழக்கான், மற்றவன் மலை நாட்டான் எண்டு பிரிஞ்சுகொண்டு நிண்டால், நாங்கள் எப்பவும் அடிமைதான்.'

எனக்கு விளங்கிட்டுது. ஏதோ அரசியலில் இவர் இருக்கிறார். அது பிரதிபலிக்கத் தொடங்கிட்டுது.

'எலெக்சன் நேரத்திலை நீங்கள் மன்னாரிலை இருந்தனீங்களோ?' என்று கேக்க, நான் 'இல்லை' என்றேன்.

'யாழ்ப்பாணத்தாருக்கு எதிராக மன்னார் ரவுணிலை பெரிய ஊர்வலமே நடந்தது. அதுவின்ர நோக்கம் யாழ்ப்பாண எதிர்ப்பு மட்டுமில்ல . . . தமிழர் விடுதலைக் கூட்டணி வெல்லப்படாது எண்டதும்தான். அப்படியானவங்கள்தான் அதை ஒழுங்கு செய்தாங்கள். யாழ்ப்பாணத்துக்காரற்றை கலாபதி கடையடியில் பெரிய கலவரமே வரப் பார்த்தது. இதைக் கேள்விப்பட்டு வங்காலையில் இருந்து வந்திருந்த எம்.பி சூசைதாசனும் அவருடைய ஆதரவாளர்களும் ஆர்ப்பாட்டக்காறருடன் இழுபறிப் பட்டிச்சினம். பொலிசார் குறுக்க வர, பொலிசோடையும் மோதல் நடந்தது.

'இப்படி ஒரு ஊர்வலத்துக்கு எப்படி அனுமதி கொடுத்தீங்கள்? எண்டு எம்.பி. சூசைதாசன் ஒரு இன்ஸ்பெக்டரைப் பிடிச்சுக் கேட்க, வாக்குவாதம் முத்திப் போச்சுது. ஒரு கட்டத்திலை இன்ஸ்பெக்டரின்ரை சேட்டைப் பிடிச்சு ஒரு கையால தூக்கி, யாழ்ப்பாணத்திலை அமிர்தலிங்கத்தக்கு அடிச்ச மாதிரி அல்லது அங்கை விடுற சேட்டை மாதிரி மன்னாரிலை விடலாம் எண்டு நினைக்காதேயுங்கோ எண்டு சத்தம் போட்டுச் சொல்ல, சனம் பெரிசாய்க் கூடிட்டுது.

பொலிசும் ஊர்வலம் ஒழுங்கு செய்தவங்களும் விட்டிட்டுப் போயிட்டாங்கள்.

நான் சொன்னேன். 'யாழ்ப்பாணத்தாரும் மோசமான வர்கள்தான். தனி நாடு கேட்கிறது சரிதான். ஆனா தங்கடை சனத்தையே சாதி சொல்லிப் பிரிச்சு வைச்சுக் கொடுமையளும் செய்துகொண்டு, தங்கடை படிப்பாலையும் வசதிகளாலையும் இலங்கை முழுக்க பரந்துபோய், மற்றவர்களையும் சுரண்டுறது சரியோ?' என்று சொன்னேன்.

'அதுதான் நான் நினைக்கின்றன் . . . தனிநாடு எண்டு வரேக்கை, பழைய கொள்கைகளையெல்லாம் விட்டுப்போட்டு, சமத்துவக் கொள்கையோட புதுநாடு உருவாக வேணும்' என்றார் அந்த இளைஞர்.

இப்போது இவர் மேற்படியான் சிவப்புச் சாயம் முழுதாகப் புரிந்துவிட்டது. வாயைக் கொடுப்பதைக் குறைப்போம் என்று மௌனமாகிவிட்டேன். அவர் விடுகிறதாய் இல்லை. 'உங்களுக்குச் சொன்னால் என்ன... இது சம்மந்தமான கொஞ்ச யாழ்ப்பாணப் பெடியளோட எனக்குத் தொடர்பு இருக்கு. அவங்கள்தான் நாளைக்கு எங்கடை ஈழத்தைப் பெறுபேற்கப் போறாங்கள்.

'இஞ்சை ஒரு பண்ணைக்குப் போய் வாறனான். சும்மா கூலிக்காறப் பெடியள்போல் இருப்பாங்கள். பால்ஸ்தீனத்திற்கு

ரெயினிங்குக்குப் போய் வந்தவங்களையும் சந்திச்சிருக்கிறன். ஒரு துவக்காலை ஒரு பொலிஸ் ஸ்ரேசனையே தாக்கி அழிக்கக் கூடிய ஆட்கள். ஆயுதப்பயிற்சி மாத்திரமல்ல... பெரிய கொள்கைகளிலும் ஈடுபாடு கொண்டவங்கள்.'

எனக்கு என் நண்பன் ஜோண்சன் சொன்ன கதையொன்று ஞாபகம் வந்தது. ஒரு புளுகன் சொன்னானாம் வவுனியா காட்டுக்குள்ளை வேட்டைக்குப் போனபோது கூட்டமாக வந்த மான்களைச் சுட்டதில் ஒன்பது மான்கள் செத்தது. இத்தனைக்கும் ஒரு தோட்டாதான் என்று. கதையைக் கேட்டவர் என்னெண்டு ஒரு தோட்டாவிலை ஒன்பது மான் விழும் என (இந்த இடத்திலை ஜோண்சன் நடித்துக் காட்டுவான்) சுடேக்கை அப்படியே துவக்கை சிலாவிக்கொண்டு சுட்டேன் என. ஓ சிலாவிச் சுடுறது எண்டால் சுடலாம்தானே எனக் கேட்டவர் சிரிக்காமல் சொன்னாராம். இதை நினைக்கை எனக்கு மனதுக்குள் சிரிப்பு வந்தாலும்...

நான் சினத்தோடு,'பாலிஸ்தீனம் ஏன் எங்கடை பெடியளுக்குப் பயிற்சி கொடுக்கவேணும்? அவங்களுக்கும் தமிழ் ஈழம் வேணுமோ? நானும் கேள்விப்பட்டனான்தான், ஆனால் நம்பேல்லை. ஏதாவது உதவி தேவையெண்டால், இந்தியாதான் செய்யும். கருணாநிதி ஆட்கள் எங்களைக் கைவிட மாட்டினம்' என்றேன்.

'பாலஸ்தீனம் ஏன் எங்களுக்கு உதவி செய்யுது எண்டால், அமெரிக்காதான் இலங்கை அரசாங்கத்துக்கு உதவி செய்யிது. அமெரிக்காவை விழுத்தாமல் பாலஸ்தீனம் சுதந்திரம் பெற முடியாது. அதுவின்ர வேர்களை ஒவ்வொரு இடமாய் வெட்ட வேணும். இலங்கை அரசாங்கத்தை எதிர்க்கிறது எண்டுறது அமெரிக்காவை எதிர்க்கின்ற மாதிரித்தான்.

'இப்ப பஸ்ரியாம்பிள்ளையின்னர கொலையோட எங்கடை ஆட்களும் கொஞ்சம் தலைமறைவாயிட்டினம். நானும் அவங்களோடை போய்ச் சேர்ந்து பலஸ்தீனத்துக்கு போக இருக்கின்றன். வீட்டிலை கொஞ்சம் பிரச்சினையிருக்கு. அதை முடிச்சுக்கொண்டு வெளிக்கிட்டிடுவன். என்ன ... முதலிலை போய்ச் சேருகிற ஆட்க ளுக்குத்தான் கொமாண்டோ போஸ்ற் கொடுப்பினம்.

'நீங்கள் விரும்பினால், உங்களை ஒரு நாளைக்கு கூட்டிக் கொண்டு போறன்' என்று சொல்லிப்போட்டு என்னைப்பற்றி விசாரிக்க வெளிக்கிட்டார்.

நான் மௌனமாக இருக்க...

'இந்தப் பெடியள் நினைக்கிற மாதிரி நடந்திச்சுது எண்டால், இந்தச் சாதி குறைந்தவன், சாதி கூடியவன், யாழ்ப்பாணத்தான்,

மட்டக்களப்பான், மன்னாரான் என்ற வேற்றுமையே மறைஞ்சு போயிரும். நீங்களே யோசிச்சுப் பாருங்கோ. எல்லாருக்கும் படிப்பும் வேலையும் கிடைச்சுட்டுது எண்டால், முக்கால்வாசி மக்களின்ர பிரச்சனை தீர்ந்து போயிடும்' என்று அவரே கதைச்சுக் கொண்டிருந்தார்.

இதென்னடா அலுப்பு என்று எண்ணிக்கொண்டு நித்திரை தூங்கிற மாதிரி நடித்தேன்.

இதைக் கவனிச்ச அவர், 'ஓ... உங்களுக்குக் களைப்பு வந்திட்டுது. அந்தாளோடை சேர்ந்து தண்ணியும் கொஞ்சம் அடிச்சது, எனக்கும் நித்திரை வருகுது' என்று சொல்லி டப்பெண்டு சீற்றில் சரிஞ்சிட்டார்.

ரெயினுக்குள் நித்திரை கொண்டதால், விழித்தபடியே இருந்தேன். மடுக்கோயிலடியில் என்னோடு சாய்ந்தபோது, இல்லா இடையை அணைத்த பத்மினி நினைவுக்கு வந்தாள்.

கண் அகன்று செங்கழுத்துவரை செழித்திருக்கும் மரிய கொறற்றியின் அழகைக் கற்பனை பண்ணினேன்.

கொஞ்ச நேரத்திற்கு முதலில், இருளுக்குள் கண்ட சோடியின் செய்கைகள், மனதுக்குள் அட்டையைப்போல ஊர்ந்தது.

இந்த நினைவுகளை மீறி, பஸ் ஏறுவதற்கு முதல் என்னோடு சண்டைக்கு வந்தவர் ஞாபகம் வந்தார்.

'யாழ்ப்பாணத்திலையிருந்து இங்கை மயிரையோ பிடுங்க வாறியள்?' என்று கேட்டவர் வெறியில் என்னைத் தாக்கியிருந்தால்... இல்லை இனியும் மன்னாரில் இந்தமாதிரித் தாக்குதல் நடக்காதென்று என்ன நிச்சயம்? இந்த வேலை போனால் பிழைப்புக்கு என்ன செய்வது? இந்த வாழ்க்கை எப்படிப் போகப் போகிறது?

வயதில் வரவேண்டிய ஆசைகளைப் புறந்தள்ளி, மனசு எதிர்காலத்தைச் சுற்றிச் சுழன்றது.

வெளிநாட்டுக்குப் போறதுதான் ஒரே வழியா? இஞ்சை இருந்து வாழ்வை நகர்த்த முடியாதா? இப்படியெல்லாம் இடர்களைச் சந்தித்துக்கொண்டு, எதையும் சாதித்தோம் என்று இல்லாமல் ஒரு நாளைக்கு இந்த உலகத்தை விட்டு விட்டுப் போகத்தானே வேணும். சிந்தனை சிதறிச் சிக்குண்டு திரிந்தது.

விளங்கிகொள்ளவும் விளங்கினதைச் சொல்லவும் எதையும் புரிந்துகொள்ள முடியால் இந்த வாழ்வை எப்படி வாழ்ந்து முடிக்கப் போகிறேன் என்ற துயரம் உணர்வுக்குள் ஊடுறுத்து நின்றது.

பஸ்சில் முழுப்பேரும் தூங்கிவிட்ட மாதிரிப் பெரிய அமைதி.

றைவர் நல்ல சினிமாப் பாட்டுகளைப் போட்டுவிட்டு, வேகமாக ஓடிக்கொண்டிருந்தான். நானும் தூக்கத்தின் அரை மயக்கத்துக்குப் போனேன்.

ஆட்டுவித்தால் யார் ஒருவர்
ஆடாதார் கண்ணா!
ஆசையென்னும் தொட்டிலிலே
ஆடாதாரோ கண்ணா!
கடல் அளவு கிடைத்தாலும் மயங்கமாட்டேன்
அது கை அளவு ஆனாலும் கலங்கமாட்டேன்
உள்ளத்தில் உள்ளதே உலகம் கண்ணா!

அப்ப எனக்குப் பிடிச்சிருந்த கண்ணதாசனின் பிரபல்யமான பாட்டு காதில் விழ, வந்த நித்திரையும் போய்விட்டது. வெளியே பார்த்தேன். மன்னாருக்குக் கிட்ட பஸ் வந்துவிட்ட மாதிரிக் கிடந்தது.

நீ நடத்தும் நாடகத்தில் நானும் உண்டு, என் நிழலில்கூட அனுபவத்தில் சோகம் உண்டு . . .

பாடல் நெஞ்சை நிறைத்தது. பஸ் வேகத்தைக் குறைத்தது. விடியிறத்துக்கான அறிகுறி வானத்தில் தெரிந்தது.

14

அந்தக் கட்டடத்தின் வேலைகள் நடந்து கொண்டிருந்தன. கட்டடத்துக்கு முன்னால நீண்ட வரிசை. எல்லாரும் என்னை மாதிரி இளைஞர்கள்தான். காலையில் நேரத்தோடு போய் நானும் அந்த வரிசையில் இணைந்துகொண்டேன்.

என்னைக் கூட்டிக்கொண்டு போன சந்திரன் வரிசையில் நிப்பாட்டிப் போட்டு முதலாளி வீரசிங்கத்தைப் பார்த்திட்டு வாறன் என்று கட்டடத்திற்குள்ளே போய்விட்டார்.

நான் மன்னாருக்குப் போக முதலிலேயே எனக்கு சந்திரனைத் தெரியும். தமிழர் விடுதலைக் கூட்டணியில் இருந்த சில இடது சாரி நண்பர்களால் அறிமுகமானவர். சாதிமறுப்புச் சம்மந்தமான என்னிடம் இருந்த கருத்துகளில் அவருக்கும் உடன்பாடு இருந்ததால் என்னோடு சிநேகிதமானவர்.

அது அவரோட பழகத் தொடங்கிய ஆரம்ப நாட்களாக இருக்க வேணும். சுட்டிபுரத்தில் சீர்காழி கோவிந்தராஜனின் கச்சேரிக்குப் போவதற்கு வெளிக்கிட்டோம். யாழ்ப்பாண பஸ் ஸ்ராண்டில் பஸ் ஏறுவதற்க்கு ஒரே தள்ளுப்பாடு. பஸ்சில் ஏறேக்கை என்னை ஒருத்தன் கழுத்தில் பிடித்து வெளியே தள்ளத் தொடங்க, அங்கால நின்ற சந்திரன் அதைக் கண்டுவிட்டார். ஓடிவந்து தள்ளினவனின்ர முகத்தில் ஓங்கி ஒரு குத்துவிட்டு, 'என்ரை நண்பனை யாடா தள்ளுறாய்?' என்று கேட்டார். தள்ளியவனும் கை ஓங்க, 'என்ரை குறிச்சி தெரியுமோ? என்னைப் பற்றித் தெரியுமோ? வாழ்க்கையிலை நீ யாழ்ப்பாண பஸ் ஸ்ராண்டுப் பக்கம் வரமாட்டாய்' என்று சத்தம் போட, அவன் பஸ்சால் இறங்கி நழுவிட்டான்.

சந்திரன் கிட்டவந்து, என்ரை காதுக்குள் 'அவன் என்னைப் பார்த்துப் பயந்து போகேல்லை...

நான் சொன்ன என்ரை ஊருக்குப் பயந்துதான் போனவன்' என்று சொல்ல, நான் 'நீங்கள் ... என்னைப் பத்தித் தெரியுமோ எண்டு சொன்னனீங்கள், உங்களப் பத்தினதை நான் தெரிஞ்சுகொள்ளலாமோ' என்று கேட்டேன். 'அது ஒரு விடுகை மச்சான் ... என்னைப் பற்றி எனக்கே தெரியாது. அவனுக்காவது தெரியுமா? எண்டு பார்த்தன். உப்பிடியானவங்கள் எங்கையாலும் ஊர்களிலை சேட்டை விடலாம் ... யாழ்ப்பாண ரவுணுக்கை தொலைச்சுப் போடுவம்' என்றார். அதோடு எங்கள் நட்பு இறுக்கமாச்சுது.

'நான் வெளிநாட்டுக்கு வேலைக்குப் போறதா இருக்கிறன். இதுக்கு ஆட்கள் எடுக்கிறத்துக்கு என்ர முதலாளி வீரசிங்கம்தான் ஏஜென்ட். உனக்கு வெளிநாட்டுக்குப் போற விருப்பம் இருக்கு எண்டு சொன்னனீ. பருத்தித்துறையிலதான் நேர்காணல் நடக்கும். எப்பெண்டு உனக்குச் சொல்லுறன்' என்று போன மாதம் என்னை யாழ்ப்பாணத்தில் கண்டு சொல்லியிருந்தார்.

அதுதான் நான் இன்றைக்கு இந்த வரிசையில் நிக்கிறத்துக்குக் காரணம்.

நான் அறிந்து எங்கட இளைஞர்கள் முன்வரிசைக்கு நிக்கிறது நினைவுக்கு வந்தது. எப்பிடியாவது படிச்சுப் பல்கலைக்கழகம் போக வேணும் எண்டு ரீயூசன் போனா ... அங்க முன்வரிசை. மத்திய கிழக்கு நாடுகளுக்குப் போய்ப் பிழைக்கிறத்துக்காக ஏஜேன்சியளுக்கு முன்வரிசை ... பிறகு போராட்டம் செய்து

அடிமை விலங்க றுக்கப் போறம் எண்டு இயக்கங்களிலை இணையுறத்துக்கு முன் வரிசை...

நான் இதுக்கு முன்னால் பருத்தித்துறைக்கு வந்தது கிடையாது. நாலைஞ்சு வருசங்களுக்கு முதலில் வல்வெட்டிதுறைக்குப் போகும்போது பருத்தித்துறை பஸ் ஸ்ராண்டிற்கு ஒருக்கா வந்திருக்கிறேன். அந்தச் சம்பவம் இப்ப ஞாபகத்துக்கு வந்தது.

எங்கடை ஊருக்குக் கிட்ட இருக்கின்ற சம்பில் கடற்கரையில் தான் புத்த சமயத்தை இலங்கைக்குக் கொண்டுவந்த அசோகச் சக்கரவர்த்தியின் மகள் சங்கமித்திரை வந்திறங்கினதாக ஒரு கதை இருக்கு. அங்கு வந்திறங்கி, கொண்டுவந்த ஆலமரக்கிளையோடு அனுராதபுரம் போனதாகச் சிங்களவர் நம்புகினம். அந்த நம்பிக்கையின் அடிப்படையில் அந்தக் கடற்கரைக்குப் பக்கத்தில் ஒரு கல் நட்டு வைச்சிருக்கினம். அந்தக் கல்லை அப்பப்ப சில இளைஞர்கள் சேதப்படுத்துவார்கள். பிறகு அங்கு வரும் மாத கல் ஆமிக்காரர் அந்த இடத்தில் நிற்கிற ஆக்களைத் திருக்கை வாலால் அடிப்பாங்கள். இல்லாட்டில் பெடியளை இழுத்துக்கொண்டுபோய்க் காம்பில் வைத்துச் சித்திரவதை செய்வார்கள்.

எங்களுக்குத் தெரிந்த ஒருவரை ஆமிக்காரர் திருக்கை வாலால் அடிச்சுப்போட்டாங்கள். அது எங்களுக்குக் கோபத்தை ஏற்படுத்த, நாங்கள் சிலபேர் சேர்ந்து ஒருதிட்டத்தைப் போட்டோம்.

அந்தக் கல்லை நிரந்தரமாய்ப் பிடுங்கி எடுத்துவிட்டால் பிரச்சினை இல்லை. ஆனால் அது சின்ன விசயமாக இருக்கவில்லை. அதை வலுவாக கொங்கறீற் போட்டுக் கட்டியிருந்தார்கள். டைனமெட் வைச்சுத்தான் பெயர்க்க வேணும். டைனமெட்டுக்கு எங்கு போறது? அப்பிடியே எங்கை வாங்கலாம் என்று விசாரிச்சாலும் கதை வெளியில் போச்சுதெண்டால் பிடிபட்டுவிடுவோம்.

அப்பத்தான் மணி சொன்னான் ‘இதை வாங்குறத்துக்கு வல்வெட்டித்துறைதான் சரியான இடம். அவர்கள் எங்களைவிடத் தமிழ் பற்றுள்ளவங்கள் ... பிடிபட்டாலும் காட்டிக் குடுக்க மாட்டாங்கள். குட்டிமணி, தங்கத்துரை எண்டு, அரசாங்கத்தோட மோதிற ஆக்கள் அங்க இருக்கினம். அவங்களின்ர பெயரைக் கேட்டா பொலிசுக்கே பயம். கட்டாயம் உதவி செய்வாங்கள். வல்லுவெட்டித்துறைக்குப் போய் விசாரிப்பம்’ என்றான்.

அப்படித்தான் வல்லுவெட்டித்துறைக்குப் பருத்தித்துறையால் போனோம். நானும் மணியும்தான் போன நாங்கள். அங்குபோய் வல்வெட்டித்துறைச் சந்தியில் அவையளிடம் விசாரித்தபோது அடி வேண்டாமல் தப்பினது அருந்தப்பு.

ஆமிக்காரர் அடிக்கிறாங்கள் என்று, அங்க சொன்னா, நீங்கள் ஆற்றா? 'என்று அடிக்க வந்தாங்கள். ஆனால் முயற்சியைக் கைவிடவில்லை' வேறை இரண்டு பேர் அங்க போனாங்கள். நான் போகவில்லை. எப்பிடியோ வேறு வழியால் தொடர்பு கொண்டு தங்கத்துரையை நெருங்கிட்டாங்கள்.

'டைனமெட் வெடிபொருளைத் தாறது பெரிய பிரச்சினையில்ல... ஆனா அந்த சிறிய கல்லுக்கு வெடிவைச்சுத் தகர்த்தால், பிறகு அரசும் இராணுவமும், பெரிய விகாரையையே அங்கை கட்டிப் போடுவார்கள். அது அப்படியேயிருக்கட்டும். தமிழ்ஈழம் வந்ததும் அதைப்பற்றி யோசிப்போம்' என்றார் தங்கத்துரை.

நான் கடந்தமுறை ஊருக்குப் போனபோது பார்த்தேன்... சம்பிலில் பென்னாம்பெரிய அழகிய புத்த கோவில் கட்டப் பட்டிருந்தது. அதைச் சுற்றிப் பெரிய கூட்டமாய்ச் சிங்கள மக்களும் நின்றார்கள். சம்பில் என்ற அந்தத் துறைமுகத்தின் பெயரையும் மாற்றிருந்தார்கள்.

மணியன்தான் என்னைக் கூட்டிக்கொண்டு போயிருந்தான். புத்தர் சிலையைப் பார்த்து அவன் கும்பிட, நான் கும்பிடாமல் பழைய விசயங்களை நினைத்துக்கொண்டு, அவனைப் பார்த்து ஒரு நக்கல் சிரிப்புச் சிரித்தேன். அது அவனுக்கு விளங்க, என்னென்றாலும் இதுவும் ஒரு கோவில்தானே என்று அவன் சொன்னது நினைவுக்கு வருகிறது.

வரிசை நகருகிற மாதிரித் தெரியவில்லை. நேரம் மதியத்துக்குக் கிட்ட வந்துவிட்டது. கடற்கரைக் காற்று கொஞ்சம் இதமாய் வீச வரிசையில் நின்ற இளைஞர்கள் பொறுமையாக நிண்டிச்சினம்.

வரும்போது 5 ஆயிரம் ரூபா காசு கொண்டு வரச்சொல்லி சந்திரன் சொல்லியிருந்தார். நான் சேர்த்து வைத்திருந்த காசில் 5 ஆயிரத்துடன் வந்திருந்தேன். ஏஜென்சிக்கு 10 ஆயிரம் கொடுக்க வேணும். இப்ப 5 ஆயிரமும், பிறகு ரிக்கற்றும் விசாவும் தரும்போது மிச்சம் கொடுக்க வேணும்.

வரிசையில் நின்ற இளைஞர்களைக் கவனித்தேன். பெரும்பாலும் எல்லோரும் வறுமைப்பட்ட குடும்பத்தில் இருந்து வந்த அடையாளமே தெரிந்தது. பெருங்கனவுகளோ தங்கள் காசையோ இல்லை குடும்பங்கள் வட்டிக்கு மாறிக் கொடுத்த காசையோ பொக்கற்றில் வைத்துக் கையால் பொத்தியபடி காத்து நின்றார்கள்.

ரை கட்டின இரண்டு பேர் வரிசையைக் கடந்து உள்ளே போச்சினம். அப்ப இனித்தான் நேர்காணல் தொடங்கப் போகுது.

நான் நினைச்சமாதிரியே வரிசை மெதுவாக நகரத் தொடங்கியது. வரிசை இப்படியே நகர்ந்தால் என்ரை முறை வரப் பின்னேரம் ஆகும். நான் மன்னாருக்கு வேறு போக வேணும்.

உள்ள போனவை, நேர்காணல் முடிய மகிழ்வான முகத்தோடு திரும்பி வருவதைக் கண்டேன். காத்து நின்றவர்கள் வெளியில் வந்தவையிடம் விபரங்களைக் கேட்டாங்கள். என்ன மாதிரி... உள்ளே என்ன கேட்டார்கள்? எப்ப போகலாம் என்கிற மாதிரி. நானும் காது கொடுத்துக் கேட்டுக்கொண்டிருந்தேன்.

இன்னும் இரண்டு மாதத்திற்குள் அனுப்புவதாகவும் இலங்கைப் பணத்திற்கு 10 ஆயிரம் கிடைக்கும் என்றும் தங்குமிடம், சாப்பாடு இலவசம் என்றபடியால், அப்படியே அந்தக் காசு மிஞ்சினால் இரண்டு வருசத்தில் எப்படியும் இரண்டு லட்சம் சேர்க்கலாம். பிறகு இலங்கை வந்து ஏதாவது செய்து சந்தோசமாய் வாழலாம் என்று கணக்கு மனசில் ஓடியது. இப்பிடித்தான் எல்லாருக்கும் ஓடியிருக்கும்.

நேர்காணல் முடிச்சவங்கள், அதை ஒரு கதையைப்போலச் சொல்லி, தாங்களும் சந்தோசப்பட்டு, காத்து நின்றவங்களுக்கும் உற்சாகம் கொடுத்தார்கள்.

சந்திரன் வந்தார். திடீரென்று வரிசையில் நின்ற என்னை வெளியே கூட்டிக்கொண்டு போனார். 'நான் உன்னைப்பற்றி முதலாளியிட்ட சொல்லிட்டன். நீ மன்னாரில் வேலை செய்வதாகவும் குட்டிமணி, தங்கத்துரையைத் தெரிஞ்சவர் எண்டும் சொல்லியிருக்கிறன். நீ பின்னேரம் மன்னார் பஸ்சுக்குப் போக இருக்கிறதால கெதியாய் நேர்காணல் செய்தால் நல்லது எண்டு சொன்னபடியால் உன்னை முன்னுக்கு வந்து நிற்கும்படி சொல்லுகிறார்' என்று சொல்லி என்னை முன்னுக்குக் கூட்டிக்கொண்டு போனார்.

இரண்டு பேரும் முதலாளியின் அறைக்குள் போனோம்.

நேர்காணல் செய்பவர்களைச் சந்திக்க முதல், முதலாளியின் அறைக்கு சந்திரன் என்னை அழைத்துச் சென்றார். வீரசிங்கம் முதலாளி என்னை மேலும் கீழும் பார்த்தார்.

நானும் அவரைப் பார்த்தேன். எம்ஜிஆர் படத்தில் வாற வில்லன் ராமதாஸ்போல இருந்தார். எப்படி குட்டிமணி, தங்கத்துரையைத் தெரியும் என்று கேட்டார். இது என்னடா வில்லங்கமாய்ப் போச்சு. நான் வெளிநாட்டுக்குப் போறத்துக்குக் காசு கட்டவர, இந்த ஆள் வேறு என்னவோ கதைக்குது? சந்திரன்தான் ஏதோ புளுகியிருக்கிறார் என்று நினைத்துக்கொண்டு, நான் வாழ்க்கையில் என்றைக்குமே கண்டிராத அந்தப்

போராளிகளை நல்லாய்த் தெரியும் என்றும் சங்கமித்தை நினைவுக்கல் விவாகரத்திற்காக வல்வெட்டித்துறை போய்ப் பார்த்திருக்கிறேன் என்றும் புளுகினேன்.

அப்ப அவர், 'தம்பி'யைத் தெரியுமோ? என்றார். அது ஆர் என்பது விளங்காமல் 'தெரியாது' என்று சொன்னேன். 'அவன்தான் ஆள். இவங்கட வழியால வந்தவன் எண்டாலும் பெரிய கெட்டிக்காறன்' என்றார்.

'கடந்த முறை தேர்தலிலை தமிழர் விடுதலைக் கூட்டணி தனக்குத்தான் சீற் தந்திருக்க வேணும். கள்ளர் ஏமாத்திப் போட்டாங்கள். நான் இதைப் பத்தியும் தம்பியிட்ட கதைச்சிருக்கிறன்' என்று, நானும் ஒரு பெரியாள் என்கிற நினைப்பில் தன்னைப்பற்றிப் புளுகினார்.

எனக்குப் பெரிய சிக்கலாய்ப் போச்சுது. எங்கையாவது பிழைக்கப் போவம் என்று வந்தால், இந்தாள் லூசுக் கதைகள் கதைச்சுக்கொண்டிருக்குது என்று என்ரை மனசு நினைச்சதை முகம் வெளியில் காட்டியிருக்க வேணும்.

'கதையை மாற்றி, மன்னாரிலை என்ன செய்யுறாய்? என்று கேட்டார். நான் சொன்னேன், கேட்டுவிட்டு, 'ஓம்... நீ அவங்கடை ஆட்கள்... உண்மையில் பெருமையாகத்தான் இருக்கு. படிச்சிட்டம் எண்டு அரசாங்க வேலை தேடித் திரியாமல் இப்படியான வேலை செய்யுறதுதான் வீட்டுக்கும் நாட்டுக்கு நல்லது' என்று சொல்லிப் போட்டு, 'நான் சொன்னன் எண்டு, வரிசையில முன்னுக்குப் போய், பாஸ்போட்டையும் மற்ற விபரங்களையும் பதிஞ்சுபோட்டுப் பணத்தைக் கட்டிவிட்டுப் போ' என்றார்.

சந்திரனும் தானும் என்னோடை யாழ்ப்பாண பஸ்சுக்கு போகப் போறன் என்று சொல்ல, அவருக்கு 50 ரூபா காசு கொடுத்து, அடுத்த கிழமை வந்து தன்னைச் சந்திக்கும்படி சொன்னார்.

அதுக்குப் பிறகு பருத்தித்துறைக்குப் போவது வாடிக்கையாய்ப் போனது. இப்போது அதைச் சிரித்துக்கொண்டு எழுதினாலும் அப்போது இருந்த கவலை மிகப் பெரிதாய் இருந்தது.

மன்னார் வேலையை விடுவதற்குப் பல காரணங்கள் இருந்தாலும் மத்தியகிழக்கு நாடொன்றுக்குப் போக வேணும் என்கிற எண்ணம்தான் முக்கியக் காரணமாக இருந்தது.

நான் வீரசிங்கத்தைத் தேடிப்போகிறபோதெல்லாம் அவர் கொழும்பில் நிற்கிறார் என்கிற பதில்தான் கிடைக்கும். ஆனால் அவருடைய கட்டடம் வளர்ந்து, கீழுள்ள தளத்தில் கடைகளும் வாடகைக்கு வந்துவிட்டிருந்தன.

என்னோடு சேர்ந்து பஃரைனுக்குப் போவதற்குக் காசு கட்டியவர்களில ஒருவரைக்கூட வீரசிங்கம் இன்னும் அனுப்பவில்லை. நான் அங்கு அவரைத் தேடிப் போகும் போதெல்லாம் என்னைப்போலக் காசு கட்டியவர்கள் அங்கு காத்திருப்பதைக் கண்டிருக்கிறேன்.

அப்படி ஒருநாளில் அங்கு சைக்கிளில வந்த ஒரு இளைஞன் வீரசிங்கம் முதலாளி நிக்கிறாரோ என்று கேட்க, அதில் நின்ற ஒருவர், 'உள்ளுக்குள்ள போய்க் கேள்... நாங்கள் அவரைக் கண்டதில்லை' என்று கடுப்பாய்ச் சொல்ல, 'எங்களிட்டை காசு வேண்டி கடையளோ கட்டுறியள்?' என்று சொல்லிக் கையில் மறைச்சு வைச்சிருந்த கல்லாலை எறிஞ்சு கடைக் கண்ணாடியை உடைச்சுப்போட்டு ஓடிவிட்டான்.

அதுக்கு அடுத்த கிழமை போனபோது 'எல்லோருக்கும் கெதியா விசா வந்துவிடும், கொழும்புக்குப் போய் எங்கட செலவில மெடிக்கல் செய்துகொண்டு வாங்கோ' என்று சொல்லி ஒரு டொக்ரரின் விலாசம் தந்தார்கள்.

'பயப்பிடாதை. உன்ரை காசுக்கு நான் பொறுப்பு. கொழும்புக்குப் போய் மெடிக்கலைச் செய்துகொண்டு வா. முதலாளியுடன் கதைத்து உன்னைக் கெதியாய் அனுப்பி வைக்கிறன்' என்று சந்திரன் சொன்னார்.

நாளைய சந்தோசத்தை நினைத்து, இருக்கிற நாட்களில் கவலையளைக் கொண்டு திரியுறதுதான் வாழ்க்கை முழுவதும் நடக்குது என்று நினைத்தபடி, பஸ் ஸ்ராண்டை நோக்கி நடந்தேன்.

15

'மத்திய கிழக்கில வேலைவாய்ப்புகளை வாங்கித் தாற கொம்பனி ஏதோ சிக்கலிலை இருக்கு ... கொஞ்சம் பொறுக்க வேணும்' என்று எங்கள் ஏஜென்சிக்காரர் திரும்பத் திரும்பச் சொல்ல எனக்குச் சந்தேகம் வரத் தொடங்கிட்டது. காசை வாங்கிப் போட்டு ஏமாத்தப் போறாங்கள் என்று மனம் சொல்லத் தொடங்கிவிட்டது.

வெளிநாட்டுக்குப் போகாட்டியும் பரவாயில்லை. கட்டின பணத்தையாவது திரும்பி வாங்கிவிட வேண்டும் என்று நினைத்து அடிக்கடி பருத்தித்துறைக்குப் போனேன். சில வேளை சந்திரனும் என்னுடன் வருவார்.

'முதலாளி எத்தனையோ பேரைக் வெளி நாட்டுக்கு அனுப்பினவர். இப்ப அவருக்கு ஏதோ சிக்கல்தான் ... நீ அந்தரப்படாதை, அப்படிச் சரிவராவிட்டால் முழுப்பணத்தைத் திருப்பி வாங்கலாம்' என்று சந்திரன் சொன்னார். இப்படி இவர் கனதரம் சொல்லிவிட்டார்.

சந்திரனைப் புரிந்துகொள்ள முடியவில்லை. என்னை எனக்கே புரிந்துகொள்ள முடியவில்லை... இதில் எங்கே மற்றவர்களை விளங்கிக்கொள்வது?

போன தடவையும் பருத்தித்துறைக்கு ஒன்றாய்த்தான் வந்தனாங்கள். யன்னல் கரையோடு நான் இருந்தேன். பக்கதில் சந்திரன் இருந்தார். நீர்வேலியில் ஆக்களை ஏத்துறத்துக்காக பஸ் நின்றேது. சந்திரன் என்னைத் தாண்டி யன்னலுக்கால் தலையை வெளியில் நீட்டி எட்டிப் பார்த்தார். வெளியில் ஒருவர் சிகரெட் பிடித்துக் கொண்டிருக்க, சந்திரன் அவரைக் கூப்பிட்டார். அவர் திரும்பிப் பார்க்க, 'அண்ண... உந்த நெருப்பைக் கொஞ்சம் தாங்கண்ணை, என்ர சிகரெட்டைப் பத்த வைச்சுட்டுத் தாறன்' என்று இவர் கேட்க, அவரும் பெரிய மனதோடு குடுத்தார்.

சிகரெட்டை வாங்கின சந்திரன், கீழ குனிஞ்சு வாங்கின சிகரெட்டை இழுக்கத் தொடங்கினார். சிகரெட்டைக் குடுத்த அப்பாவி, எட்டி எட்டிப் பார்க்க, சந்திரன் சிகரெட்டை அனுபவிச்சு இழுத்துக்கொண்டிருந்தார். சிகரெட்டைக் குடுத்தவர் குதிச்சுக் குதிச்சு சந்திரனைத் தேடினதைப் பார்க்கப் பரிதாபமாய் இருந்தது. பஸ் வெளிக்கிடேக்க சந்திரன் நிமிர்ந்து சிகரெட்டைக் குடுத்தார். அதிலை முக்கால்வாசி முடிஞ்சிருந்தது. அந்தாள் திகைச்சுப் போய் நின்றது.

நான் சந்திரனை முறைத்துப் பார்க்க, 'சிகரெட் தந்தவரின்ரை முகத்தைப் பார்க்க பெரிய கறுமாய்க் கிடக்கல்லோ' என்னைப் பார்த்துச் சிரித்துகொண்டு சொன்னார்.

நான் அவரைக் கொஞ்ச விலத்தி நடக்க வெளிக்கிட்டாலும் என்ரை நெருங்கிய நண்பன் தான்தான் என்ற மாதிரி அவர் நடப்பார். அவருடைய துணை எனக்கு நல்லது என்ற எண்ணமும் அன்பும் எனக்கு இருந்தது.

அவர் தன்ரை குறைநிறைகளையும் என்னோட பகிர்ந்து கொள்வார். அவர் யாழ்ப்பாண நகரை அண்டின ஒரு பகுதியில் வாழ்ந்தாலும் அவரின் சொந்த இடம் அதில்லை.

சொந்த ஊரில் ஏதோ பிரச்சினைப்பட்டு இங்கு வந்து சின்னம்மா முறையான ஒருவரின் வீட்டில் தங்கியிருக்கிறார்.

அவரோடு பழகத் தொடங்கிய நாள்களில் தேத்தண்ணீர் குடிப்பதற்காக ஏதாவது தேநீர் கடைக்குப் போவோம். ஆனால் சந்திரன் கொஞ்சம் தயங்கித் தயங்கித்தான் வருவார். ஒருநாள் ஏன் என்று கேட்க, 'என்ரை சொந்த ஊரிலை இப்படிக் கடைக்குப்போய் தேத்தண்ணீ குடிச்சு அடி வாங்கியிருக்கின்றன்' என்று மனந் திறந்து சொல்லுவார். 'ஏன் இப்பவும் அப்பிடி நடக்குதோ ?' என்று கேட்க, 'ரவுனுக்குள்ளதான் மாற்றம் வந்திருக்கு. நான் பிறந்த ஊரில் சாதி ஆதிக்கம் இப்பையும் பெரிசா இருக்கு. சில கடைகளில எங்களுக்கெண்டு வேற ஏதனம் இருக்கும். அதிலை வாங்கித் தேத்தண்ணி குடிச்சாலும் அங்க இருக்க விடமாட்டாங்கள். இதை எதிர்த்துக் கதைச்சு அடி வாங்கியிருக்கிறம் அல்லது அடிச்சிருக்கிறம்' என்று சொன்னார்.

'நீங்கள் எப்பவும் ரவுணுக்குள்ளைதானே திரியிறியள்... அப்ப எப்பிடி உங்கட முதலாளியிட்டை வேலை செய்யுறியள் ? என்ன வேலை செய்யுறியள் ?' என்று கேட்டேன்.

'நான் கப்பல் ஏஜென்ஸியில் ரெலிக்கிளாக்காய் வேலைக்குப் போய்ச் சேர்ந்தன். அவருக்கு என்னைப் பிடிச்சுக்கொண்டுது. கப்பல் ஏஜென்சி இல்லாமல் போனபிறகும் அவர் கூப்பிட்டுச் சில வேலைகளைத் தருவார். அது பல மாதிரி தொட்டாட்டு

வேலைகள்தான்...' என்று இழுத்து, 'சரி அதுகளைப் பற்றிப் பிறகு கதைப்பம்' என்று அந்தக் கதையை அதோடு முடித்துக்கொண்டார்.

சந்திரனைப் பார்த்தால் சரியாய் நடிகர் நாகேஸ் மாதிரி. ஆனால் நடத்தையைப் பார்த்தால் வீரப்பா மாதிரி. சந்திரன் தன்னை ஒரு சண்டியனாகவே மற்றவர்களுக்குக் காட்ட விரும்பினார். ஒருக்கா அவரைப்பற்றி ராசகுலம் சொல்லும்போது, சந்திரன் சண்டியன் இல்லை, ஆனா 'தன்னை ஒரு சண்டியன் எண்டு (கு)பீல் பண்ணிக்கொண்டிருக்கிறார்' என்றான்.

சண்டியனுக்குரிய உடல் வலு இல்லாவிட்டாலும் தான் இருக்கின்ற ஊர் சார்ந்தும் தன் உறவுகள் சார்ந்தும் ஒரு பெருமிதம் இருக்கும். அதைவிட அடிபிடிக்காரன் என்று பெயர் எடுத்தால்தான் எதிர்காலத்தில் நல்லாய் வாழலாம் என நம்புகிறவர் சந்திரன். அந்த நம்பிக்கைகளை எனக்கு உறுதிப்படுத்துறத்துக்காக யாழ்ப்பாணத்தில் உள்ள சிலபேரின் பெயர்களைச் சொல்லுவார். சந்திரன் அடிபிடியளுக்குப் போனதை நான் பார்த்தது இல்லை.

'யாழ்ப்பாண ரவுனுக்குள்ளை சாதிவலு இல்லாமல் பணக்காரப் பின்னணி, பெரிய படிப்புப் பின்னணி எண்டு எதுவும் இல்லாமல் சுழண்டுகொண்டு திரிய வேணுமெண்டால் சண்டியர் மாதிரி ஒரு தோற்றம் இருக்க வேணும்' என்று எனக்கொரு தடவை சொல்லியிருக்கிறார்.

அதற்கு உதாரணமாகத் தனக்கு நடந்த கதையொன்றையும் சொன்னார்.

தன்னுடைய உடம்பு மெல்லியதா இருக்கு என்று நினைத்து, உடற் பயிற்சி செய்து உடம்பை ஏத்துவம் என்று யாழப்பாணத்தில் இருக்கிற வை.எம்.சி.ஏ.க்குப் போய் பதிஞ்சு, அங்கு போய் வந்திருக்கிறார். அப்பிடிப் போறவாற காலத்தில் அங்க வந்து போகிற பிரபலமான பொடிபில்டரோடு ஏதோ ராத்திப் போட்டார். இங்கேயும் சாதிதான் முன்னால் வந்து நின்றது. அவன் சந்திரனைப் பார்த்து 'உங்களுக்கெல்லாம் பொடிபில்பில்டிங் கேட்குதோ?' என்கிற மாதிரி ஏதோ நக்கல் அடித்திருக்கிறான். இவர் வழமைபோல் தன்ரை வாய்ச் சண்டித்தனத்தை விட்டிருக்கிறார். அந்த பொடி பில்டர் எடுத்தவாக்கில் சந்திரனைத் தள்ளி விட்டிட்டான். இவரால் திருப்பி அடிக்க முடியாமல் போச்சுது. அவர் பெரிய மலையன். வெப்பியாரத்தோடு வந்துவிட்டார்.

இது நடந்து இரண்டொரு கிழமையால் இவரின் ஊரைச் சேர்ந்த நாலைந்து பேர் இவருக்கு அடித்த பொடிபில்லர் இருக்கிற ஊரில் நடந்த ஒரு செத்தவீட்டுக்குக் கார் பிடிச்சுப் போக வெளிக்கிட்டினம்.

அந்த நாலைந்து பேரில் இரண்டு பேர் யாழ்ப்பாண பஸ் ஸ்ராண்டில் மிக அறியப்பட்ட சண்டியர்கள். அவங்கள்

சந்திரனுக்கு உறவினர்கள்தான். 'நானும் சும்மாதான் இருக்கிறன்... உங்களோட காரிலை வரட்டோ' எக்ன கேட்டு சந்திரனும் அந்தக் காரில் ஏறி விட்டார்.

செத்தவீட்டால் திரும்பி வரும்போது சொல்லியிருக்கிறார் 'பொடி பில்லற்ரை படலையடியிலை ஒருக்கா காரை நிற்பாட்டுங்கோ ... அவரிட்டை ஒரு அலுவல் கதைச்சுப்போட்டு ஐஞ்சு நிமிடத்திலை வந்திடுவன்' என்று.

சந்திரனுக்கு நல்லாய்த் தெரியும்... பொடி பில்டர் இந்த நேரத்திலை வீட்டில் நிற்கமாட்டார் என்று. இவர் படலையைத் திறந்து உள்ளுக்குப்போய் பொடிபில்லிரின்ரை பெயரைச் சொல்லி 'வெளியிலை வா' என்று கூப்பிட்டிருக்கிறார்.

பொடிபில்டரின் தாயும் தங்கச்சியாரும் வெளியில் வந்து என்னவென்று கேட்டிருக்கினம். அதுக்கிடையில் காருக்குள் இருந்தவை இவர் போய்வர ஐஞ்சு, பத்து நிமிடம் செல்லும் என்று நினைத்துக் காரால் இறங்கி சிகரெட் பிடிக்கத் தொடங்கினாங்கள்.

வெளியில் வந்த தாய், 'என்ன விசயம்?' என்று கேட்க, இன்னென்ன ஆட்களோடை சந்திரன் வந்து அவசரமாய் உன்னைத் தேடிப் போட்டுப் போனவர் எண்டு சொல்லுங்கோ என்று, மெல்லமாகவும் கோபமாகவும் சொல்லிப்போட்டு வந்துவிட்டார்.

அடுத்தநாள் வை.எம்.சி.ஏ. வாசலிலேயே சந்திரனுக்காகக் காத்திருந்த பொடிபில்டர், 'என்ன சந்திரன் பகிடி வெற்றி தெரியாதோ? அண்டைக்கு நான் பகிடிக்கல்லோ தள்ளினான் மச்சான் – மன்னிச்சு கொள்ளடா' என்று சொல்லிச் சமாதானம் ஆனாராம்.

பருத்தித்துறைக்குப் போனால் ஏஜென்சிக்காரர் அங்கு இல்லை என்ற வழமையான கதையைக் கேட்டுப் போட்டு நான் உடனே திரும்புறதில்லை. பக்கத்தில் இருக்கிற ஒரு தேத்தண்ணீர்க் கடையில் இருந்து தேத்தண்ணீர் குடித்துக் கடைக்காரோடு பேசிப் போட்டுத்தான் வெளிக்கிடுவேன்.

அவரை அறிமுகப்படுத்தியது சந்திரன்தான். அந்தக் கடைக்காரருக்கு 40, 45 வயது இருக்கலாம். வாரி இழுத்த தலைமயிரும் நெற்றி நிறையத் திருநீறு பூசிய முகமுமாய் வெள்ளை வேட்டி சட்டையோடு இருப்பார். என்ன வருத்தமோ தெரியாது, என் ஊர் தலையாட்டி இமானுவல் அப்புபோல இவரின் தலையும் மெல்லமாய் ஆடிக்கொண்டிருக்கும்.

முதல்நாள் அந்தக் கடைக்குப் போகும்போது சந்திரன் சொன்னான். 'உனக்குச் சீர்காழி கோவிந்தராஜனை நல்லாய்

பிடிக்கும் எண்டும் நீ தமிழ்நாட்டுக்குப் போன இடத்திலை அவரைச் சந்திச்சனி எண்டும் சொல்லப்போறன்' என்றார்.

'எனக்குச் சீர்காழியைப் பிடிக்கும்தான்.. அதை ஏன் தேத்தண்ணீக் கடைக்காரருக்குச் சொல்லப் போறாய்? சீர்காழி கோவிந்தராஜனை கிட்டத்திலை வைச்சு நான் பார்த்தது கூட இல்லை. ஏன் இந்தப் பொய்?' என்று கேட்டேன்.

'நீ பேசாமல் இரு. அவருக்குச் சீர்காழி எண்டா உயிர். உனக்குச் சீர்காழியைத் தெரியும் எண்டால் தேத்தண்ணீக்குக் காசு வேண்ட மாட்டார்' என்று சொல்லிக்கொண்டு கடைக்குள் போய்விட்டார்.

தேத்தண்ணீரை அவர் கொண்டுவந்து தரும்போது, 'இவனுக்கும் சீர்காழியைப் பிடிக்கும். போன வருசமும் தமிழ்நாட்டுக்குப் போய் சீர்காழியைப் பார்த்தவன்' என்று சொல்லிப்போட்டு, என்னைப் பார்த்து, 'முதலாளிக்கும் உன்னைப்போல் சீர்காழியைச் சரியாய் பிடிக்கும். வருசத்தில் ஒரு தடவையாவது தமிழ்நாட்டுக்குப் போய், சீர்காழியைப் பார்ப்பார். ஏன் கணக்க, இப்ப நடந்த சுட்டிபுரம் கச்சேரிக்கு அவரைக் கொண்டு வந்ததிலை ஐயாவுக்குப் பெரிய பங்கு இருக்கு' என்று எனக்கு அவரை அறிமுகப்படுத்தினார்.

'ஓ அப்படியா!' என்று ஆடுகின்ற தலையை மேலும் பலமாய் ஆட்டினார் அவர். ஆட்டுதல் கொஞ்சம் வித்தியாசமாய் இருந்தது. 'சீர்காழியின்ரை பாட்டுகளிலை உங்களுக்கு என்ன பாட்டுப் பிடிக்கும்?' என்றவொரு கேள்வியையும் அவர் என்னிடம் கேட்டார்.

சீர்காழி கோவிந்தராஜன் சுட்டிபுரம் அம்மன் கோயிலுக்கு வந்து கச்சேரி செய்தபோது பாடின...

> சுட்டிபுரம் வாழும் சிவ சுந்தரியே கண்ணகியே
> கட்டி உந்தன் கால் பிடித்தேன்
> கருணைக் கண்ணால் பாரும் அம்மா...
>
> பாடிப் பாடி பக்தி செய்து பரவசம் ஆனேன் அம்மா
> நாடி விழி நீர் சொரிய நான் உருகி நின்றேன் அம்மா

என்கிற பாட்டுத்தான் யாழ்ப்பாணத்தில் பிரபலமாக இருந்தது. அது ஞாபகத்தில் இருந்ததால் நான் அரிகண்டக் குரலில் மெல்லப் பாடிக் காட்டினேன்.

மனுசன் உருகி விட்டார்.

அந்த உற்சாகத்தில் அவரைப் பரவசப்படுத்துவோம் என்று 'நினைச்சு உள்ளம் உருகுதய்யா' என்று சொல்லி வாயைத் திறக்க, சந்திரன் இடுப்பில் மெல்ல இடித்து, 'டேய், அது ரி.எம். எஸ். பாடின பாட்டு' என்று சொல்ல, நான் சுதாரித்துக்கொண்டு,

இந்தப் பாட்டை சீர்காழி பாடியிருந்தால் எப்படியிருக்கும்? என்று ஒரு சுத்துச் சுத்தினேன்.

'அற்புதமான கற்பனை ராசா...' எனக் கன்னத்தைத் தட்டிச் சொன்ன கடைக்காரர் தேத்தண்ணீருக்குக் காசு வேண்டாம் என்று சொல்லிட்டார். அதுக்குத்தானே இத்தனை நாடகமும்.

ஏஜென்சிகாரரிடம் வரும்போதெல்லாம் தன்ரை கடைக்கு வர வேணும் என்று ஓர் அன்புக் கட்டளையும் போட்டார்.

அடுத்தமுறை அங்கு போகமுதல் எங்கள் ஊரில் இருக்கிற செல்வராசா அண்ணனிடம் போய் சினிமாப் பாட்டுப் புத்தங்கள் வேண்டி 'மதுரை அரசாளும் மீனாட்சி' பாடலைப் பாடமாக்கினேன்.

திருப்பி அங்க போனபோது...

தில்லையிலை அவள் பெயர் சிவகாமி
திருக்கடவூரில் அபிராமி...
திரிபுரசுந்தரி சீர்காழியில்
சிவசக்தி பார்வதி கயிலையிலே...

என்று பாடிக்காட்ட, எங்கள் நட்பு நெருக்கமாகிவிட்டது. சந்திரன் வராத ஒரு நாளில் அவரைச் சந்தித்தபோது கொஞ்சம் அரசியல் பேச்சும் வந்தது.

அவர் என்ரை ஊரைக் கேட்டார். 'கேள்விப்பட்ட ஊர்தான்... அங்காலைப் பக்கங்கள் தெரியாது. அங்கையிருந்து வந்தா இவரிட்டை காசு கட்டின நீங்கள்?' என்று சொல்லிவிட்டு, தன்ரை ஊர் எதுவென்றும் சொன்னார்.

'இது இண்டைக்கு ஆமி பொலிசுக்குச் சிம்மசொப்பனமாய் இருக்கும் ஊரல்லோ...' என்று சொன்ன நான், இவரிடம் 'கன்' விசயங்கள் அறியலாம் என்று நினைத்துக் கதையை வளர்த்தேன்.

'உங்கடை ஊர்தானே இண்டைக்குப் போராட்டத்திலை முன்னுக்கு நிக்குது' என்று நான் சொல்ல, அவர் 'அப்படிச் சொல்லப்படாது... எல்லா ஊர்களிலும்தான் இண்டைக்கு இளைஞர்கள் போராட்டத்துக்குப் போகத் தொடங்கிட்டாங்கள். எங்கடை ஊரைப்பற்றித் தெரியும்தானே... பெருவாரியான ஆட்கள் தமிழரசுக் கட்சி ஆதரவாளர்கள்' என்று சொன்ன அவர், 'இண்டையப் பிரச்சினையள் அதாலை வரேல்லை' என்று சொல்லிக் கதைக்கிற மூடுக்கு வந்தார். இவருக்கும் இப்ப நடக்கிற சம்பவங்களுக்கும் ஏதாவது தொடர்பு இருக்குமோ? என்று நான் யோசிக்க ஆரம்பித்திருந்தேன்.

'இப்ப ஒரு பத்து வருசத்துக்கு முதலில, சரியாய் சொன்னால் 67ஆம் ஆண்டு ஒரு பிரச்சினையில எங்கள் ஊரிலை பொலிஸ் தங்கட அடாவடித்தனத்தைக் காட்ட வெளிக்கிட்டுது.

துவக்காலையும் சுட்டாங்கள். அதிலை எங்கடை ஊரில உள்ள ஒரு பெரிய முதலாளியின்ரை மகன் ஒருவர் செத்துப் போனார். ஏழு பேருக்குக் கடுமையான காயம். பிறகு பொலீசுக்கு எதிராகப் பருத்தித்துறையில நீதிவான் அதைப் படுகொலையெண்டு தீர்ப்பளித்தார். ஆனால் யாழ்ப்பாண சுப்ரீம் கோட்டிலை அந்த மூன்று பொலிசாரும் குற்றவாளிகள் இல்லையெண்டு விடுதலையாயிட்டாங்கள்.

'இது எங்களுக்கெல்லாம் பெரிய கோபத்தைத் தந்தது. கொஞ்ச இளைஞர்கள் அந்த பொலிஸ்காரருக்கு அடி போட வேணும் எண்டு வெளிக்கிட்டாங்கள். சின்னச் சின்ன ஆயுதங்களோட சில தாக்குதல்களும் செய்தாங்கள். இது இப்படியிருக்க 68ஆம் ஆண்டு மாவிட்டபுரம் கோயிலில நுழையும் போராட்டம் நடக்குது. அதிலை இப்போ தியாகியாகிப் போன சிவகுமாரும் தீண்டாமைக்கு எதிராகப் போராடின ஆட்களோடு நிண்டார். அதிலை எங்கடை பெடியள் இரண்டு பேரும் நிண்டாங்கள். அதில ஒருவனான பட்டுவோட சிவகுமாருக்குத் தொடர்பு ஏற்பட்டுச்சுது. பிறகு ஒருநாள் சிவகுமாரன் பட்டுவையும் மற்ற நண்பர்களையும் தேடி எங்கடை ஊருக்கு வந்தார்.

'சிவகுமாரனுடைய பிரச்சினை, சாதிமான்களும் அதைத் தலைமை தாங்கிய சுந்தரலிங்கமும் அவருடைய சிண்ணுகளான பஞ்சாட்சரம் நடராசாவும்தான். இவை சிவகுமாரின்ரை ஊரைச் சேர்ந்த ஆட்கள்தான். இதிலை குறிப்பாய் நடராசாவோடை அவருக்குக் கொழுவல் வந்திட்டுது. அவருக்கு அரசு ஆதரவாளர்களோடையும் பொலிசோடையும் தொடர்புகள் இருந்தது. அவரை வெருட்டுறத்துக்குப் பொம் தேவை எண்டுதான் எங்கட ஊருக்கு சிவகுமார் வந்தவர்.

இன்னொரு பக்கத்தாலை சத்தியசீலன் போன்ற போராட்ட முன்னோடிகளும் எங்கடை ஊருக்கு வரத் தொடங்கிச்சினம். உங்களுக்குத் தெரியும்தானே... நடராசன் காட்டிக்கொடுத்துத்தான் சிவகுமாரன் கொல்லப்பட்டான். அற்புதமான பெடியன்... பிறகு நடராசனையும் வேறை பெடியள் பொம் எறிஞ்சு கொண்டு போட்டாங்கள்' என்று சொல்லிக் கொஞ்சம் அமைதியானார்.

பிறகு அவரே தொடர்ந்தார்.

'இப்ப இப்பதான் ஏதேதோ இயக்கப் பேரெல்லாம் சொல்லுறாங்கள். ஏழெட்டு வருசங்களுக்கு முதல் எழுந்த மானமாய்த்தான் இவையெல்லாம் தொடங்கியிருக்க வேணும். சிங்கள அரசுகளின்ரை தமிழ் எதிர்ப்பு நடவடிக்கைகளை மக்களுக்கும் தெரியப்படுத்தினதிலை தமிழரசுக் கட்சிக்குப் பெரிய பங்களிப்பு இருக்கு.

'மலைநாட்டுத் தமிழரின்ரை குடியுரிமையைப் பறிச்சது போல வடகிழக்குத் தமிழர்களுக்கும் நடக்கப் போகுது எண்டும் அரசாங்கம் எங்கடை நிலத்தைப் பறிச்சு, படிப்பைப் பறிச்சுத் தமிழர்களை ஒடுக்க நினைக்கது எண்டும் தமிழ் மக்களுக்குத் திரும்பத் திரும்பச் சொல்லி அரசாங்கத்தின்ரை இனவாத முகத்தை வெளிப்படுத்தினது தமிழரசுக் கட்சிதான். அதாலைதான் ஊருக்கு ஊர் இளைஞர்கள் போராட்டத்துக்குப் போய்க்கொண்டிருக்கிறாங்கள்.

'பருத்தித்துறை தொடங்கி பொத்துவில்வரை நூற்றுக் கணக்கான பெடியள் இன்றைக்கு முன்னாலை வந்து இயங்குகிற நிலை உருவாகிட்டுது.

'ஆனால் என்ன ... ஒருவன் போராட முன்னுக்கு வந்தால் ஒன்பது பேர் காட்டிக்கொடுக்க நிக்கிறாங்கள். தமிழ்ச்சாதியின்ரை தலை விதி இதுதான்' என்று தொடர்ந்து கதைத்துக் கொண்டிருந்தார்.

எனக்கு வெளிக்கிட நேரம் வந்திட்டுது. வழமைபோல இன்றைக்கும் அவர் தேத்தண்ணீருக்குக் காசு வாங்கவில்லை.

கடைக்காரர் கதைத்த கதைகள் எந்தளவுக்கு உண்மையாய் இருக்கும் என்று

நினைத்துக்கொண்டு யாழ்ப்பாணம் போற 750 பஸ்சைத் தேடிப் போனேன்.

செல்வம் அருளானந்தம்

16

இன்னும் ஒரு முறை பருத்தித்துறைக்குப் போனபோது தேத்தண்ணீர்க் கடைக்காரருடன் ஆறுதலாகப் பேசக் கிடைத்தது.

பேசும்போது, ஆரம்பகால அரசு எதிர்ப்பு நடவடிக்கைகளில் அவருக்குத் தொடர்பு இருந்ததை உணரக்கூடியதாவும் இருந்தது.

'ஏன் இப்போது போராட்டத்தில் ஓர் அந்நியன் போல் இருக்கின்றீர்கள்' என்று கேட்டபோது. 'சில மனவருத்தங்கள் வந்தன அதைவிடக் குடும்பப் பொறுப்பும்' என்றார். 'மனவருத்தங்கள்தான் முக்கிய காரணம் என்றாலும் அதைப்பற்றி இப்போ பேச விரும்பவில்லை என்றார்.

'தனியே தங்கடை ஊரை முன்னிலைப்படுத்தி இந்தப் பெரிய விடயத்தை நடத்த முடியாது. மற்றது, சிங்கள மக்களில் முழுப்பேரும் இல்லாவிட்டாலும் ஒரு பகுதி சிங்கள மக்களின் ஆதரவு இல்லாமல் நாங்கள் சுதந்திரம் அடைய முடியாது' என்றார்.

'77 கலவரத்திற்குப் பிறகும் அது எப்படி முடியும்? 71ஆம் ஆண்டு சிங்களப் பெடியங்களின்ரை சேக்குவரா புரடசியின் போதும் கொமினிசியம் பேசிய சிங்களப்பெடியள் தமிழ் இளைஞர்களைத் தங்களோடு சேர்க்கவில்லையே' என்றபோது அதற்கான முயற்சிகளில் தன்னைச் சேர்ந்தவர்கள் ஈடுபட்டார்கள் என்று ஒருவருக்குமே வெளியில் தெரியாத ஒரு கதையைச் சொன்னார்.

1971ஆம் ஆண்டு அமெரிக்கத் தூதரகத்தைத் தாக்க முயற்சித்ததாக உகனை என்ற இடத்தில் வைத்து சேகுவேரா தலைவர் ரோஹண விஜயவீர கைது செய்யப்பட்டார். இதனால் ஆத்திரம் கொண்ட ஜே.வி.பி.யினரால் தாக்குதல்கள் நடத்தப்படலாம் என்ற பயம் நாடு முழுவதும் காணப்பட்டது.

இப்படியான நேரத்தில்தான் சிங்கள ஆயுதப்படையைத் தாக்க வேண்டும் என்ற தனது நெடுநாளையக் கனவைச் செயலாக்க தங்கத்துரை தீர்மானித்தார். ஆனால் முழுமையான ஒரு காவல் நிலையத்தையோ காம்பையே தாக்குவதற்குரிய ஆயுத பலமோ ஆள்பலமோ இல்லாத நிலையில் வீதியால் வரும் சிங்களப் படைகளைத் தாக்குவது என முடிவு செய்யப்பட்டது. பொலிசார் எவ்வித நேரக் கட்டுப்பாடுமின்றி போக்குவரத்துச் செய்வதால் திட்டமிட்டு அவர்களைத் தாக்குவது கடினம்.

'ஆனால் ஒரு குறிப்பிட்ட நேரத்தில் இராணுவம் பலாலி முகாமில் இருந்து வல்வெட்டித்துறை இராணுவ முகாமிற்குச் சென்று வருவது ஒவ்வொரு நாளும் நடக்கிற நிகழ்ச்சி அத்தகைய நேரம் ஒன்றில் அவர்கள் ஜீப்பைத் தாக்கி இராணுவத்தைக் கொல்வது என முடிவெடுத்தனர்.

1971ஆம் ஆண்டு ஏப்பிரல் மாதத்தில் வெள்ளவாய பொலிஸ் நிலையத்தைத் தாக்கி ஜே.வி.பி.யினர் போராட்டத்தை ஆரம்பித்தனர்.'

எனக்கு இவைகள் கொஞ்சம் தெரிந்திருந்தாலும் மனுசன் சற்று விபரமாகவும் சுவாரசியமாகவும் ஆறு ஏழு வருசத்திற்கு முதல் நடந்த சம்பவங்களைச் சொல்லிக்கொண்டு போனார்.

'நாட்டில் முழுமையான ஊரடங்கு அமுலுக்கு வந்தது பொலிஸ் நிலையங்கள் எல்லாம் உசார்படுத்தப்பட்டன. ஆனாலும் 95 பொலிஸ் நிலையங்கள் தாக்கப்பட்டன.

யாழ்ப்பாணச் சிறையில் இருந்த ஜே.வி.பி தலைவர் ரோஹண விஜயவீரவை மீட்க 1971 ஏப்பிரல் 5ஆம் தகிதி இரவு 11 மணிக்கு யாழ்ப் பாணக் கோட்டை ஜே.வி.பி.யினரால் தாக்கப்பட்டது. 'விஜவீர நீ எங்கிருக்கின்றாய் நாங்கள் உன்னை மீட்க்க வந்திருக்கிறோம்' எனச் சத்தமிட்டபடி கோட்டைக் கதவுகளைத் தாக்கியபடி உடைக்க முற்பட்டனர். வலிமை வாய்ந்த அக்கதவுகளை உடைக்க முடியவில்லை.

கடமையில் பொறுப்பான தமிழ் பொலிசாரும், சிறைக் காவலர்களும் எதிர்த் தாக்குதலை நடத்தினார்கள். சிலமணி நேரங்களில் ஜே.வி.பி.யினரின் தாக்குதல் முறியடிக்கப்பட்டது.

'யாழ்ப்பாணத்தில் சேக்குவேரா' எனப் பத்திரிகைகள் தலையங்கம் தீட்டின. யாழ்ப்பாணம் அல்லோலகல்லோலப் பட்டது.

'தங்கத்துரையும் குட்டிமணியும் இந்த வேளையில்த்தான் சிங்கள அரசுக்கெதிரான தங்கள் தாக்குதலைச் செய்ய வேண்டும் என்று துடித்தனர்.

‘இரவு 6 மணிக்குப் பிறகு ஆளரவமற்ற ஒரு பள்ளிக்கூடத்தைத் தெரிவு செய்து, அந்தப் பள்ளிக்கூடச் சிறிய ஆய்வு கூடத்தில் குண்டு தயாரிக்கும் முயற்சியை ஆரம்பித்தனர். ஏற்கெனவே குண்டு தயாரித்த அனுபவங்கள் இருந்தபடியால் இந்தச் சிறிய குழு எவ்விதப் பதட்டமும் இன்றி, ஒருவர் நிலத்தில் இருந்தபடி அதை உருவாக்க ஏனையவர்கள் அவருக்கு நின்றபடி ஒத்துழைப்பு வழங்கினர்.

அவர் இப்படியே சொல்லிக்கொண்டு போக ‘குண்டு என்றால் என்ன? அதை எப்படி தயாரிப்பது’ என்று நான் ஒரு விசர்க் கேள்வியையும் கேட்டு வைத்தேன்.

‘சிறிய இரும்பு ஆணிகள், பீங்கான் ஓட்டுச் சிதறல்கள், வெடிக்க வைக்கும் இரசாயனப் பொருள்கள் எல்லாவற்றையும் கலந்து செய்யிறது’ என்று சொல்லிக்கொண்டு, அவர் தலையை ஆட்டி ஆட்டிக் கதையைத் தொடர்ந்து சொல்லிக்கொண்டு போனார்.

‘குண்டு வடிவாகச் செய்தாயிற்று. அதுவரையில் அச்சிறிய அறையில் மிக நெருங்கி நின்று மூச்சுவிடக் கஸ்ரப்பட்டுக் கொண்டிருந்தவர்கள் ஒவ்வொருவராக வெளியே வந்தனர்.

‘தயாரிக்கப்பட்ட குண்டினை வைத்து இராணுவத்தைத் தாக்குவது பற்றி குட்டிமணியும் தங்கத்துரையும் உரையாடிக் கொண்டிருந்தார்கள். மற்றவர்கள் கேட்டுக்கொண்டிருந்தார்கள்.

‘தரையில் உட்கார்ந்து குண்டினை உருவாக்கியவர் நீண்ட நேரம் உட்கார்ந்தபடியால் கால் விறைத்துவிட்டது. விறைத்துப்போன கால்களை நீட்டிநிமர்த்தி அவர் எழுந்து கொள்ளவும் பக்கத்தில் இருந்தது குண்டில் விறைத்த கால் தட்டுப்படப் பலத்த சத்தத்துடன் குண்டி வெடித்துவிட்டது.

‘வெளியில் நின்ற குட்டிமணியும் தங்கத்துரையும் திகைத்து விட்டனர். எப்படி நடந்தது என மற்றவர்கள் திகைக்க இவர்களில் கெட்டிக்காரரான தங்கத்துரை நிலைமையைப் புரிந்துகொண்டார். குண்டு செய்தவரின் வலது கால் மேலிருந்து கீழ் வரை முழுமையாகச் சல்லடையாக்கப்பட்டு குளறிக்கொண்டு அவர் மயங்கிவிட்டார். சிறிய காயம்பட்ட இன்னொருவரின் இரத்தப் பெருக்கை நிற்பாட்ட சாரங்களை கிழித்துக் கட்டுப் போட்டனர்.

‘படுகாயம் அடைந்த அந்தக் குண்டு செய்தவரை என்ன செய்வது’ என்று தடுமாறினர். ஏறத்தாழ இரவு பத்துமணியாகி இருந்தது. ஊரடங்கு அமுலில் இருந்தபடியால், ஊரே அடங்கியிருந்தது.

'யாழ்ப்பாணத்தில் எதிர்பாராதவிதமாக நடந்துவிட்ட ஜே.வி.பி.தாக்குதலினால் ஊரில் இருக்கும் பொலிசும் இராணுவமும் எல்லா வீதிகளுக்கும் அடிக்கடி வருவார்கள் அவர்களின் கண்ணில் படாமல் எப்படி அவரை வைத்தியசாலைக்குக் கொண்டு செல்வது? முதல் தாக்குதலே தோல்வியாய்ப் போன கவலை. அதேநேரம் தங்கள் இரகசியக் குழுவின் முக்கியமானவனும் நண்பனுமானவனின் உயிரை எப்படி காப்பது? மிக இக்கட்டான நிலை.

‘நல்லவனும் கெட்டிக்காரனுமான – எப்பவும் சமயோசித மான முடிவை எடுப்பவருமான தங்கத்துரை ஒரு முடிவுக்கு வந்தார். தமது குழுவின் பாதுகாப்பா? நண்பனின் உயிரா? என்று தடுமாறிய போதும் நண்பனின் உயிரைக் காப்பதுதான் சரி என முடிவெடுத்து, அதனால் வரும் பின்விளைவுகளையும் எதிர்கொள்வது என்ற துணிவோடு, சாக்கொன்றில் அவரைப் படுக்க வைத்துத் தூக்கிச் சென்று, எந்த இராணுவ ஜீப்புக்கு எறிய குண்டு செய்தார்களோ அந்த ஜீப் வாற நேரத்திற்கு, எந்த இடத்தில் நின்று எறிய வேண்டும் என்று திட்டமிடப் பட்டதோ அந்த இடத்தில், நடுவீதியில் அவரைப் படுக்கவைத்து, மறைந்து நின்று நிலைமகளை அவதானித்தனர். இவர்கள் எதிர்பார்த்தது போலவே பலாலி முகாமில் இருந்து வந்த இராணுவத்தினர் நடுவீதியில் குற்றுயிராக இருந்தவரைப் பார்த்து ஜீப்பை நிறுத்திச் சுற்றும் முற்றும் பார்த்தனர். அவர் ஏதோவிதமாக காயம்பட்டு இருக்கிறார் என மனிதாபிமானத்தோடு அவரைத் தம்முடன் எடுத்துச் சென்றனர்.

‘அவரை நிச்சயமாக வைத்தியச்சாலைக்கு எடுத்து செல்வார்கள், யாருக்கு எறியக் குண்டு செய்தோமே அவர்களைக் கொண்டே அவரைக் காப்பாற்றிய தங்கத்துரையின் திட்டமிடலை மெச்சிய வண்ணம் பனைக் கூடல் வழியே மறைந்து சென்றார்கள்.’

‘பிறகு என்ன நடந்தது . . . பிறகு என்ன நடந்தது . . .’ என்று மிக ஆவலோடு கேட்டேன்.

அவர் கொஞ்சம் நேரம் மௌனமாக இருந்துவிட்டு, ‘பக்கத்தில் இருந்த சிறிய ஆஸ்பத்திரியில் அவரைக் கொண்டுபோய் ஒப்படைத்துவிட்டு ஆமிக்காறங்கள் போய்விட்டார்கள். சிறிய ஆஸ்பத்திரிக்காரர்கள். இரத்தம் பெருவாரியாகப் போனதால் குற்றுயிராகக் கிடக்கும் அவரைக் காப்பாற்ற முடியாது என அவர்களே ஒழுங்கு செய்து யாழ்ப்பாணம் பெரியாஸ்பத்திரிக்குக் கொண்டு சென்றார்கள்.

‘அவர் உயிர் தப்பிச் சுய அறிவு வந்தபின் பொலிசார் அவரை விசாரித்தனர். சேக்குவரா பிரச்சினை நாடு முழுவதும் முக்கிய பிரச்சினையாய் இருந்தபடியால் அவர்கள் இதையொரு பெரிய பிரச்சினையாய் எடுக்கவில்லையோ அல்லது மீன்பிடிப்பதற்காகச் செய்த டைனமெற் வெடித்தது என்று அவர் சொன்னதை நம்பின பொலிசார் அவரை தொடர்ந்து விசாரிக்கவில்லை. சில தமிழ் பொலிஸ்மாருக்குச் சந்தேகம் இருந்ததுதான். அவர்களும் ஏதோ சாதிப் பிரச்சினை, ஊர் பிரச்சினைக்குக் குண்டு செய்து வெடித்ததாகத்தான் நினைத்தார்கள்.’

அவர் இதுக்குமேல் கதைக்க விரும்பாமல் பழையபடி சீர்காழி ‘கோவிந்தராஜன்’ எனத் தொடங்கினார். நல்லாய்தானே போய்கொண்டிருந்தது, மனுசன் திரும்ப சீர்காழியென்று நிக்குது

இது என்ன சனியடா என்ற மனதுக்குள் சபித்துக்கொண்டு, அவரிடம் கதைகள் அறிவது என்றால் அவர் வழியில்தான் போக வேணும் என்று நினைத்துக் கொண்டு. 'நித்தம் நித்தம் மாறுகின்ற எத்தனையோ அதில் நினைத்ததுதான் நடந்ததுதான் எத்தனையோ உள்ளத்தில் நல்ல உள்ளம் உறங்காது' என்பது என்ற பாடலையும் சொன்னேன். 'உந்தப் பாடல்களைவிட இந்தப் பாட்டை கேட்டுப்பார், சின்னம்சிறு பெண்போல... சிற்றாடையுடை உடுத்தி... சிவகங்கை குளத்தருகே' என்ற பாடலை அவர் சொன்னார்.

நான் பொறுமையிழுந்து, அந்தக் குண்டு வெடிப்புப் பற்றித் தொடங்கினேன். அதற்கு அவர் பதில் சொல்லாமல்,

யானே பொய் என் நெஞ்சும் பொய்
என் அன்பும் பொய்
ஆனால் வினையேன் அழுதால்
உன்னைப் பெறலாமே
தேனே அமுதே கரும்பின்
தெளிவே தித்திக்கும் மானே

எனத் திருவாசகத்தை வாய்க்குள் முணுமுணுத்தார்.

எனக்கு ஒரு சந்தேகம் எழுந்தது. இவரும் அந்தக் குண்டு செய்த ஆட்களில் ஒருவராய் இருக்கலாம். ஆனால், நான் அதை அவரிடம் கேட்கவில்லை.

'வாழ்வில் நினைத்ததில் நடந்ததுதான் எத்தனையோ...' என்ற பாடலை வாய்க்குள் முணுமுணுத்த வண்ணம், 'முதல் கோணல் முற்றும் கோணலாகுமோ என்ற எண்ணம் எனக்கு வரத் தொடங்கிவிட்டது' எனத் தொடர்ந்தார்.

'விடுதலைப் போராட்டம் தொடங்க முதலே காட்டிக் கொடுக்கும் போராட்டம் தொடங்கிவிட்டது' எனப் பெருமூச்சுவிட்டார்.

'எனக்கு மூன்று நாலு தங்கச்சிமார், அதையும் மறந்து தான் சில வேலைகளைச் செய்தனான். மறியலுக்கும் போகத் தயாராகத்தான் இருந்தனான்... ஒன்று, இரண்டு கொலைகளால மனம் விரக்தியடைந்து விட்டது. அதைவிட, என்ரை அப்பரைப் போல இயல்பில நான் கொஞ்சம் சாமிப்போக்கு, அதுதான் கல்யாணம் முடித்தபின் இந்தக் கடையைப் போட்டுக் கொண்டு வாழுறன்' என்றார்.

இதற்குமேல் இவைகளைப்பற்றிக் கதைக்க விரும்பாத மாதிரிக் கதையை மாற்றினார்.

திடீரென்று அவர் கேட்டார்... 'எந்த நம்பிக்கையில் ஏஜென்சிக்குக் காசு கட்டினீங்கள்' என்று. நான் ஒன்றும் பறையாமல் இருந்தேன்.

'தம்பி நீங்கள் என்னுடன் நல்லாய்ப் புளங்குகிறீங்கள். நல்ல ஆளாய் இருக்கிறீங்ள். அதைவிட ஒரு வசதியான குடும்பத்தைச் சேர்ந்தவர்போல் இல்லை. அப்பாவியாயும் இருக்கிறீங்கள். நான் முதலாளியின்ரை கடைக் கட்டடத்திற்குப் பக்கத்திலை கடை வைச்சிருக்கிற ஆள். அவன்ரை வசதிக்குமுன் நான் ஒரு துரும்பு.

'நான் கதைச்சதாய் இருக்கப்படாது, உவன் கடைசி மட்டும் உங்களை அனுப்பப் போவதில்லை. முதலாளி என்ற பெயரில் உலாவும் பெரிய கள்ளன்' என்றார். நான் திகைத்து அவர் முகத்தைப் பார்த்தேன்.

'சில வேளை இரண்டொருவரை அனுப்பலாம்! போன மாதமும் ஒருவரை போஸ் பண்ணி அடித்து லெபனானுக்கு அனுப்பினவனாம். அது இவன்ரை வைப்பாட்டியின்ரை புருசன்.

'அது வேற விடயம், உங்களைப்போல் நூற்றுக்கணக்கான ஆட்களிட்ட காசு வேண்டித்தான் பக்கத்துப் பெரிய கட்டடம் எழும்புது. உங்கடை பணங்களை இன்னும் ஆறு, ஏழு மாதாத்தால கொஞ்சம் கொஞ்சமாய்த் தருவான். அவன் பெரிய தாதா...' என பெரிய கோவத்தோடு சொன்னார்.

'அது சரி உங்களோடு வாற சந்திரனா உங்களை இதில் மாட்டி விட்டது' என்று கேட்டார்.

'ஓம் ஓம் சந்திரன் என்ரை பிரண்ட்' என்றேன்.

அவர் என்னை மேலும் கீழும் பார்த்துவிட்டு, 'எனக்குத் தேவையில்லாத கதை. ஏதோ உன்னைப் பார்க்க இரக்கமாயிருக்கு. சந்திரன் இவற்றை அடியாள். ஒரு பொடிக்காட் மாதிரி. இவர் செய்யும் அட்டகாசங்களுக்குத் துணைக்குப் போறவர்.

'அவன்ர வேலையில்லா நிலமையையும் வறுமையையும் இவன் தனக்குச் சாதகமாக்கி வைத்திருக்கின்றான்.

'அவன்ர விசுவாசமும், சாதிப் பின்ணணியும், குறிச்சிப் பின்னணியும் இவனுக்குப் பெரிதாக உபயோகப்படுகிது. யாரும் தன்னைக் கேள்விகேட்டுப் பிரச்சினை பண்ணினால், யாழ்ப்பாண ரவுணில் வைத்தும் அடிப்போம் என்று சொல்லாமல் சொல்ல அந்தச் சந்திரன் உபயோகப்படுகிறான்.

'நீ கெட்டித்தனமாய் ஏஜென்சியிட்ட காசைத் திருப்பி வேண்டு. சந்திரன்ர சிநேகிதத்தை விடு. அது உனக்கு நல்லதில்லை' என்றார்.

சந்திரனின் நட்பை எப்படி விடுவது அவன் செய்த பெரியதோர் உதவியை எப்படி மறப்பது...

17

தேத்தண்ணீக் கடைக்காரர் மட்டுமில்லை, என்னுடைய நெருங்கிய நண்பர்கள் சிலரும் சந்திரன் சரியில்லாத ஆள் என்றுதான் தீர்ப்புச் சொன்னார்கள்...'மற்றவர்களைத் தீர்ப்பிடாதீர்கள், நீங்களும் தீர்ப்புக்கு உள்ளாக மாட்டீர்கள்' என்ற யேசுவின் வசனத்தைச் சொல்லிச் சமாளித்தாலும். எனக்கும் சந்திரன் பற்றி விளங்காமல் இல்லை. நான் அவனை எங்கேயும் விட்டுக் கொடுப்பதில்லை... 'இதால நீயும் அவனைப்போல் கொசப்பானாய்தான் வரப்போறாய்' என்றும் அவங்கள் சொல்லுவாங்கள்.

நிலத்தியல்பால் நீர்திரிந்து தற்றாகும் – மாந்தர்க்கு
இனத்தியல்ப தாகும் அறிவு

எட்டாம் வகுப்பில் இந்தக் குறளைப் பாடமாக்காமல் வித்துவான் சந்தியாப்பிள்ளையிடம் பத்துத் தரமாவது அடிமட்டத்தால் அடி வேண்டியிருப்பேன். பாடமாக்கினதையும் விளங்கிக் கொண்டதையும் வாழ்க்கையில் எதிர்கொள்ளும் போது மறந்த மாதிரித்தான் நடிக்க வேண்டியிருக்கிறது.

எனக்குச் சந்திரனில் இந்த ஈடுபாடும் நேசமும் வந்தற்கு ஒரு வலுவான காரணம் இருக்கிறது. அவன் எனக்குக் காலத்தால் செய்த உதவி... பேருதவி.

யோகா அக்கா இன்று இல்லை. ஏதோ ஒரு வெளிநாட்டில் சில வருடங்களுக்கு முன்னால் மீளா நித்திரைக்குப் போயிற்றா. அவவிலை இன்றைவரைக்கும் பெரிய மரியாதையும் விருப்பமும் இருக்கிறது. அவவைப் பற்றின நினைவு வரும்போது அவவின்ரை வாழ்வில் நடந்த ஒரு துயரமான நிகழ்வும் சேர்த்து நினைவுக்கு வந்து என்னைக் கலவரப்படுத்தும். அதனால் அவவின் நினைவுகளை முடிந்தவரைக்கும் தவிர்க்கப் பார்ப்பேன்.

ஆருக்கும் தெரியாத அந்தக் கதை, அக்காவுக்கும் எனக்கும் சந்திரனுக்கும் மட்டும்தான் தெரியும்.

பின்னாட்களில் சந்திரனும் ஒரு இயக்கத்தால் கொல்லப்பட்ட பிறகு, அந்தச் சம்பவத்தைத் தெரிந்திருக்கிற ஒராள் நான் மட்டும்தான்.

நான் மறக்க முயன்ற அந்தக் கதையை ஏதாவது ஒரு புனைபெயரில் திருப்பியும் நினைவு கூரலாம். அல்லது அவவின் பெயரிலேயே எழுதினாலும் அதை அடையாளம் கண்டு சம்பவத்தைத் தெரிந்துகொள்ள ஆரும் இல்லை.

மனுசனாக இந்த உலகில் பிறப்பெடுத்தவன் பிறந்தான், வருந்தினான், இறந்தான் என்றுதான் சொல்வார்கள். அதுவே பெண்ணாய்ப் பிறந்தால், அதுவும் வறுமையில் உழன்றால் கொடும் துயரம்தான்.

நான் என் சொந்த ஊரில் இருந்தபோது என் அயலில் வாழ்ந்தவர்கள்தான் யோகா அக்கா குடும்பத்தினர். இவ்வெழுத்தில் அந்தளவுந்தான் சொல்லலாம்.

அவவுக்கு என்மீது மிகப்பெரிய பிரியம். சிறுவயதுக் காலத்தில் அவவுக்குப் பின்னால் திரிந்து ஊர் அளப்பேன். நாவல் பழம் பொறுக்குவது, மாங்காய்க்குக் கல் எறிவது, யாரும் காயப் போட்டிருக்கிற பினாட்டைக் களவெடுத்துத் தின்பது என்று பலவற்றையும் கூட்டாகவே செய்வோம். இதனால் எங்கள் நட்பு இறுக்கமானது.

நண்பர்களோடு விளையாடும்போது, சில கிழக்காலிகள் காரணமில்லாமலும் எனக்கு அடிப்பார்கள். ஏனென்றால், எனக்கு அடிக்கிறது மிகச் சுலமானது. அவ்வேளைகளில் அக்காதான் என்னைக் காப்பாற்றுவா.

இத்தனைக்கும் அவ எனக்கு எவ்வழியிலையும் சொந்தம் இல்லை. ஏதோ இனந்தெரியாத பாசமும் அயலால் வந்த நெருக்கமும்தான் எங்கள் உறவுக்குக் காரணம்.

பிறகு அவவும் வளர்ந்து குமராகி விட்டா. நானும் ஊர் மாறிப் போயிட்டன்.

ஏதாவது அலுவலாக ஊருக்குப் போனால் நான் எங்கள் சொந்தக்காரர் வீட்டில் சாப்பிடப் போவதில்லை. யோகா அக்கா வீட்டில்தான் சாப்பிடுவேன். அவ்வேளை வறுமை அவர்களைச் சூழ்ந்துகொண்டிருப்பதை நான் உணர்ந்தேன். அக்கா அப்போது, நெசவு வேலைக்குப் போய் வந்து கொண்டிருந்தா.

அவவுக்குக் கல்யாணம் பேசி ஒன்றும் சரிவருகுதில்லை என்று கேள்விப்பட்டேன். வறுமை மாத்திரமல்ல . . . அக்காவின் கறுப்பு நிறமும் பெரிய தடையென்று தாய் சொல்லிக் கவலைப்பட்டா.

இந்த இடத்தில் வேறொன்றையும் சொல்லாம்.

வெளிநாட்டுக்கு வந்தபிறகு பல தடவை நிறவெறியை நேருக்கு நேர் சந்திச்சிருக்கிறேன். முதல் தடவையாய் ஜெர்மனிக்கு வந்தபோது, தெரியாத்தனமாக ஒரு ரெஸ்ரோரண்டுக்குப் பியர் குடிக்கப் போனபோது, ஒருவன் என் நிறத்தைப் பார்த்து விட்டு 'நீ எந்த நாட்டுக்காரன்' என்று டொச் மொழியில் கேட்டான். அவன் என்ன கேட்கிறான் என்பது எனக்குச் சாதுவாய் விளங்கினாலும் நான் விளங்காத மாதிரி நிற்க, அவன் திருப்பி ஆங்கிலத்தில் கேட்டான். நான் என் நாட்டைச் சொல்ல, 'எப்ப வந்தனி? ஏன் வந்தனி? எப்ப திரும்பப் போறாய்?' என்று கோபமாய்க் கேட்டான்.

கறுப்பு மனிதர்களைக் கண்டால் எனக்குப் பிடிக்காது என்று நேரடியாகவே சொன்னான். அவன் வெறியில் நின்றாலும் 'இது தன்ரை நாடு' என்ற திமிரோடு நிதானமாக உள்ளத்தில் இருப்பதைச் சொன்னான். அவனுக்குப் பதில் சொல்ல நான் வாய் திறந்தால் ஏதாவது பிரச்சினை வரும் என்று பியர் கூடக் குடிக்காமல் கடையை விட்டு மெல்லமாய் விலகி வந்துவிட்டேன். நான் ஒரு கறுப்பனாய்ப் புறக்கணிக்கப்பட்ட சம்பவங்களை அடுக்கிக்கொண்டே போகலாம்.

வெளிநாடுகளில்தான் இப்படியென்றால், நாங்கள் பிறந்த பூமியும் கொஞ்சமும் குறைந்தது இல்லை. 'கறுப்புத்தான் எனக்குப் பிடிச்ச கலரு' என்று பாடினாலும் மனிசரின் மனம் எல்லாம் வெள்ளையாய் இல்லை.

யோகம் அக்கா கறுப்பென்றாலும் வடிவுதான் என்று சராசரி வார்த்தைகளால் சொல்ல எனக்கு விருப்பம் இல்லை. ஆளை மயக்குகின்ற பேரழகு என்றும் சொல்ல வரவில்லை. இப்போதும் நினைவுகளில் ஓடி மறையும் வாள் போன்ற கண்கள், சீரகச் சம்பா அரிசிபோல் சிரிக்கும் போதெல்லாம் மின்னலடிக்கும் வெண் பற்கள், சிற்பிகள் அளவெடுத்துச் சீவிச் செதுக்கியது போன்ற உடல். இத்தனையும் இருந்தும் நிறமும் சீதனம் கொடுக்க வழியற்ற நிலையும் அக்காவின் திருமணத்துக்குத் தடைகளாக நின்றன.

ஒருநாள் அவ, என்னைத் தேடி வீட்டுக்கு வந்திருந்தா. முகம் எல்லாம் வாடி பெருங் கவலையோடு இருக்கிறமாதிரி இருந்தது. என்ரை அம்மா அவவை அன்போடு வரவேற்றுச் சாப்பாடு கொடுத்தா. பிறகு 'எங்கை பிள்ளை வந்தனி?' என்று கேட்க, 'நான் பல் டொக்டர் பாரதியிட்ட பல்லுப் பிடுங்க வந்தனான். தம்பியை உதவிக்குக் கூட்டிக்கொண்டு போகட்டோ?' என்று கேட்டா. அம்மாவும் என்னைப் பார்த்து, 'அக்காவோடை போய் பல்லைப் பிடுங்கி முடிய பஸ் ஏத்திப் போட்டு வா' என்று அனுப்பி வைச்சா.

இரண்டு பேரும் நடந்து போய்க்கொண்டிருக்கும்போது, அக்காவின் கண்களில் கண்ணீர் வழிந்துகொண்டிருந்தது.

வழியில் இருந்த ஒரு பூவரசு மர நிழலிலை அக்காவின் கையைப் பிடிச்சு நிப்பாட்டினேன். 'என்னக்கா... என்ன நடந்தது? ஏன் அழுகிறியள்?' என்று கேட்டன். ஒன்றும் சொல்லாமல் விக்கி விக்கி அழுதா.

'நீங்கள் ஒண்டும் சொல்லாவிட்டால் நான் திரும்பிப் போயிடுவன்' என்று வெருட்டுவதற்காகச் சொன்னேன்.

'தம்பி, உன்னை நம்பித்தான் வந்தனான். நீ எனக்கு ஒரு பெரிய உதவி செய்ய வேணும்' என்று சொல்லிவிட்டுத் திரும்பவும் அழத் தொடங்கினா.

'அக்கா... சொல்ல வந்ததைச் சொல்லுங்கோ' என்று நான் இறுக்கமாய்க் கேட்க, சொல்லத் தொடங்கினா.

'யாரிட்டைப் போய் இதைச் சொல்லுறது எண்டு தடுமாறிக் கொண்டிருந்தபோதுதான் உன்ரை நினைவு வந்தது. நீ எனக்கொரு தம்பி மாதிரி...' என்று விம்மினா.

ஏதோ சிக்கலில் அக்கா சிக்கிட்டா என்பது விளங்கிவிட்டது... 'சொல்லக்கா' என்று நான் இரக்கத்தோடு சொல்ல, அக்கா வெடி குண்டு ஒன்றைத் தூக்கிப் போட்டா.

'தம்பி இப்ப நான், பிரெக்னென்டா இருக்கிறன்... நீதான் இந்த இக்கட்டிலை இருந்து என்னைக் காப்பாற்ற வேணும். யாரும் தெரிஞ்ச டொக்டரட்டைக் கூட்டிக்கொண்டுபோய் இந்த அவமானத்திலை இருந்து என்னைக் காப்பாற்றுவாயோ' என்று தூரத்தில் தெரிந்த கோயில் குருசைப் பார்த்தபடி கேட்டா.

நான் அதிர்ச்சியில் இருந்து மீள்வதற்குள் இவ்வளத்தையும் சொல்லிப்போட்டு, திருப்பியும் விக்கத் தொடங்கினா.

எனக்கு என்ன கதைக்கிறது என்றே தெரியவில்லை. எப்பிடி நடந்தது? யார் இதுக்குக் காரணம் என்றெல்லாம் எனக்கு கேட்கத் தோன்றவில்லை.

அப்போது நான், ஜெயகாந்தனின் 'அக்னி பரீட்சை', 'கங்கா எங்கே போகிறாள்?' போன்ற புத்தகங்களை வாசிக்கத் தொடங்கியிருக்கவில்லை. என்றாலும் நடத்த சம்பவவம் பற்றி அக்காவிடம் கேட்பது தர்மமாகத் தெரியவில்லை.

என்னை அறியாமலேயே 'அக்கா... நான் கட்டாயம் உதவி செய்கிறன்' என்றேன். வேறு என்னன்ன சொல்லுறது என்றும் தெரிந்திருக்கவில்லை.

'நீயும் உதவிசெய்யாவிட்டால் நான் தற்கொலை செய்யிறதைத் தவிர, வேறை வழி இருந்திருக்காது' என்று சொல்ல, நான் திடுக்கிட்டுப் போனேன். 'நாளைக்கு நான் வீட்டை வாறன்... ஒண்டுக்கும் யோசிக்காமல் வீட்டை போங்கோ' என்று பஸ் ஏற்றிவிட்டேன்.

அவவை பஸ் ஏற்றிப்போட்டு ராணி தியட்டர் வாசற் படியிலை நின்று யோசித்தேன்.

'அக்கா ஏன் இதுக்கு என்னைத் தெரிவு செய்தா? நானும் ஒரு கெட்டவன் எண்டு நினைக்கிறாவோ? ரவுணுக்குள்ளை திரியிறபடியால் பலபேரையும் தெரிஞ்சிருக்கும் எண்டு நினைச்சாவோ? அல்லது வேறொரு வழியும் இல்லாமல் திக்குத்திசை தெரியாமல் என்னட்டை வந்தாவோ? அல்லது ஒரு சகோதரன்போல் என்னை நேசித்து உதவிக்கு வந்தாவோ?' இப்பிடியெல்லாம் என்ரை சிந்தனை பலவாறாய் ஓடியது. தடுமாற்றம் போகவில்லை.

சட்டென்று சந்திரனின் ஞாபகம் வந்தது. அவன் எனக்காக என்னவும் செய்யக்கூடிய மனநிலையில் உள்ளவன். இந்த மாதிரி விசயங்களைச் செய்யக்கூடிய ஆளும்தான்.

மெல்ல மெல்ல நடந்தே சந்திரன் வீட்டிற்குப் போனேன். நல்ல வேளை அவன் வீட்டில் நின்றான். நான் பெரிசா அவன் வீட்டுக்குப் போனதில்லை. என்னைக் கண்டவுடன் சந்தோசத்தோடு வரவேற்றான்.

என்ரை முகத்தைப் பார்த்தவுடனேயே 'என்ன மச்சான் ஏதாவது பிரச்சினையா? யாரோடும் பிரச்சினைப்பட்டனியோ? நீ அப்படியான ஆள் இல்லையே? என்னென்டாலும் சொல்லு. ஆருக்குக் குத்த வேணும்...யாருக்கு கால் உடைக்க வேணும்...' என்று என்ர கவலையைப் போக்குற மாதிரி கதைத்துக்கொண்டிருந்தான்.

'வெளியிலை வா. கொஞ்சம் கதைக்க வேணும்' என்று தண்டவாளத்துக்குப் பக்கத்தில் கூட்டிக்கொண்டு போனேன். மெல்ல 'எனக்கொரு பிரச்சினை' என்றேன்.

'என்ன பிரச்சினை எண்டாலும் வெல்லலாம்... சொல்லு' என்று கையைப் பிடித்தான்.

நான் யோகா அக்காவின் பிரச்சினையைச் சொன்னேன். 'அவ உனக்கு என்ன முறை?' என்று கேட்டான். ஒன்றுவிட்ட சகோதரி என்றேன். 'அப்ப இதுக்குக் காரணமானவனிட்டைப் போவம்... அடிச்சு முறிச்செண்டாலும் கல்யாணத்தைச் செய்து வைப்பம்' என்றான்.

'அக்கா அவன் யார் எண்டுறதைச் சொல்லேல்லை. சொல்லக் கூடிய ஆள் எண்டா சொல்லியிருப்பா. ஏதோ பிரச்சினை வில்லங்கமாய் இருக்க வேணும். எனக்கும் அதைத் துருவித் துருவி கேட்கிறது பண்பாய்த் தெரியேல்லை' என்று தட்டுத்தடுமாறிச் சொன்னேன்.

அதுக்கு மேல், சந்திரனும் அதைப்பற்றிக் கேள்வி கேக்கவில்லை. 'சரி... இப்ப நான் என்ன செய்ய வேணும்?' என்று அன்போடு கேட்டான். 'யாரும் தெரிஞ்ச டொக்டர்மார் இருக்கினமோ? மருந்து ஏதாவது கொடுத்து அதை இல்லாமல் பண்ண வேணும்' என்றேன்.

'மச்சான் இது சின்ன விசயம். இப்படி ஒரு சில விசயங்களுக்கு நான் உதவி செய்திருக்கின்றன். சட்டப்படி டொக்டர்மார் இதுக்கு ஒத்துக்கொள்ள மாட்டாங்கள். ஆனா எனக்குத் தெரிஞ்ச ஒரு டொக்டர் இருக்கிறார். பணம் கொஞ்சம் கூடக் கொடுக்க வேணும். உனக்கு விரும்பம் எண்டால் நாளையண்டைக்கு அந்தப் பெண்ணையும் கூட்டிக்கொண்டு வா' என்றான். இவ்வளவு ஈசியா இந்தச் சிக்கல் முடியும் என்று நான் நினைத்திருக்கவில்லை. 'நன்றி மச்சான்' என்று அவனைக் கட்டிப் பிடித்தேன்.

'இந்தமாதிரி விசயங்கள் இங்க நடந்துகொண்டுதானிருக்கு. வெளிநாடு எண்டா இதெல்லாம் சின்ன விசயங்கள். எங்கடை போலித் தனங்கள்தான் எல்லாத்துக்கும் காரணம். இலங்கைப் பெண் பிள்ளைகள் பாவமடா' என்றான். சந்திரன் இப்படிக் கதைப்பது எனக்கு ஆச்சரியமாயிருந்தது.

நான் மௌனமாய் நிற்க, 'ஒன்றுக்கும் யோசிக்காதை, நான் இருக்கிறன்' என்று என்னை வழியனுப்பி வைத்தான்.

அன்றிரவு எனக்கு நித்திரை வரவில்லை. அந்த ஆண் யாராய் இருக்கலாம்? என்று என்ர கீழ்த்தர மனது யோசித்துக் கொண்டிருந்தது.

ஆரும் உன்னைக் கல்யாணம் முடிக்கிறன் என்று சொல்லி அக்காவை ஏமாற்றியிருப்பார்களோ?

நெசவுச்சாலையில் வேலை செய்யிறவங்கள்... ஒன்றுவிட்ட சகோதர முறையானவர்கள்... கோயில் குரு... என்கிற வரைக்கும் என்ரை கெட்ட மனசில் சந்தேகங்கள் வந்துவந்து போய்க்கொண்டிருந்தது. ஆனால் எந்தக் காரணம் கொண்டும் அக்காவிடம் அதைக் கேட்பதில்லை எண்டு உறுதி எடுத்துக் கொண்டேன்.

அடுத்த நாள் அக்கா வீட்டுக்குத் தற்செயலாகப் போவது போல் போனேன். அவவிட்டை இரகசியமாய் விசயத்தைச்

சொன்னேன். பஸ் ஸ்டாண்டில் காலை பத்துமணிக்குப் பார்த்துக் கொண்டிருப்பேன் என்று சொல்லிப்போட்டு நான் வெளிக்கிட்டேன்.

சரியாய்ப் பத்து மணிக்கு அக்கா வந்தா. சந்திரனும் என்னுடன் நின்றான். அக்கா குனிந்த தலை நிமிராமல் நின்றோ. 'கச்சேரி பஸ்சிலை ஏறி இன்ன இடத்திலை இறங்குங்கோ... நான் சைக்கிளிலை வாறன்' என்று சொல்லிப்போட்டு வெளிக்கிட்டான்.

நாங்கள் பஸ்சால் இறங்கிப் பத்து நிமிசமாகிறத்துக்குள் சந்திரன் வந்திட்டான்.

அதிலிருந்து இரண்டு மூன்று மைல் தூரம் குச்சு ஒழுங்கை பலவற்றுக்குள்ளாளும் நடந்து ஒரு வீட்டுக்குப் போய்ச் சேர்ந்தோம். வீடு வெளிச்சம் குறைவான இடமாய் இருந்தது.

சந்திரன்தான் முதலில் போய் அந்த டொக்டரோடு கதைத்தான். கொஞ்ச நேரத்தால் அக்கா உள்ளுக்குள் போனா. பிறகு டொக்டர் என்னையும் சந்திரனையும் கூப்பிட்டார். உள்ளே போனாம். 'கொஞ்சம் முந்தி வந்திருக்கலாம், இப்பவும் பிரச்சினையில்லை... பணம் கொஞ்சம் அதிகமாகும்... மற்றது ஒரு இரவு முழுக்க இங்கை நிக்க வேணும்' என்றார்.

அக்கா எல்லாத்துக்கும் ஓம் என்றோ. அடுத்த திங்கட்கிழமை மத்தியானம் தர வேண்டிய பணத்தொகையையும் கொண்டு வாங்கோ என்று சொல்லி டொக்டர் எங்களை வழியனுப்பி வைத்தார்.

திரும்பி வரும்போது அக்கா கண்கலங்கியபடி மெளளமாக எங்களுக்குப் பின்னால் வந்து கொண்டிருந்தா.

சந்திரன் ஏதோ அவவோட பேச வெளிக்கிட, அவன்ரை முகத்தைப் பாராமல் பதில் சொன்னா. தனக்கு வேறை அலுவல் இருக்கு, நீங்கள் போவியள் தானே, அடுத்த திங்கட்கிழமை சந்திப்பம் என்று சொல்லிக்கொண்டு சைக்கிளில் ஏறினான்.

'இங்க ஒரு இரவு தங்க வேணும். காசு நிறைய வேணும் என்ன செய்யப் போறீங்கள்? என்று நான் அக்காவிடம் கேட்டேன்.

'அம்மாவோட வந்தவொரு சண்டையில சொன்னனான்... மிடில் ஈஸ்ட்டுக்கு வீட்டு வேலைக்குப் போகப் போறன் எண்டு... அதைச் சாக்கா வைச்சு, சிநேகிதப் பெட்டையின்ர உதவியோட இன்ரவியூவுக்குக் கொழும்புக்குப் போகப் போறன் எண்டு சொல்லிப்போட்டு வருவன்' எண்டா.

'அப்ப பணத்துக்கு என்ன செய்யப் போறியள்?' என்று கேட்க, 'என்ர கல்யாணத்துக்கெண்டு சேர்த்த பணம் கொஞ்சம்

அம்மாவிட்டை இருக்கு. ஆனா அதை வேண்ட முடியாது. ஒரு சங்கிலி அலுமாரிக்குள்ள கிடக்கு... அதை எடுத்துத் தாறன்... நீதான் எங்கையாவது அடைவு வச்சுத் தர வேணும். பிறகு அதை எடுக்கலாம்' எண்டா.

'அம்மா சங்கிலியைத் தேடமாட்டாவோ, என்று கேட்க, 'அதுக்கும் நீதான் உதவி செய்ய வேணும். அதைப்போல ஒரு கோல்ட் கவரிங் சங்கிலியை வேண்டித்தா. அதை அலுமாரிக்குள்ள வைச்சிருவன். அம்மா அடிக்கடி அதைப் பார்க்கமாட்டா.'

அக்கா திட்டமிட்டபடியே எல்லாம் நடந்தது.

'மன்னாரில் ஒரு அலுவல் இருக்குது' என்று வீட்டில் சொல்லிவிட்டு, திங்கட்கிழமை மத்தியானம் டொக்டர் வீட்டுக்கு அக்காவைக் கூட்டிப் போனேன். ஆனால் சந்திரன் வரவில்லை. அதுக்கு முதல்நாளே சந்திரன் என்னைக் கண்டு, 'நான் நாளைக்கு வர மாட்டன். நான் வாறது சரியில்லை... அந்தப் பிள்ளைக்கு அந்தரமாய் இருக்கும். ஆனால் ஒண்டு... நீ அவவை விட்டு விலகாதே... அந்த டொக்ரரை பற்றிச் சில விசயங்கள் கேள்விப் பட்டனான்... அவர் என்ர ஆக்களோட சேட்டை விடமாட்டார். என்னை அவருக்கு நல்லாய்த் தெரியும். ஆள் வைச்சு குத்திப் போடுவன். நான் வீட்டிலை அல்லது பஸ் ஸ்ராண்டிலைதான் நிப்பன். என்ன உதவி தேவையெண்டாலும் வா' என்றார்.

டொக்டர் வீடு மிக அமைதியாக இருந்தது. டொக்டரைத் தவிர வேறு யாரும் இல்லை. நாங்கள் போனவுடனேயே டொக்டர் எங்களைக் கூப்பிட்டார். கொஞ்சம் நேரம் பேசிக் கொண்டிருந்துவிட்டு, 'உங்கள் இரண்டு பேருக்கும் வயது வித்தியாசம் இருக்கு. அத்தோடை அக்கா... அக்கா... எண்டு கூப்பிடுகிறாய். இப்படி செய்யிறது தப்பல்லோ' என்றார். உடனே அக்கா, பாய்ந்து விழுந்து, 'ஐயோ... ஐயோ... அவன் தம்பி... என்ர ஆசையாலும் மோட்டுத்தனத்தாலும் வேறை யாரிட்டையோ ஏமாந்து போட்டன், தம்பி பாவம்... நான் சாகப்படாது எண்டு எனக்கு உதவி செய்ய வந்தவன்' எண்டா. டொக்டர் அத்தோடு அடங்கிவிட்டார்.

பிறகு டொக்டர், என்னைப் பார்த்து, 'நீர் வெளியில்தான் இருக்க வேணும். இரவுக்கு இரண்டு பேருக்குக் கடையில் போய்ச் சாப்பாடு வேண்டி வையும்' என்றார்.

அந்த இரவைப்போல் பயங்கரமான இரவை என் வாழ்நாளில் நான் சந்தித்திருக்கவில்லை. அக்காவுக்கு ஏதாவது நடந்து விட்டால், என்னால் விளைவுகளைக் கற்பனை செய்து பார்க்கவே முடியவில்லை. என்ர கடவுளே... மனம் திக்குத் திக்கு என்று இடையறாது பதற்றத்தோடு பறையடித்துக் கொண்டிருந்தது.

கொஞ்சக் காலத்துக்கு முதல் ஒரு பெண்டிக்கோஸ் பாதிரியின் நட்புக் கிடைத்தது. அவர் அடிக்கடி கரைச்சல் படுத்தியதால் அவருடைய செபக் கூட்டங்களுக்குச் சில தடவை போயிருக்கிறேன்.

அவர்களுடைய அலட்டல்கள் பிடிக்காவிட்டாலும் அவர்கள் 'யேசுவே ஸ்தோத்திரம் யேசுவே ஸ்தோத்திரம்' என்று சொல்லுகிற மந்திரமும் அதைத் தொடர்ந்து செய்கிற தியானமும் பிடித்திருந்தது.

கொஞ்சக் காலம் தொடர்ந்து போய்க்கொண்டிருந்தேன். பிறகு அவர்களின் நடவடிக்கைகள் சிலது பிடிக்காததினால் போவதை விட்டுவிட்டேன்.

அன்றிரவு முழுவதும் பயத்தால் நடுங்கிக்கொண்டு தனிமையில் 'யேசுவே ஸ்த்தோத்திரம் யேசுவே ஸ்தோத்திரம்' என்பதை மந்திரம்போலச் சொல்லிக்கொண்டேயிருந்தேன்.

எல்லாம் நல்லபடியாகவே முடிந்தது. ஆனால் அக்கா மறுநாள் எழுந்து நடக்க முடியாமல் சிரமப்பட்டார். நான் 'இன்னொரு நாள் அங்கு தங்கலாமோ?' என்று டொக்டரிடம் கேட்டேன்.

அவரும் நல்ல மனுசன்தான். 'இன்னும் ஒரு இரவும் பகலும் தங்கிப் போங்கள்.. எல்லாம் சரி வந்துவிடும்' என்றார்.

மறுநாள் அக்கா சற்றுத் தெளிந்துவிட்டிருந்தார். புறப்படும்போது டொக்டர் கேட்டதைவிட ஐம்பது ருபாய் கூடக் கொடுத்தோம்.

காலங்கள் பறந்தன. நானும் வெளிநாடு வந்துவிட்டேன். அக்கா குடும்பமும் வேறு ஊர் சென்றுவிட்டது. இதெல்லாம் நடந்து இன்று முப்பது ஆண்டுகளுக்கு மேல் ஆகிவிட்டது.

பின்பு அக்கா மிடில்ஈஸ்ட் போய்விட்டதாக அறிந்தேன். பிறகு, தானே ஏஜென்சியாகிப் பல பெண்களை வெளிநாட்டுக்கு அனுப் பினதாகவும் பிறகு பெரிய பணக்காரியாகி நல்ல இடத்தில் திருமணம் செய்து ஏதோவொரு வெளிநாட்டில் வாழ்வதாகவும் அறிந்தேன்.

நான் வெளிநாடு புறப்படும்போது பயணம் சொல்ல அக்காவைக் காண முடியாமல் போய்விட்டது. ஓரிரு தடவை போனில் பேசியிருந்தேன். அப்போதெல்லாம் என்னைப் பார்க்க வேண்டும் என்று சொல்லுவா. அதற்குப் பிறகு அவரைச் சந்திக்கும் சந்தர்ப்பம் வரவேயில்லை.

சில ஆண்டுகளுக்கு முன், அவர் வாழ்ந்த நாட்டிலேயே அவர் இறந்துவிட்டதாகவும் அறிந்தேன்.

இன்றளவும் சந்திரன் என் மனதில் உயர்ந்து நிற்பதற்குக் காரணம் அவன் செய்த இந்த உதவி மட்டுமல்ல, அதற்குப்பின் அவன் ஒருநாளும் யோகா அக்காபற்றி என்னிடம் விசாரிக்கவேயில்லை.

18

நான் மத்தியகிழக்குப்போவதுசாத்தியமில்லை என்பது தெளிவாய்த் தெரிந்துவிட்டது. கெட்டித் தனமாக ஏஜென்சிக்குக் கட்டிய பணத்தைச் சேதமில்லாமல் திருப்பி வேண்டினாலே மத்திய கிழக்கிற்குப் போனமாதிரித்தான் என்று நண்பர்கள் நக்கல் அடிச்சாங்கள்.

இப்போது தமிழ் இளைஞர்கள் ஐரோப்பா விற்குப் போவதற்குத் தான் ஆலாய்ப் பறந்து கொண்டிருந்தாங்கள்.

தமிழரைக் குற்றுயிராக்கக்கூடிய பயங்கர வாதத் தடைச் சட்டத்தை அமுலுக்குக் கொண்டு வந்த பௌத்த சிங்கள இனவாதத்தின் பெரும் தலைவன் ஜே.ஆர். ஜெயவர்த்தனாதான் அப்போது ஆட்சியில் இருந்தார். கொஞ்சப் பெடியளைக் கொல்லவும் மிச்சப் பெடியளை நாட்டை விட்டுக் கலைக்கவும் அவர் கொடுமையாகவும் தந்திரமாகவும் திட்டங்கள் போட்டார்

அந்நாட்களில் ஒருநாள் காலை நேரம் பண்ணை பாலத்தடி அல்லோலப்பட்டது. இன்பம் – செல்வம் என்கிற இரண்டு இளைஞர் களைப் பொலிசார் சுட்டுப்போட்டுப் பண்ணை பாலத்தடியில் போட்டிருந்தாங்கள். நானும் பண்ணையடிக்குப் போய்க் கொலை செய்யப்பட்ட இளைஞர்களின் சடலங்களைப் பார்த்தேன். அதைவிட இன்னும் சில இளைஞர்களும் கொல்லப் பட்டிருக்கிறாங்கள் என்று, அங்கு நின்ற சிலபேர் இரகசியமாகப் பேசிக் கொண்டிருந்தாங்கள்.

அதுதான் தமிழர்கள் நடுங்கத் தொடங்கிய நாட்கள். பயத்தால் கொல்லப்பட்டவர்ளுக்காக அஞ்சலி செலுத்தக்கூட ஆட்கள் இல்லை.

அதோ பார்
துண்டுப் பிரசுரம் தெருவெல்லாம் ஒட்டி
தண்டிகை காவி, சனம் திரண்டு வருகுது
குண்டு துளைத்துக்
குருதி குளிப்பாட்டிச்
சவமாகச் சாய்ந்தாலும்
சாகாமல் வாழுகிறாய்

என்று தா. இராமலிங்கம் போன்ற கவிஞர்கள் எழுத இன்னும் நாட்கள் இருந்தன.

அந்த உடல்களைப் பார்க்க நெஞ்சு படபட என்று அடித்தது. ஒரு நாளைக்கு எங்களுக்கு இதுதான் நிலமையோ என்கிற பயம் தலைக்கு ஏறியது. இனிமேல் வெகு கவனமாக இருக்க வேணும். எப்படியாவது நாட்டை விட்டு வெளியேறுவதுதான் ஒரேவழி என்று மனம் சொல்லியது.

கொழும்பில் சில ஏஜென்சிமார் இளைஞர்களை ஜேர்மனிக்கும் பிரான்சுக்கும் லண்டனுக்கும் அனுப்புவதாக அறிந்தேன். ஏன் யாழ்ப்பாணத்தில் கூட இரண்டு மூன்று பேர் அப்படி அனுப்புகின்றார்கள் என்று நண்பன் ஒருவன் சொன்னான். அப்படி ஒரு ஆளை அறிந்து கள்ளியங்காட்டிற்கு அந்த ஏஜென்சிக்காரன் வீட்டை நானும் இன்னொரு நண்பனும் போனோம்.

அந்தவீட்டு போட்டிக்கோவில் இன்னும் நாலைந்து இளைஞர்கள் நின்றிருந்தார்கள். கொஞ்சநேரம் காத்திருக்கக் ‘ஹொண்டா சி.ஜி. 200’ மோட்டார் சைக்கிளில் அந்த ஏஜென்சிக்காரர் வந்தார்.

எல்லோரையும் இருத்திப்போட்டு அவர் ஒரு ‘ஓறியன்ரேசன்’ செய்தார். ‘எனக்குக் கதைக்கக் கனக்க நேரமில்லை. வெஸ்ட் ஜெர்மனிக்குத்தான் நாங்கள் இப்ப போகலாம். அதற்குத்தான் இப்ப ஆட்களை அனுப்புறன். அடுத்த மாதம் முடிவதற்குள் ஜெர்மனிக்குப் போற வசதியும் முடிஞ்சிரும். பேர்ளினிலிலை ஒரு கானிவெல் நடந்துகொண்டிருக்கு. அதனாலதான் எல்லோரையும் விடுறாங்கள். இன்னும் இரண்டு மாதத்திலை அது முடிஞ்சிரும். அதற்குப் பிறகு ஒருத்தரும் போகேலாது. நானும் அடுத்த மாதம் போற கடைசி பட்ஜ்சோடை ஜெர்மனிக்குப் போய்விடுவன். உண்மையில் உங்களுக்குப் போற விருப்பம் இருந்தால் அடுத்த கிழமை முடியிறத்துக்குள்ள 20 ஆயிரம் ரூபாய் காசைக் கொண்டுவந்து கட்டிப் போடுங்கோ. மற்றது ஓல்கன்றி பாஸ்போட் இருக்க வேணும். மற்ற அலுவல்களை நான் பார்த்துக்கொள்ளுவன். என்ன சரிதானே தம்பிமார், என்னை மினக்கெடுத்தாமல்...’ என்று அவர் சொல்ல, வந்தவன் ஒருத்தன் குறுக்கால் இடைமறித்து,

‘ஜெர்மனியில் தங்குறத்துக்கு, சாப்பாட்டுக்கெல்லாம் வழியள் இருக்கோ?’ என்று கேட்க, அவர் ‘தம்பி, நான் முதலில அனுப்பின பட்ஜ் வேலை செய்யத் தொடங்கி வீட்டுக்கு காசு அனுப்பத் தொடங்கிட்டுது’ என்றார்.

இன்னுமொருவன், ‘அண்ணை, ஜெர்மனியும் நோர்வேயும் பக்கத்திலையோ? என்ரை மச்சான் ஒருவன் நேர்வேயிலை இருக்கிறான். நீங்கள் என்னை ஜெர்மனியில் இறக்கிவிட்டால் நான் பஸ்சிலை நோர்வேக்கு மச்சானிட்டைப் போகலாமோ? என்றான். இன்னுமொருவர், நான் *வீரகேசரி, தினகரன்* பேப்பர் எல்லாம் பார்க்கிறனான் அந்தக் காணிவேல் பற்றி ஒண்டும் அவங்கள் போடேல்லையே?’ என்று கேக்க, ஏஜென்சிக்கு விசர் வந்திருக்க வேணும். ‘தம்பி அதெல்லாம் இங்கிலீஸ் பேரிப்பரிலைதான் வரும். வாங்கித்தாறன் பாக்குறீரோ’ என்று சொல்ல, மற்றவங்களும் அடங்கியிருக்க வேணும்.

‘தம்பிமார், எனக்குக் கனக்க வேலையிருக்கு. விரும்பிற ஆட்கள் பாஸ்போட், காசோடை அடுத்த கிழமைக்கு முதல்ல வாங்கோ’ என்று சொல்லிக் ‘கடையைச் சாத்தினார்’.

எனக்கும் என்னுனோட வந்த நண்பனுக்கும் அவர்மீது எந்த நம்பிக்கையும் வரவில்லை. இரண்டு பேரும் நல்லூரடியில் இருக்கிற ஒரு தேத்தண்ணீர்க் கடைக்குப் போய்த் தேத்தண்ணீர் குடித்தோம். அப்பதான் எங்கட ஜோண்சனைப் பற்றிய கதையொன்றை நண்பர் சொன்னார்.

நான் மன்னாருக்குப் போனபிறகு ஜோண்சனைக் காண்பதும் கதைக்கிறதும் குறைவு. ஒருமுறை ராசகுலம் சொன்னான். ‘ஜோண்சன் லண்டனுக்குப் போறத்துக்கு முயற்சி செய்யுறார்’ எண்டு. ‘ஜோண்சன் தனக்கு வெளிநாடு போக விருப்பம் இல்லை என்று பலமுறை சொல்லியிருக்கிறானே ...’ என்றேன் நான். ‘இங்கை உழாத மாடுகள் வன்னியில் உழுமோ?’ என்று எத்தனை தடவை பகிடி பண்ணியிருப்பான் அவன். அவன் எங்கையும் போகான் என்பது என் வாதம். அதன்பிறகு ராசகுலத்திடம் ஜோண்சனைப் பற்றி கேட்க சந்தர்ப்பம் வரவில்லை.

அதன்பிறகு இப்போதான் இந்த நண்பன் ஜோண்சனின் கதையைச் சொன்னான்.

‘ஜோண்சனுக்குத் துப்பரவாய் வெளிநாடு போக விருப்பம் இல்லை. கொஞ்சம் பணவசதியோட இருக்கிற அவற்றை அண்ணன்தான் ஜோண்சனைக் கரைச்சல் படுத்தி லண்டனுக்குப் போறத்துக்கு ஒரு ஏஜேன்சிகாறனிட்டைப் பணம் கட்டினார்.

ஜோண்சன் லண்டனுக்குப் போனா நானும் லண்டனுக்குப் பிறகு போகலாம் எண்ட எண்ணம் அவருக்கு. அவருக்கு வெளிநாட்டுக்குப் போய் உழைக்கத் தேவையில்லாத அளவுக்கு அடிப்படை வசதியள் இருந்தது. ஆனா, கப்பலுக்குப் போய்வந்த ஒருவரின்ரை கதையைக்கேட்டு அவர் வெளிநாட்டு மயக்கத்தில் இருந்தார். வெளிநாடு என்றால் விதம் விதமான பெண்கள், விதம் விதமான சாராயம் எண்டு ஒரு கனவை அவருக்குள்ள விதைச்சு விட்டிட்டார். சும்மா காசை வைச்சுக்கொண்டு சுத்திச்சுத்தி சுப்பற்றை கொல்லைக்கை இருக்காமல் கொஞ்ச வருசங்களுக்கெண்டாலும் வெளிநாடு ஏதாவதுக்குப் போய் அனுபவிக்கப் பார் எண்டு ஏத்தி விட்டிருக்கிறார். இஞ்சத்தைப் பெண்கள் எல்லாம் சும்மா. அவளவையின்ரை காலின்ர வாளிப்புக்கூடக் கிட்ட வரமாட்டார்கள். துணிஞ்சு எங்கையாவது வெளிநாட்டிற்கு வெளிக்கிடு என்று பத்த வைச்சதிலைதான் இவ்வளவும் நடக்குது' என்றான் நண்பன்.

இத்தோடு ஜோண்சனின் அண்ணருக்கு வெளிநாட்டுப் பைத்தியம் பிடித்துவிட்டது. நடுவயது தாண்டமுதல் இரண்டொரு வருசமாவது வெளிநாடுபோய் வந்துவிட வேணும் என்று விரும்பினார். ஆனால் பயம்; துப்புரவாய் ஆங்கிலம் தெரியாது. கொஞ்சம் ஆழமாய்ப் பேசினால் அவருக்குத் தமிழே சரியா விளங்காது. லோங்ஸ் போட்டு அறியமாட்டார். வீட்டில் ஒரு சாரம்... ரவுணுக்குப் போறது என்றால் இன்னொரு கலரில் சாரம் என்று தன்ரை வாழ்க்கை முடிந்துவிடக் கூடாது என்று கவலைப்பட்டார்.

லண்டனில் இருக்கிற ஒரு தூரத்துச் சொந்தக்காரரிடம் தம்பியை அனுப்பி, அவன் போய் செற்றிலான பிறகு, தான் லண்டனுக்குப் போறதுதான் திட்டம். அதனால்தான் ஜோண்சனைப் பார்த்து 'சும்மா பெடியளோடை சந்தியலிலை நில்லாமல் வெளிநாட்டிற்குப் போற அலுவலைப் பார்... நாட்டு நிலைமையும் மோசமாய்ப் போகுது. எவ்வளவு பணம் என்றாலும் நான் கட்டுறன்' என்று திரும்பத் திரும்பச் சொல்லி, கொழும்பில் இருக்கிற ஒரு சொந்தக்காறரைப் பிடிச்சு அங்கு ஓர் ஏஜென்சியில் ஜோண்சனுக்குப் பணத்தைக் கட்டிப் போட்டார். ஜோண்சனும் கொழும்பில் போய், இன்றைக்கு அனுப்புவாங்கள்... நாளைக்கு அனுப்புவாங்கள் என்று காத்திருந்தார். இடைக்கிடை தமையனும் கொழும்புக்குப் போய் 'விசயங்கள் என்ன மாதிரிப் போகுது?' என்று செக் பண்ணிப்போட்டு வருவார். கொழும்பில் நிற்கிற அலுப்பில் ஜோண்சன் யாழ்ப்பாணம் திரும்பி வந்துவிட்டான்.

'ஏன்ரா இஞ்ச வந்தனீ? இவ்வளவு காசைக் கட்டிப்போட்டுப் பொறுப்பில்லாமல் திரியிறாய்' என்று தமையன் கத்த, ஜோண்சன் தமையனை எதிர்த்துக் கதைக்கத் தொடங்கிட்டான்.

‘ஏஜென்சி என்னை அனுப்ப மாட்டான்... அவனைப் பார்க்க ஒரு கள்ளனைப்போலக் கிடக்கு. என்னெண்டு அவனிட்டைப் போய்க் காசு கட்டினனி? யாரைக் கொண்டு கட்டினியோ அவனையே கூட்டிக் கொண்டுபோய்க் காசை வேண்டப்பார். நீ கடைசி மட்டும் காசை வேண்ட மாட்டாய். மோட்டு வேலை செய்து போட்டாய். நான் இனி கொழும்பிலை போய் வெளிநாட்டிற்குப் போறதிற்குக் தூங்கிக்கொண்டு நிற்கமாட்டன்’ என்று ஜோண்சன் திருப்பிக் கதைத்திருக்கிறான்.

ஜோண்சனின் தமையன் பெரிய கோபத்தோடு கொழும்புக்குப் போனார். ஏஜென்சியை அறிமுகப்படுத்தியவரிடம் போய் சத்தம் வச்சிருக்கிறார். அவர் இன்னும் இரண்டு சண்டியரைக் கூட்டிக்கொண்டு போய் ஏஜென்சிக்குப் போய் சத்தம் வைக்க, அங்க இருந்தவங்கள் ‘தயவுசெய்து சத்தம் வைக்க வேண்டாம்... கொஞ்சம் அமைதியாயிருங்கள்’ என்று கேட்டிருக்கிறாங்கள். போனவங்கள் ‘அடிப்பம் முறிப்பம்’ என்று கதைதுதுக்கொண்டிருக்க, திடீரென்று ஏஜென்சிக்காரன் வந்து, ‘நாளைக்கு விடிய லண்டனுக்குப் போறத்துக்கு ஒரு இடம் இருக்கு. எல்லாத்தையும் ரெடி பண்ணிருவன்; பின்னேரம் வாங்கோ’ என்றிருக்கிறார். ‘நாளைக்குப் போகாவிட்டால் பிறகு எங்களைக் குறை சொல்லப்படாது. பணமும் திருப்பித் தரமாட்டோம்’ என்று அவன் சொல்லியிருக்கிறான்.

இப்ப தமையனுக்குக் கடும் யோசனை... இப்ப என்ன செய்யிறது? ஜோண்சன் விடியிறதுக்கிடையிலை கொழும்புக்கு வர இயலாது. வாய்ப்பைத் தவறவிட்டால் கட்டிய பணமும் கிடையாது. என்ன செய்யலாம் எண்டு தமையன் குழப்பத்தில் இருக்க, கூடப் போனவங்கள் ‘அண்ண, நீங்கள் வெளிக்கிட்டுப் போங்கோ... அருமையான சந்தர்ப்பம்’ என்று சொல்லியிருக்கிறாங்கள். அவங்களுக்குத் தெரியும் தம்பியாரை வெளிநாட்டிற்கு இவன் அனுப்ப வெளிக்கிட்டது’ தானும் போகத்தான் என்கிற விசயம்.

‘எனக்கு இங்கிலிஸ் தெரியாது... கோட் சூட் போட்டுப் பழக்கமில்லை. அங்கை போய் என்ன செய்யிறது’ என்று தடுமாறிக் கொண்டு நிற்க, அவங்களோ இவரை விடுகிற மாதிரியில்லை. ‘ஜோண்சன் போய்த் தங்கவென்று இருந்த வீடு உங்கடை சொந்தகாறர்தானே, அவைக்கு ஒரு தந்தியை அடி. அவர்கள் எயர்போட்டுக்கு வருவினம். எத்தனை தரம் யாழ்ப்பாணம் கொழும்பு எண்டு வந்து போயிருக்கிறாய். அப்படித்தான் இதுவும். பகல் ஏறினால் விடியிறதுக்கிடையிலை லண்டனில் நிற்பாய். யோசிக்காதே, உன்ரை போட்டோ ஒண்டைக் குடு. ஏஜென்சிக்காரன் உடன பாஸ்போர்ட் செய்வான்’ எண்டு சொல்ல,

ஜோண்சனின் அண்ணன் வேறு வழியில்லாமல் அரை மனத்துடன் சம்மதித்துவிட்டார்.

கடகடவெண்டு, சொப்பிங் உட்பட எல்லா வேலைகளும் நடந்தன. இரவு பத்து மணிக்கு எயர்போட்டுக்கு வரச்சொல்லி ஏஜேன்சிக்காரர் சொல்லிவிட்டார்.

நண்பர்கள் அவரை ஒருவழியாக வெளிக்கிடுத்தி எயர்போட்டிற்குப் போற வழியில்தான் அவைக்குத் தெரிந்தது, அண்ணர் செருப் போடுதான் எயர்போட்டுக்குப் போறார் என்று.

இடையில் ஒரு சப்பாத்துக் கடையடியில் காரை நிற்பாட்டி, அவசர அவசரமாய் ஒரு சப்பாத்தை வேண்டி, அவரை இருக்கப் பண்ணிப்போட்டு இரண்டு பேராய்ச் சேர்ந்து கால்களைச் சப்பாத்துக்குள் ஒரு மாதிரிச் செலுத்தி இறுக்கிக் கட்டிச்சினம். அண்ணருக்குச் சப்பாத்து புதுப் பழக்கம். வலியால் முனகினவர்தான்; அவங்கள் அதைக் கண்டுகொள்ளவில்லை.

எயர்போட்டில் ஏஜேன்சிக்காரன் இவருக்குரிய பாஸ்போட்டைக் கையில் கொடுத்திட்டு, 'இதிலை வேறை பெயர் இருக்கு... போய் இறங்கிறவரைக்கும் இதுதான் உங்கட பெயர். பயப்படாமல் இருக்க வேணும். ஒண்டும் பிரச்சினையில்லை. என்ன கேட்டாலும் துணிவாய்ப் பதில் சொல்ல வேணும்' என்று சொல்ல, இவர் 'எந்தப் பாசையில் கதைக்கிறது' என்று பதறிப்போய்க் கேட்க, ஏஜேன்சிக்காரன் கொஞ்சம் ஆடித்தான் போயிட்டார். 'நீங்கள் பெரிசாய்க் கதைக்க வேணும் எண்டில்லை. பயப்பிடாமல் நிண்டாலே காணும்' என்றார்.

அண்ணர், 'நான் எல்லாம் நான் துணிவாய் நிற்பன். இந்தச் சப்பாத்துத்தான் இறுக்குது. கால் கொஞ்சம் நோகிற மாதிரி கிடக்கு' என்று' புறுபுறுத்தார். அவரோடு வந்தவங்களோ, 'நீ புதுசாய் எல்லே போடுறாய் அதுதான். கொஞ்ச நேரத்தாலை சரி வந்துவிடும்' என்று ஆறுதலுக்கு மேல் ஆறுதல் சொல்லிக் கொண்டிருந்தாங்கள்.

'உன்ரை பாஸ்போர்ட் பெயரை மறந்து போடாதை... திருப்பித் திருப்பிச் சொல்லிப் பார்த்துக்கொள். லண்டனில் இறங்கியவுடன் தொலைபேசியில் அழைத்துப் போய்ச் சேர்ந்ததைச் சொல்ல வேணும்' என்று சொல்லி வழி அனுப்பி வைச்சாங்கள்.

அவர் போய் இரண்டு நாளாயிற்று. அனுப்பியவர்கள் அவர் ரெலிபோனுக்காகக் காத்துக்கொண்டிருக்க மூன்றாம் நாள் விடிய ரெலிபோன் வந்தது. அவை ஆவலோடு எடுக்க ஜோண்சனின் அண்ணன்தான் பேசினார்.

'சுகமாய்ப் போய்ச் சேர்ந்துவிட்டீங்களோ' என்று இவை கேட்க, ஓம் ... ஓம் ... சுகமாக வந்து சேர்ந்திட்டன். நீங்கள்தான் கூட்டிக்கொண்டு போக வேணும். கட்டுநாயக்காவிலை இருந்து உங்க வரக் காசு இல்லை, எனக்கு இடங்களும் தெரியாது, வந்து என்னைக் கூட்டிக்கொண்டு போங்கோ' என்று அழுகிற மாதிரிச் சொன்னார்.

இரண்டு பேரும் பதைபதைச்சுப் போனாங்கள். ஒரு காரைப்பிடிச்சுக்கொண்டு கட்டுநாயக்கா விமான நிலையத்திற்கு போய் அவரை காரில் ஏத்த, சாகப் போறவன் மாதிரி நொந்து சோர்ந்து போயிருந்தார் அண்ணர்.

'என்னண்ணை நடந்தது?' என்று காருக்குள் வைத்துக் கேட்க, 'தயவுசெய்து எப்படி போட்டனீங்களோ அப்படி இந்த சப்பாத்தை கழட்டுங்கோடா ... என்னாலை தாங்கேலாது. நான் என்ரை வீட்டை போகப் போறேன்' என்று தூசணத்தால் சத்தம் வைக்க, இரண்டு பேரும் பயந்து போனார்கள்.

'கொஞ்சம் பொறுங்கண்ண ... வீட்டை போய்க் கழட்டுவம் என்று அதில் ஒருவர் சொல்ல, 'வெளிநாடும் . . . டையும். நான் என்ரை வீட்டை போக வேணும்' என்று இன்னும் சத்தமாய்த் தூசணத்தால் கத்தினார்.

வீட்டுக்கு வந்தவுடன் சப்பாத்தை வில்லங்கப்பட்டுத்தான் கழற்றினார்கள். போற அந்தரத்தில், சப்பாத்தின் நுனியில் அடைத்து வைத்திருந்த கடதாசியை எடுக்காமல் காலை வைத்து இறுக்கட்டினது அப்போதுதான் தெரிந்துது. மனுசன் வலியில் கண்ணீர் விட்டார். இந்த மூன்று நாளும் இந்த வேதனையுடனேயே இருந்திருக்கிறார்.

இடையில் ட்ரான்ஸிற்றுக்கு *(transit)* நின்றபோதே சப்பாத்து இறுக்கின வலி அவரால் தாங்க முடியாத அளவுக்கு இருந்திருக்கிறது. அவற்றை நினைப்பெல்லாம் சப்பாத்தையே சுற்றி இருந்ததில் தனது பாஸ்போட் பெயரையும் மறந்து போனார்.

எயர்போட்டில அவரின் பெயரைக் கூப்பிட்டுப் பார்த்திருக்கிறாங்கள். இவர் அதைக் கவனிக்கவில்லை. சப்பாத்துத் தியானத்திலையே இருந்திருக்கிறார். அதைக் கழற்றினால் எப்படி திரும்பப் போடுறது என்ற பயத்தில் சப்பாத்தை வெறிச்சுப் பார்த்தபடியே இருந்திருக்கிறார்.

பசியோடும் களைப்போடும் கண்ணீரோடும் இருந்த இவரைக் இரண்டு நாளுக்கு பிறகு எயர்போட் அதிகாரிகள் திருப்பியும் கொழும்புக்கு அனுப்பிவிட்டார்கள்.

இந்த கதையைக் கேட்ட ஏஜென்சிகாரனே மனமிரங்கி அவரின் தம்பி ஜோண்சனை ஒரு மாத்திற்குள் லண்டனுக்கு அனுப்பி வைத்தார் என்பது இன்னோரு கதை.

இதைச் சொல்லி முடித்த நண்பன் என்னைப் பார்த்தான். அவனது பார்வையின் அர்த்தம் எனக்கு விளங்கேல்லை.

19

நோர்வேயில் ஒரு தமிழ் இளம்பெண் எம்.பி.யாக வந்தார் என்ற செய்தியைக் கேட்ட போது, இலங்கையில் இருந்து முதல் முதலில் நோர்வேக்குப் போன தமிழர் குட்டியண்ணணின் நினைப்பு வந்தது.

எம்.பி.யான இந்தப் பெண்ணின் குடும்பத்திற்கும் குட்டியண்ணனுக்கும் எந்தச் சம்மந்தமும் இல்லாமல் இருக்கலாம். ஆனால், அறுபதுகளிலின் தொடக்கத்தில் அங்கு போன தமிழர்களின் மூலவேராகப் பெரும்பாலும் அவர்தான் இருப்பார்.

குட்டியண்ணனோடை மூன்று நான்கு வருசம் இருந்திருக்கிறேன். எழுபதுகளின் தொடக்கத்தில்தான் நான் அவரை முதல்முதலாகச் சந்திச்சது. அவர் மிகவும் கஸ்ரமான நிலையில் இருந்த நாட்களிலைதான் நான் அவரைச் சந்தித்தேன். பாவிகள் போற இடம் பள்ளமும் திட்டியும்தானே.

யாழ்ப்பாணத்திலை அவர் உருவாக்கிய 'சீ – நோர்' என்ற பெரிய நிறுவனத்தில் இருந்து அவர் விலக்கப்பட்ட அல்லது துரத்தப்பட்ட நாள்கள் அவை.

குட்டி அண்ணன் எனப்பட்ட அன்ரனி ராஜேந்திரம் யாழ்ப்பாணத்தை அண்டிய பிரதேசத்தில் 1932ஆம் ஆண்டு பிறந்தவர்.

யாழ்ப்பாணத்துக்கு வெளியே போனால்தான் தான் வாழும் சமூகத்தையும் தமிழர்களையும் முன்னேற்ற முடியும் என்கிற நினைப்பு அவருக்குச் சிறுவயது முதல் இருந்தது.

தமிழரசுக் கட்சியை அறியாத தமிழ் மானுட நேசிப்பாளராக இருந்தார்.

அவர் மோட்டார் சைக்கிளில் வெளிநாடு செல்லத் திட்டமிட்டார். அப்ப மட்டுமில்ல, இப்பவும் இதைக் கேட்டால் எல்லாருக்கும் புதினமாய்த்தான் இருக்கும். இப்போது இருக்கிறமாதிரி இல்லாமல் மத்திய கிழக்கு அப்போது அமைதியாய் இருந்த காலம். இந்தியா வழியாக ஐரோப்பாவுக்குத் தரைப் பாதை இருந்தது.

1954ஆம் ஆண்டு யாழ். மாநகர சபை முன்பாக மோட்டார் சைக்கிளில் தன் பயணத்தை ஆரபித்தார். அப்போதைய யாழ். மேயர் சபாபதியும் சில நண்பர்களும் சிறு விழாவாக இந்த வழியனுப்பு வைபவத்தைச் செய்துவைத்தனர்.

குட்டியண்ணர் போகத்திட்டமிட்ட நாடு பிரித்தானியாதான். பிரித்தானியா செல்லும் வழியில் மத்தியகிழக்கில் எங்கையோ அவரது மோட்டார் சைக்கிள் பழுதாகிப் பயணம் தடைப்பட்டுப் போச்சுது. பிறகு 1955இல் ஒருவாறு லண்டனைச் சென்றடைந்தார்.

அவருடைய கனவுகளுக்கும் திட்டங்களுக்கும் பிரித்தானியா பொருத்தமாக இருக்கேல்லை. நான் போக வேண்டிய நாடு வேறை என்பதை அவர் உணர்ந்தார்.

பிரித்தானியாவில் இருக்கிற நேரம் அவருக்கு நோர்வே பற்றித் தெரிய வந்தது. கடல் வளம் நிறைந்த நோர்வேதான் தனக்குச் சரியாய் இருக்கும் என்று நினைச்சு அங்கு போய்ச் சேர்ந்தார். உண்மையிலேயே அவர் கனவு கண்ட பூமியாய் நோர்வே தெரிந்தது. பெரிய மகிழ்ச்சி அவருக்கு.

அங்கு, படகுக் கட்டுமானம், மீன் பதனிடும் முறைகள், ஐஸ்கட்டியை உருவாக்கும் விதங்கள் எனக் கடற்றொழில் சார்ந்து புது விசயங்களை அவர் கற்றுக் கொள்கிறார்.

அந்தக் காலத்தில் இலங்கையில் இருந்து எந்தத் தமிழரும் அங்கு போனதாய் இல்ல. குட்டியண்ணன்தான் முதல் தமிழர். அவருடைய திறமையையும் ஆவலையும் கண்ட நோர்வே அரசு அவருக்கு எல்லா உதவிகளையும் செய்தது.

ஓரளவுக்கு நோர்வேயில் நிலைகொண்ட பிறகு, ஒரு நீண்ட விடுமுறையை எடுத்துக்கொண்டார். 1960ஆம் ஆண்டு தன்ரை மோட்டார் சைக்கிளிலை நோர்வே – பேகன் (Bergen) நகரிலிருந்து தாயகம் நோக்கிப் புறப்பட்டார். பல நாடுகளின் வழியாக ஒன்பது மாதம் பயணம் செய்து பல தொடர்புகளை ஏற்படுத்திக்கொண்டு கடைசியாக யாழ்ப்பாணம் வந்து சேர்ந்தார்.

தன்னுடைய பரந்த குணத்தாலும் நாட்டின் மேல் உள்ள நேசத்தாலும் ஊருக்கு வந்து ஊருக்காக உழைக்க வெளிக்கிடுகின்றார்.

முதலில் சிரமதான முறையைக் கொண்டுவந்தார். தன் வெளிநாட்டு நண்பர்களை யாழ்ப்பாணத்துக்கு அழைக்கின்றார்.

தன்னைப்போல் மக்கள்மீது அக்கறை கொண்ட உள்ளூர் நண்பர்களையும் தன்னுடன் சேர்க்கின்றார். வீதிகளில் மண்போட்டு அவற்றை ஒழுங்குபடுத்துதல், கடல் அணை கட்டுதல், அராலி – சரவணைச் சந்தியைச் செப்பனிடுதல், நீர்வேலி நெசவு நிலையம் என்று சிறுசிறு திட்டங்களாய்ப் பலவற்றை நிறைவேற்றுகிறார்.

அவரை நம்பி வந்த வெளிநாட்டார் 20 பேர்வரை இருக்கும். அவர்களை, பின்பு மரியா ஹோட்டல் என்று மாறிய மரியாம்பிள்ளை வீட்டில் தங்கவைக்கிறார்.

அவருடைய இந்தச் சேவையைத் தொடர்ந்து, நோர்வே நாட்டு ஸ்தாபனம் என்ற ஒன்றை உருவாக்கி வட மாகாணத்தில் மதிய உணவுத் திட்டத்துக்கு (பிஸ்கட், பால்மா) உதவி செய்கின்றார். மெல்ல மெல்லச் சில இளைஞர்களை நோர்வேக்குப் படிப்பதற்காக அனுப்புகின்றார். சாதி, மதம், ஊர் கடந்து சிந்தித்துச் சிலபேரைத் தெரிவு செய்து நோர்வேக்கு அனுப்பிவைத்தார்.

○

அவர் வீட்டில் நான் இருந்தபோது ஒருநாள் அவரைக் காண நண்பர் ஒருவர் வந்திருந்தார்.

அவர், "எப்படியடா குட்டி... துணிஞ்சு அந்த வயதிலை உந்தப் பாலைவனம் எல்லாம் கடந்து மோட்டார் சைக்கிளிலை பிரயாணம் செய்தனி? பாசைப் பிரச்சினை, சாப்பாட்டுப் பிரச்சினை, தங்கிற பிரச்சினை இதெல்லாத்தையும் எப்பிடி சமாளிச்சனி? உனக்குப் பயம் வரேல்லையோ?" என்று கேட்டார்.

இதுக்குக் குட்டியண்ணன் நேரடியாய்ப் பதில் சொல்லாமல் அவருக்கு ஒரு கதையைச் சொன்னார்:

ஒரு வறுமையான குடும்பம்... குடிமனைகள் குறைந்த இடத்திலைதான் அந்தக் குடும்பம் வாழ்ந்தது. அந்தக் குடும்பத்திலை அண்ணன் தம்பியெண்டு இரண்டு பிள்ளைகள். அண்ணன் கொஞ்சம் மொத்தமானவன். தம்பியார் ஒரு ஒல்லித் தடி. இரண்டு பேரையும் வீட்டிலை விட்டிட்டு, தாயும் தகப்பனும் தூரத்தில் உள்ள வயலுக்கு வேலைக்குப் போவார்கள்.

அப்படியான ஒருநாளில் தண்ணீர் அள்ளப்போன அண்ணன்காரன் தடக்குப்பட்டு அந்த ஆழ்கிணத்துக்குள்ள விழுந்து போனான். தம்பியார் குளறிக்கொண்டு போய் வாளியைக் கிணற்றுக்குள்ள விட்டான். விட்ட வாளியை பிடிச்சுக்கொண்டிரு எண்டு அண்ணனுக்குச் சொல்லிப்போட்டு, சத்தம் வைச்சு ஆட்களைக் கூப்பிட்டிருக்கின்றான்.

அவன் குளறினதைக் கேக்கிறத்துக்குப் பக்கத்திலை ஆட்கள் இல்லை. எண்டாலும் அவன் விடேல்லை. மெல்லிய உடம்பாலை மூச்சிரைக்க மூச்சிரைக்க வாளியோட தமையனை வெளியிலை எடுத்தான்.

அதுக்குப் பிறகுதான் தாய் தகப்பனும் அயலவர்களும் வந்தார்கள். ஆருமே மெல்லியவன்தான் தமையனைத் தூக்கினான் எண்டுறதை நம்பேல்லை. அப்ப அங்க நிண்ட ஒரு பெரியவர்தான் சொன்னார், 'நான் நம்புறன்' எண்டு. 'விழுந்தவனைத் தூக்கேக்கை, உன்னாலை தூக்கேலாது என்று சொல்ல யாரும் இல்லை. அதனாலைதான் அவன் தூக்கினவன்'.

"நடக்க வெளிக்கிட்டா பாதை தானாய்க் கிடைக்கும்" என்றார் குட்டியண்ணர்.

எவ்வளவோ வசதியாகவும் செல்வாக்காகவும் வாழ்ந்த மனிதர் குட்டியண்ணர்.

சீ–நோர் என்ற மிகப் பெரிய ஸ்தாபனத்தின் பொறுப்பாளராக இருந்தவர். சுற்றிவர வெள்ளைக்காரர், உள்ளூர்ப் பணியாளர்கள் என்று எத்தனை பேர். எத்தனை வாகனங்கள்; எத்தனை பெரிய பெரிய மோட்டார் படகுகள்.

இப்போ எல்லாத்தையும் இழந்து... சங்கரன் கொடுத்த வாள்... நாரதர் கொடுத்த நா... என்று எல்லாவற்றையும் இழந்த இலங்கை வேந்தன்போல குட்டியண்ணன் வாழ்ந்த காலங்கள் அவை.

யாழ்ப்பாணத்துக்கு வெளியில் இதை அவர் செய்திருந்தால் அவர் தப்பி இருப்பார் என்றும், லோங்ஸ் சேட் போட்டபடி மீன் பிடிக்கவும் வலைகள் திருத்தவும் மீன் தெரியவும்... புதிய தொழில் நுட்பங்களோடு, புதிய சிந்தனைகளோடு பணி செய்தவரை யாழ்ப்பாணத்தாங்கள் தொலைச்சுவிட்டாங்கள் என்று பிறகு ஒருநாள் அவர் நண்பர் ஒருவர் சொன்னார்.

நோர்வே நாட்டைச் சேர்ந்த மனைவியுடனும் மூன்று வெள்ளைக்காரப் பிள்ளைகளுடனும் ஒரு வாடகை வீட்டில் வாழ்ந்து கொண்டிருந்தார். அவர் செய்த உதவிகளாலும் இனிமேல் செய்யப் போகின்ற உதவியை வேண்டியும் எந்நேரமும் பலர் அவரைச் சுற்றியிருப்பார்கள்.

தன்னை நோர்வேக்கு அனுப்புவீங்களோ? தன் அக்காவின் மகனை நோர்வேக்கு அனுப்புவீங்களோ? தங்கச்சியின்ரை புருசனை நோர்வேக்கு அனுப்புவீங்களோ? என்று நண்பர்கள் வந்து கொண்டேயிருப்பார்கள்.

குட்டியண்ணன் ஒண்டிலை கவனமாக இருந்தார். அதுதான் சாதி. தமிழர்களை அழிப்பது சாதிதான் என்ற எண்ணம் அவருக்கு வலிமையாகவே இருந்தது.

அண்மையில் ஒரு நண்பருடன் பேசிக்கொண்டிருக்கும் போது, நண்பருடைய ஊரைச் சேர்ந்த ஒருவரின் பேரைச் சொல்லி, “அவர் குட்டியண்ணனிட்ட வந்து போறவர் . . . அப்பவே நோர்வேக்குப் போயிட்டார். அவரைத் தெரியுமோ” என்று கேட்டன்.

அந்த நண்பருக்குக் குட்டியண்ணையைத் தெரியா விட்டாலும், நோர்வே போன தன் ஊரவரைத் தெரிந் திருந்தது. “ஓ . . . அவர் அப்பிடியா அந்தக் காலத்திலை நோர்வே போனவர்?” என்று ஆச்சரியப்பட்டு இன்னொரு செய்தியையும் சொன்னார். அவர் வாழ்ந்த ஒழுங்கையிலை இருந்த முழுப்பெடியளும் அவரால் நோர்வேக்குப் படிக்க போய்விட்டார்கள் என்று.

இது எனக்குப் பெரிய செய்தியில்லை; எனக்கு அப்படிப் போன பல பேரைத் தெரியும்.

குட்டியண்ணன் நல்லாய் வாழ்ந்தவர். இனியும் நல்லாய் வாழக் கூடியவர். கஸ்ரம் வந்தபோது அவர் விரும்பியிருந்தால் தன் மனைவி பிள்ளைகளோடு திரும்பி நோர்வேக்குப் போயிருக்கலாம். ஏதோ ஒரு பிடிவாதத்தோடு போகாமல் கஸ்ரப்பட்டுக்கொண்டிருந்தார்.

அந்த நாட்கள்களில் அவர் சகோதரிகளும் நண்பர்களும் அவரை ஆதரித்தார்கள். அதனால், பலபேரிடம் அவர் கடமைப்பட நேர்ந்தது. அவருடன் வெளிநாட்டுக்குப் போக உதவி கேட்ட ஒருவர் தன் வொக்சின் (*Volkswagen*) காரையே அவருக்கு இரவலாகக் கொடுத்திருந்தார். அதன் கைமாறாக அவர்கள் பரம்பரையே நோர்வேயில் குடியேறிவிட்டது என்று கேள்விப்பட்டேன்.

கார் இருந்தாலும் என்ன; சிலவேளை குட்டியண்ணனிடம் பெற்றோல் அடிக்கக் காசு இருக்காது.

மண்ணெண்ணெயில் வேலை செய்யும் குளிர்சாதனப் பெட்டி எண்ணெய் இல்லாமல் சிலநேரம் நின்றுவிடும்.

ஊரை உயர்த்துவோம் என்று நினைத்த பலபேர் இப்படித்தான் வாழ்ந்தார்கள் என்பது வரலாறு தருகிற பாடம்தான். அந்நாள்களில் சிலவேளை குட்டியண்ணனின் இரண்டு பெண் குழந்தைகளை சைக்கிளில் பள்ளிக்கூடம் கூட்டிக்கொண்டு போவேன். அப்போது ஆர் கூப்பிட்டாலும்

திருப்பிப் பார்க்க மாட்டேன். அந்தளவு செருக்கு. இரண்டு வெள்ளைக்காரக் குழந்தைகளை சைக்கிளில் ஏற்றிக்கொண்டு சென்றால் போறவாற சனம் எல்லாம் அந்தக் குழந்தைகளைப் பார்த்துக்கொண்டேயிருக்கும். அதொரு பெருமை.

குட்டியண்ணன் மனைவியுடன் எங்கேயாவது, வங்கி அல்லது கடைதெருவுக்குச் சென்றால் 70களில் ஒரு வெள்ளைக்காரப் பெண் தமிழ் கதைக்கிறதைக் காணச் சனம் கூடிவிடும்.

இப்போது ஒரு கதை ஞாபகம் வருகிறது.

குட்டியண்ணன் குடும்பம் எங்கோ உறவினர் வீட்டுக்குப் போய்விட்டிருந்தார்கள்.

நான் அவர் வீட்டில் இருந்து படித்துக்கொண்டிருந்தேன். மாலை 6–7 மணி இருக்கும். குட்டியண்ணனின் நண்பர் ஒருவர் அவரைத் தேடி வந்தார். அவரும் நோர்வே போவதற்காக அவரைச் சுற்றிக்கொண்டிருந்தவரில் ஒருவர்தான். கையில் ஒரு விலை கூடிய சாராயப் போத்தலுடன் வந்திருந்தார்.

"குட்டியண்ணன் எப்ப வருவார்" என்று அவர் கேட்க, "கெதியாய் வந்திருவார் எண்டு நினைக்கிறன்" என்று நான் சொன்னேன்; "கொஞ்சநேரம் இருந்து பாக்கட்டோ" என்று சொல்லியபடி விறாந்தையில் இருந்த கதிரையில் அவர் குந்திவிட்டார். நான் படிக்கவென்று அறைக்குள் போய்விட்டேன்.

அவர் என்னை 'தம்பி'யெண்டு கூப்பிட்டு, இரண்டு கிளாஸ் கொண்டுவரச் சொன்னார்.

நான் கிளாசைக் கொடுத்துவிட்டுத் திரும்ப, 'குட்டியண்ணன் வரும் வரைக்கும் கொஞ்ச நேரம் என்னோடு இருந்து கதை' என்றார். அவர் குட்டியண்ணனின் நண்பர். மறுப்பது சரியல்லையென்று நினைத்து நானும் இருந்தேன்.

இரண்டு கிளாசிலும் சாராயத்தை வார்த்தார். "இந்தப் போத்தலை அப்படியே அவருக்குக் கொடுத்துவிட்டு நானும் ஒரு சொட்டு குடிச்சுப்போட்டுப் போகத்தான் வந்தனான். அவர் எப்படியும் என்னையும் கொஞ்சம் குடி எண்டு சொல்லுவார். அதுதான் கொஞ்சம் குடிப்போம் எண்டு மனம் சொல்லுது" என்று சொல்லிக்கொண்டு ஒரு கிளாசில் இருந்ததை மெல்ல மெல்ல பருகினார். குட்டியண்ணன் வாறமாதிரித் தெரியவில்லை.

கிளாசில் இருந்தது முடிய, குட்டியண்ணனுக்கு ஊத்தி வைச்சிருந்த மற்ற கிளாசையும் எடுத்துக் குடிச்சார். என்னை அந்தாள் விடுகிற மாதிரித் தெரியவில்லை. இடைவிடாமல் அலட்டிக்கொண்டிருந்தார்.

இதிலை நீ சின்னப்பெடியன் குடிக்கப்படாது என்ற புத்திமதி வேறு. எப்படியும் நீயும் நோர்வேக்கு வருவாய். அப்ப அங்க சேர்ந்து குடிக்கலாம் என்றும் சொன்னார்.

இப்படிக் கதைச்சபடியே இன்னொரு தரம் இரண்டு கிளாசுக்குள்ளம் திருப்பி ஊத்திப் பழையபடி முன்பு மாதிரியே இரண்டையும் குடித்தார்.

அவர் கொண்டுவந்த முழுப்போத்தல் இப்ப அரைப் போத்தல் ஆயிற்று. நானும் பொறுமை இழந்துபோனேன். "குட்டியண்ணன் எப்ப வருவாரோ தெரியாது. நானும் படிக்க வேணும்" என்று எழும்பினேன்.

"ஓம்... ஓம்... எனக்கும் கணக்காய் போயிருக்கு. இந்த அரைப்போத்தலை நான் கொண்டுவந்து தந்தாக அவரிட்டை குடுத்துப் போடு. நானும் படுக்க வேணும்" என்று சொல்லி வெளிக்கிட்டுப் போய்விட்டார். நானும் உள்ளுக்குள் போய்விட்டேன்.

அவர் போய் 10 நிமிடத்தால் திரும்பவும் கதவு தட்டிக் கேட்டது. குட்டியண்ணன்தான் வந்துவிட்டார் எனக் கதவைத் திறக்கப் போனவர்தான் திரும்பவும் வந்து நின்றார். "இன்னும் குட்டியண்ணன் வரேல்லையோ" என்று கேட்டுவிட்டு அந்த அரைப் போத்தலைக் கேட்டார். நான் குடுக்க, வதவதவெண்டு அடிச்சார். அது காப்-போத்தலாயிற்று. பிறகு "தம்பி... எனக்கு வெறியாய்ப் போயிட்டுது... போய்ட்டு வரட்டோ" என்றார்.

நான் மனதுக்குள்ளை 'சனியன்' என்று திட்டியபடி, "ஓம் போய்ட்டு வாங்கோ" என்றேன். நான் படுக்க வெளிக்கிட, திரும்பியும் கதவைத் தட்டினார். "மிச்சக் காப்போத்தலைத் தா" என்றார். வெறுப்போட கொடுத்தேன்... அந்த இடத்திலே வைச்சு வாய்க்குள் கவிட்டு ஊத்தினார். வெறும் போத்தலைக் கையிலை வைச்சுக்கொண்டு, "தம்பி, கிளாசுகளை வடிவாய்க் கழுவிப் போடு. மற்றது நான் வந்தனானெண்டு அவருக்குச் சொல்லப் படாது... சரியோ..." என்றவர், தானும் ஆடியபடி, போத்தலையும் ஆட்டிக்கொண்டு போனார். அவர் ஒழுங்கையைக் கடந்து அங்காலைப் பக்கம் போக, குட்டியண்ணின் கார் வெளிச்சம் தெரிந்தது.

இன்றைக்கு அவர் நோர்வேயில் ஒரு பெரிய ஆளாய்ப் பிள்ளை குட்டிகளுடன் நல்லாய் இருப்பார் என நினைக்கிறேன்.

20

காரை ஓடிக்கொண்டு போன ஒருத்தன் சிவப்பு விளக்குக்கு நிற்காமல் அதைக் கடந்து சென்றபோது பொலிஸ்காரர் அவனைக் கலைத்துப் பிடித்துத் தண்டனைப் பணமாகப் பெரிய தொகை ரிக்கற்றைக் கொடுத்தார். அவன் பதைபதைத்துப் போனேன். 'ஐயா இவ்வளவு பெரிய தொகையை எழுதித் தாறீங்களே... தயவுசெய்து ஏதாவது கருணை செய்யுங்கள்' என்று கெஞ்சியபோது பொலிஸ்காரர் அவனைப் பார்த்து, 'நீ சிவப்பு விளக்கை காணேல்லையோ? உனக்குக் கண்பார்வைக் குறைவோ?' என்று கேட்க, 'ஐயா நான் சிவப்பு விளக்கைக் கண்டனான்... ஆனால் உங்களைக் காணவில்லை' என்றானாம்.

இது பகிடியோ உண்மையோ ஜெர்மனியில் ஒரு தமிழன் சொன்ன கதை; என் வாழ்க்கையிலும் இப்படியும் பல சம்பவங்கள் நடந்தன.

நான் என்னூரைவிட்டு அந்த ஊருக்குப் போன நாள்களில் குட்டியண்ணன் வீட்டில் வாழத் தொடங்கினேன். அந்நாள்களில் அந்த ஊரில் பெரிய சாதிக் கலவரம் ஒன்று நடக்கத் தொடங்கியது.

இரவுகளில் வீடுகள் எரியும். குண்டுச் சத்தங்கள் கேட்கும். பயந்துகொண்டுதான் வீதிக்கு வர வேண்டிய நிலை.

சங்கானைச் சாதிக் கலவரம் நடந்த பிறகு நடந்த பெரிய கலவரம். சங்கானைச் சண்டை பற்றி எனக்குப் பெரிய ஞாபகங்கள் இல்லை.

ஆனால் சங்கானைச் சாதிக் கலவரம் தொடர்பான இரண்டு விடயங்கள் என் ஞாபகத்தில் பதிந்தன.

சங்கானைக்கென் வணக்கம்...
எச்சாமம் வந்து
எதிரி நுழைந்தாலும்

நிச்சாமம் கண்கள்
நெருப்பெறிந்து நீறாகும்

பாளையைச் சீவிடும் கையை புதுபணி
பார்த்துக் கிடக்குதடா புது
நாளைப் படைத்திடும் நாளில் வரும் பகை
நாய்களை சீவிடவே அரி
வாளைச் சுமந்திடும் தோழன் உனதணி
வந்து நெருங்குகின்றார்...

அந்நாள்களில் கிழக்கிலங்கையைச் சேர்ந்த பிரபலமான கவிஞன் சுபத்திரனின் கவிதை வரிகள் இவை. காலம் கடந்தும் என் மனத்தில் நிலைத்து நிற்கின்றன.

அந்நாள்களில் நடந்த சம்பவம் ஒன்று ஞாபகம் வருகின்றது. என்னூரில் இருந்து சங்கானைக்குக் குறுக்கால் போனால் ஒரு மூன்று மைல். சங்கானைச் சண்டையின் எதிரொலி எங்கள் ஊரின் எல்லைகளிலும் எதிரொலித்தது.

அன்று சனிக்கிழமை எனக்குப் பள்ளிகூடம் இல்லை. சந்திக்குப் போய் மில்லில் மிளகாய் அரைச்சுக்கொண்டு வரும்படி மாமி கேட்டா. நான் மாட்டன் என்று மறுத்தபோது எனக்குக் கூலியாக 15 சதம் தருவதாகச் சமரசத்திற்கு வந்தா.

10 சதத்திற்குச் சுண்டலும் 5 சதத்திற்கு பிளேன்ரீயும் குடிச்சு இற்றைய நாளை என்ஜோய் பண்ணலாம் என்று நினைத்துக் கொண்டு 'ஓம்' எனச் சம்மதித்தேன். கஸ்டம் என்னவென்றால் மிள காயைக் காவிக்கொண்டு சந்திவரை நடக்க வேணும்.

உதவியாக என் நண்பனும் குருவுமான மணியனை என்னுடன் கூட்டிக்கொண்டு போகலாம் எனத் திட்டமிட்டேன். ஆனால் நான் சுண்டலைத் தியாகம் செய்து அவனுக்கும் ஒரு பிளேன்ரீ வாங்கிக் கொடுக்க வேணும். டீ வேண்டித் தாறன் என்றால் கட்டாயம் வருவான்.

மணி எனக்கு நெருங்கிய நண்பன். இதைத் தாண்டி ஒரு ஆசானாய்ப் பல விடயங்களை எனக்குக் கற்பித்தவன். என்னைவிட இரண்டு வயது மூத்தவன்.

எப்படியோ பல விபரங்களை அவன் தெரிந்து வைத்திருந்தான் தந்தி, மித்திரன் போன்ற பத்திரிகையெல்லாம் படித்து விபரமான ஆளாய் இருந்தான்.

'கல்லில் சாய்த்துக் குற்றம் புரிந்த ஆசிரியர் கைது' என்ற செய்தியை எனக்கு விளங்கப்படுத்த வெளிக்கிட்டு, நான் அதை விளங்கமுடியாமல் கஸ்ரப்பட, 'லப்பை கெட்டவன்' என்று என்னை மற்ற நண்பர்கள் முன் திட்டியவன்.

இதைவிடத் தமிழ்படங்களைப் பற்றிய அறிவை எனக்குத் தந்தவன் அவன்தான். அவை நான் படம் பார்க்க தொடங்காத நாட்கள். மணியன் குடும்பம் மாதத்தில் ஒரு ஞாயிறு கார் பிடித்து யாழ்ப்பாணத்திற்குப் படம் பார்க்கப் போறவர்கள். அவன் ஒரு மாதத்தில் ஒரு படம் பார்த்துவிட்டு வந்து ஒவ்வொரு நாளும் எங்களுக்குப் படம் ஓடிக் காட்டுவான்.

ஒருநாள் அவன் எம்ஜிஆர், சிவாஜி என்ற மாபெரும் தலைகளுக்குள் உள்ள வித்தியாசத்தை விளங்கப்படுத்தினான். 'எம்ஜிஆரை ஏன் மக்கள்திலகம் எண்டு சொல்லுறாங்கள் தெரியுமோ? அவர் மக்களால் விரும்பப்படுகிற பெரிய தலைவன். யார் கேட்டாலும் காசு கொடுக்கிற பெரிய கொடை வள்ளல். கெதியிலை இந்தியாவின்ரை பிரதமராய் வருவார்' என்று சொன்னான்.

'சிவாஜி கணேசன் பெரிய நடிகன். உலகத்திலையே அவர்தான் பெரிய நடிகன் எண்டு அமரிக்க வெள்ளைக்காரரே சொல்லிப் போட்டினம். அதுதான் அவரை நடிகர்திலகம் எண்டு சொல்லுறாங்கள்' என்று விளங்கப்படுத்தேக்க, நான் குறுக்கால் கேட்டேன் "சந்தியிலை ராணி தியேட்டரில் இரத்தத்திலகம் என்ற நோட்டிஸ் ஒட்டியிருக்கு... அந்த இரத்தத் திலகம் யார்? என்று 'அது ஒரு படமடா லூசா' என்னைப் பேசினான்.

மிளகாயைக் கொண்டுபோய் மில்லில் அரைக்கக் கொடுத்து விட்டுப் பக்கத்தில் இருந்த சின்னத்தம்பி தேநீர்க் கடைக்குப் போனோம். சின்னத்தம்பியின் கடை பிளேன்ரீக்கு மாத்திரமில்ல, மறைவில் விக்கிற உரும்பிராய் சாராயத்திற்கும் பேர் போன இடம்.

நாங்கள் போய் ஒரு பிளேன்ரீக்கும் ஒரு ரீக்கும் ஓடர் பண்ணிப் போட்டு இருக்கும்போது இன்னும் மூன்றுபேர் வந்து இன்னொரு இடத்தில் இருந்து வடைக்கும் பிளேன்ரீக்கும் ஓடர் குடுத்தாங்கள். எங்களுக்கும் பிளேன்ரீயும் ரீயும் வந்தது; அவர்களுக்கும் வடை போனது.

அவர்கள் வடை சாப்பிட்டுக் கொண்டிருக்கேக்கை கடைக்கார முதலாளி சின்னத்தம்பி திடீரென அவைக்குக் கிட்டப்போய் உற்றுப் பார்த்தார். 'நீங்கள் எங்கத்தைய ஆட்களாடா' என்று அவங்களைப் பார்த்துக் கேட்டார்; அவர்கள் ஏதோ சொல்ல வெளிக்கிட, 'உவங்கள் நிச்சாமத்தாங்கள்' என்று அங்கு தள்ளி நின்ற ஆரோ சொல்ல, சின்னத்தம்பி வடை சாப்பிட்டுக்கொண்டிருந்தவர்களைப் பிடித்துத் தள்ளினார். இதுக்காகக் காத்துக்கொண்டிருந்த மாதிரி இன்னும் நாலைந்து பேர் ஓடிவந்து அவர்களுக்கு அடிச்சாங்கள். முதலாளி உள்ளுக்குள் ஓடிப்போய் ஒரு பொல்லைக் கொண்டுவந்து அதில் ஒருத்தனின் மண்டையை உடைத்தார்.

அவர்கள் இரத்தம் ஒழுக ஒழுக கடையில் இருந்து தப்பி ஓடினார்கள். கொஞ்சத் தூரம் கலைத்துப் பார்த்தார்கள். அவர்கள் வயல்களுக்குள்ளால் மிக வேகமாக ஓடி மறைந்தார்கள். இந்த அமளிக்குள் நாங்களும் வெளியே ஓடிவந்து கடை வாசலில் ஒதுங்கி நின்றோம்.

நான் நடுங்கிக்கொண்டு நின்றேன். மணியன் சொன்னன் 'நடுங்காதையடா அவர்கள் எங்களுக்கு அடிக்க மாட்டார்கள். நாங்கள் கதிரையிலை மேசையலை இருந்து குடிக்கலாம். அவர்கள்தான் குடிக்கப்படாது. வெளியிலை நிண்டு வேறை ஏதனத்திலைதான் குடிக்க வேணும்' என்றான்.

'வாடா.. மிளகாய்த் தூளை வேண்டிக்கொண்டு வீட்டுக்கு போவம்' என்றேன், 'கொஞ்சம் பொறடா... அவர்கள் நிச்சாம ஆட்கள்... சும்மா விடமாட்டார்கள். மல்லுக்கட்டை மாதிரி பெரிய சண்டைக்காறரைக் கூட்டிக்கொண்டு கட்டாயம் வருவார்கள். கொஞ்சநேரம் நிண்டு பார்ப்பம்' என்று சொல்லி என்னை மறித்தான்.

அரை மணித்தியாலம் கடந்தது.

இரண்டு *A 40* கார்கள் வந்ததை நாங்கள் கண்டோம். பயங்கரச் சத்தத்தோடு பிறேக் அடித்த எழும்பிய புழுதியில் சின்னத்தம்பி கடை மங்கலாய்ச் தெரிந்தது. ஒரு பத்து நிமிசம்தான் கார்கள் திரும்பிப் போயின.

சின்னத்தம்பியின் தேநீர்க் கடை கல்லுப்பட்ட கண்ணாடி யாகிச் சிதறிக் கிடந்தது. நாங்கள் கொஞ்ச நேரம் சின்னத்தம்பியின் தேத்தண்ணீ பொயிலர் கந்தசாமியின் கிணற்றுக்குள்ள சீறிக் கொண்டு இருந்ததைப் பார்த்துக்கொண்டு நின்றோம்.

பக்கதில் இருந்த மில்காரன் மில்லைப் பூட்டிப்போட்டு ஓடிவிட்டான். வீட்டை போய் மாமியிடம் ஏச்சு வாங்க வேண்டியதாய்ப் போச்சு.

அடுத்த நாள், நிச்சாமத்தாக்களும் கொம்னீசுக் கட்சிக் காரங்களும் சேர்ந்துதான் சின்னத்தம்பியின் கடையை உடைச்சாங்கள் என்று பலர் கற்பனை கலந்த வர்ணனையுடன் பேசிக்கொண்டு இருந்தார்கள்.

நான் இந்தப் புது ஊருக்கு வந்தபோது ஓர் ஆச்சரியம் காத்திருந்தது. எங்கள் ஊரைப்போல இங்கு சாதிக்கொரு குறிச்சியிருக்கவில்லை. ஒரு சாதி பெரும்பான்மையாக இருந்தாலும் எல்லாச் சாதி மக்களும் வாழும் இடங்கள் கலந்தபடியிருந்தன.

எங்கள் ஊர் பக்கங்களில் சாதி ஒடுக்குமுறை பலமாக இருக்கும். அதைவிட ஒவ்வொரு சாதியும் தனிதனிக் குறிச்சியாய்

இருக்கும். அடக்கப்பட்ட சனம் கோடி ரூபா கொடுத்தாலும் உயர்ந்த சாதி வாழும் இடத்தில் காணி வேண்ட முடியாது. உயர்ந்த சாதிக்காரர் தாழ்த்தப்பட்ட மக்கள் வாழும் இடங்களில் உள்ள காணிகளைச் சும்மா கொடுத்தாலும் குடியிருக்க வரமாட்டினம்.

எப்படி ஒன்றாய் இருந்த மக்களுக்குள் இப்படிக் கலவரங்கள் ஏற்பட்டு உயிரிழப்பும் அழிவுகளும் ஏற்படுறது என்று குட்டியண்ணன் வீட்டு முற்றத்தில் ஆய்வுகள் நடக்கும். அதில் பல்வேறு சாதிப் பிண்ணணியுள்ளவர்களும் இருப்பார்கள்.

அதிலைத்தான் ஒருவர் சொன்னார் 'அந்த நாள்களிலை பிரபல்யமாய்ப் பேசப்பட்ட ஒரு பெண்ணின்ரை வீட்டுக்குப் போன இரண்டு பக்கத்தையும் சேர்ந்த இரண்டு இளைஞர்களுக்கு இடையிலை ஏற்பட்ட பிரச்சினைதான் இப்படி மாறியது. அந்த இரண்டு பேரும் இரண்டு சாதிகளிலையும் இருந்த பெரிய சண்டியர்கள். அதனாலதான் இது இரண்டு சாதிகளுக்குள்ளான வெட்டுக்குத்தாய் மாறியது' என்றார். இதைப் பின்னாட்களில் நான் நம்பினேன்; ஏனென்றால் தங்களுடைய தனிப்பட்ட பிரச்சனையைத் ஒட்டுமொத்த தமிழ் மக்களின் பிரச்சனையாக்கிய கதையெல்லாம் பின்னாளில் அறிந்த காரணத்தால்.

எல்லா ஊர்களிலும் ஒடுக்கப்பட்ட மக்கள்மீது தாக்குதல்கள் நடத்தும் சம்பவங்கள் யாழ்ப்பாணப் பகுதிகளில் அடிக்கடி கேள்விப்படுகிற ஒன்றுதான்.

எனக்கு விபரம் தெரிந்த காலத்தில் நடந்த ஒரு சாதி கலவரம் பெரிய சண்டையாய் நடந்துகொண்டிருந்தது.

அந்த நாள்களில் ஒருநாள் குட்டியண்ணன் சொன்னார், 'வீட்டுக்குப் பின்னால் இருக்கிற செல்லையா பயத்தாலை வெளியே போன மாதிரி தெரியவில்லை. பாவமடா அவர். காசு தாறன் சின்னக்கடையில் போய் ஏதாவது மீனும் அரிசியும் அவருக்கு வேண்டிக் கொடுகிறியோ?' என்றார் நானும் 'ஓம்' என்று காசை வாங்கிக்கொண்டு குட்டியண்ணன் சொன்ன பாதையால் போகாமல் நான் வழக்கமாகச் செல்லும் பாதையால் சின்னக் கடைக்குப் போனன். சைக்கிளில் சென்றபோது இடையில் ஓரிடத்தில் ஐந்தாறு பேர் கூடி நின்றார்கள். அதில் ஒருவன் என் சைக்கிளை எட்டிப்பிடித்து 'நீ யார்ரா' என்றார். மற்றவர்களும் சூழ்ந்துவிட்டார்கள்.

நான் யார்? என்று சொல்ல எனக்குத் தெரியவில்லை. 'குட்டியண்ணரை வீட்டை இருந்து படிக்கிறவன்' என்று என்ர சொந்த ஊரையும் சொன்னேன். அவர்கள் 'குட்டி வீட்டை எல்லோரும்தான் வந்து போறாங்கள் நீ யார்ரா' எனச் சொல்லி சைக்கிளைப் பறிக்க வெளிக்கிட்டார்கள்.

செல்வம் அருளானந்தம்

அதில் நின்ற இன்னாருவர் 'அவனை விடுங்கோடா ... ஆரோ படிக்கிற பெடியன்' என்று என்னை விலத்திவிட்டார். ஏதோ தப்பினேன் எண்டபடி விரைவாய் அந்த தெருவை வீட்டு வேறு பாதையால் போய் மீனும் அரிசியும் வேண்டிக்கொண்டு செல்லையா வீட்டிற்கு போனேன்.

அவர் என்னைப் போற வாற நேரத்தில் தெரிந்து வைத்திருந்தவர். 'என்ன தம்பி' என்று கேட்க 'குட்டியண்ணன் இதை உங்களுக்குக் கொடுக்கச் சொல்லித் தந்தவர்' என்றேன்.

அவருக்குக் கண் கலங்கிவிட்டது. 'இந்த ஊரிலை நாங்கள் கன காலமாய் வாழ்ந்து வந்தவர்கள். அவருக்கு என்னத்தைத் திருப்பி தாறதெண்டு தெரியேல்லை. வெளியிலை போய் இப்ப சீவுறது இல்லை. வளவுப் பனையிலை சீவின புதுக் கள்ளு இருக்கு. ஒரு போத்தல் தாறன். கொண்டுபோய்க் குடுக்கிறியோ?' என்று தந்தார்.

அப்போது யாழ்ப்பாண எஸ்.பியாய் இருந்தவர் சுந்தரலிங்கம். அவர் ஏதோ மேற்படிப்புக்காக வெளிநாடு ஒன்றில் இருந்தார். யாழ்ப்பாணச் செய்திகளைக் கேள்விப் பட்ட அவர், 'கவலையாய் இருக்றது. ஒரு தமிழானாய் வெட்கப்படுகிறேன். சண்டை நடக்கும் அந்த ஊர் அருமையான ஊர். உடனே இந்தக் கலவரத்தை நிறுத்துங்கள்' என *ஈழநாடு* பத்திரிகையில் ஓர் அறிக்கையை விட்டார்.

கலவரம் நடந்த உச்சகட்ட நாள்களில் நாலைந்து ஊர்ப் பெரியவர்கள் குட்டியண்ணனைச் சந்திக்க வந்தார்கள். இந்தப் பிரச்சினையில் இவருடைய ஆதரவைக் கேட்க வந்திருக்கிறாங்கள் என்று நான் நினைத்தேன்.

அவர்கள் தங்கள் துயரங்களைச் சொன்னார்கள். எந்தப் பக்கத்தாலும் ஊரை விட்டு வெளியே போக முடியாமல் இருக்கு; தொழிலுக்குப் போவதுகூடப் பெரிய பாதுகாப்பாக இல்லை என்றும் மற்றவர்களுக்கு ஒரு அரசியல் கட்சி துணைக்கு நிற்பது பற்றியும் சொன்னார்கள்.

'நானும் இங்குதான் பிறந்து வளர்ந்தனான். ஒருகாலமும் இப்படி நடக்கேல்லை. எப்போதாவது ஏதாவது சண்டை நடக்கும், அதுவும் கெதியாய் முடிஞ்சிடும். இந்தமுறை ஏன் இது பெரிய சாதிச் சண்டையாய் மாறிக் கிடக்குது' என்று குட்டியண்ணன் கேட்டார்.

அவர்கள் பேசாமல் இருக்க குட்டியண்ணர் தொடர்ந்து கதைத்தார்.

'அவர்களும் நீங்களும் ஒண்டாய்த்தானே வாழுகிறீர்கள்; எத்தனை பெடியன் பெட்டையள் சாதி மாறி ஓடிப்போய் கல்யாணம் செய்திருக்கினம்.

'நான் நோர்வேக்குப் போகமுதல் தற்செயலாய் இரவு கறண்ட் கட்டானால் இரண்டு மூன்று சோடியாவது ஓடிப் போய்விடும். நீங்களும் அன்றாடம் காய்ச்சிகள். அவர்களும் அன்றாடம் காய்ச்சிகள். ஊர் முழுக்க ஒரு விட்டுவீதியான வீடு இல்லை. ஒழுங்கான தெரு இல்லை. ஒரு சின்னப் பகுதியிலை மூச்சுமுட்ட வாழுகிறீங்கள்' என்று ஆதங்கமாய்க் கதைத்தார்.

அதில் ஒருவர் 'உண்மையிலை ஒரு பெரிய சாதி பின்னாலை நிண்டு, இரண்டு பகுதியையும் தூண்டி விடுகுது. அதிலை சில அரசியல்வாதிகளும் இருக்கிறார்கள். அவங்களுக்கு இடம் கொஞ்சம் கொடுத்திட்டீங்கள்' எண்டு ஒரு பகுதியையும் அவங்களுக்குத் தாங்கள் பெரிய சண்டியன்கள் என்ற நினைப்பு இருக்கு... விடாப்படாது எண்டு இன்னொரு பகுதியையும் தூண்டிறாங்கள் எண்டு கேள்விப்படுகிறம்' என்று சொன்னார்.

இதில் ஓர் உண்மை இருக்கலாம். இச்சண்டை நடந்து நாற்பது வருசத்துக்குப் பிறகு, என் வேலை சம்மந்தமாக ஒரு பெரியவரை அடிக்கடி சந்திக்கின்ற சந்தர்ப்பம் இருந்தது. அவர் அந்நாள்களில் யாழ்ப்பாணச் சிறைச்சாலையில ஜெயில்காட்டாக (jail guard) இருந்தவர். 'நான் அந்நாள்களில் கேள்விப்பட்ட கதையொன்று உண்மையோ?' என்று அவரிடம் கேட்டேன்.

அந்தக் கதை என்னவென்றால், சாதிச் சண்டை உச்சமாய் நடந்துகொண்டிருக்கும்போது, இரண்டு பக்கத்திற்கும் தலைமை தாங்கின அந்த இரண்டு இளைஞர்களையும் பிடித்து மறியலில் போட்டு விட்டார்கள். ஒருநாள் அங்குள்ள உயர்சாதி ஜெயில்காட்மார் இரண்டு பேரையும் ஜெயில் முற்றத்திலை விட்டு 'இதிலை நிண்டு இரண்டு பேரும் அடிபடுங்கோ யார் வெல்லுறியள் எண்டு பார்ப்பம்' என்று வற்புறுத்தி அடிபட விட்டார்கள் என்பதாகும்.

அந்தப் பெரியவரும் 'அது உண்மைதான்... நானும் அந்த இடத்திலை நிண்டனான். அவங்கள் வடிவாய் அடிபடவில்லை. யாரோ சிங்களப் பெரியவன் வர அது நிண்டுவிட்டது' என்றார்.

'இப்படி மற்றவங்களைக் காட்டித் தப்ப வழி தேடாமல் உங்கள் தரப்பால் நடக்கும் வன்முறையை நிப்பாட்டுங்கோ. அமிர்தலிங்கமும் அவற்றை ஆட்களும் தமிழருக்குத் தமிழ் ஈழம் வேணும் எண்டுற புதிய சொல்லைப் பாவிக்கினம். அவை யாரும் வந்து உங்களைப் பார்க்கேல்லையோ? அது சரி... உங்கடை தொகுதி எம்.பி எங்கே?' என்று கேக்க, அதில் ஒருவர் 'அவர் கொழும்பிலை ஒளித்திருக்கிறார்' என்று சொன்னார்.

அதில் வந்த ஒரு பெரியவர், 'குட்டி... இப்ப உன்னெட்டை வந்தது வேறை அலுவலாய்... நீ வெள்ளைக்காறியை முடிச்சிருந்தாலும் நீ இந்த ஊரிலை பிறந்தவன். நீ ஒரு உதவி செய்ய வேணும். உன்ரை காரை எங்களுக்கு இரண்டு மூன்று நாளைக்குத் தா. எங்களுக்கு ஆதரவான ஊர்களிலை போய் ஆயுதங்கள் வேண்டி வர வேணும். அவங்களுக்கு எல்லா ஊர்களிலும் இருந்தும் ஆதரவு கிடைக்குது. எங்களுக்கு எங்கடை கார்களிலை வெளிய போகவே முடியாது. உன்ரை காரை அவர்களுக்குத் தெரியாது' என்றார்.

குட்டியண்ணனுக்குக் கடுங்கோபம் வந்துவிட்டது. 'நான் நோர்வேயில் இருந்து இங்கு வந்தது சாதிச்சண்டை போடவோ? போய் உங்கடை பெடியளிட்டை அமைதியாய் இருக்கச் சொல்லப் பாருங்கோ' என்றார்.

வந்தவர்களில் தலைவர்போலத் தோற்றம் கொண்ட ஒரு பெரியவர், 'குட்டி நீ இந்த ஊர் மகன்... அண்டைக்கு நீ நோர்வே அரசின்ரை உதவியோடு சீநோர் (Ceynor) நிறுவனத்தைத் தொடங்க வெளிக்கிட, நாங்கள் எல்லாம் வந்து இதை எங்கட ஊரிலை கட்டு எண்டு கேக்க, 'இல்லை இல்லை... அது எல்லாத் தமிழர்களுக்கும் உரியது' எண்டு சொல்லி அதை வேறை ஊரிலை திறந்தனி. இப்ப என்ன நடந்தது? இண்டைக்குக் கவலைப்பட்டு

எல்லாத்தையும் இழந்து நிற்கிறாய்'. என்று வெறுப்பாய்ச் சொல்ல, குட்டியண்ணருக்குக் கோபம் உச்சத்தில் ஏறிவிட்டது.

'இப்ப எல்லாரும் வெளியிலை போங்கோ' என்று சத்தமாய்ச் சொன்னான், வந்தவை ஏதோ புறுபுறுத்துக் கொண்டு போய்ச்சினம்.

நேற்று இரவு சாமத்தில் குட்டியண்ணர் வீட்டுக்கு வந்த விக்டர், அழுது அழுது தன்வீடு எரிந்த கதையையும் சாதி மாறிக் கல்யாணம் முடித்ததால் தனக்கு ஒரு ஊரும் இல்லையென்று சொல்ல, குட்டியண்ணனும் அவர் மனைவியும் வேதனைப்பட்டுக் கலங்கியது எனக்குத் தெரியும்.

இதெல்லாம் நடந்து எவ்வளவோ காலம், சிங்கள – தமிழ் பிரச்சினை தற்செயலாகத் தீர்ந்தாலும் தமிழரின் அடிமனதில் படிந்த சாதி அழுக்கு தீரப்போவதில்லை என்பதே இன்றுவரை நிரூபிக்கப்பட்டு வருகின்றது.

ஐந்தாறு கடல் கடந்து, இரண்டு மூன்று கண்டங்கள் கடந்து வந்து, தாய்மொழியை மறந்து, தாய்நாட்டை மறந்திருந்தாலும் சாதி மறக்காமல் வாழும் மனிதர்களாய்தான் நாம் வாழுகிறோம்.

எப்படி சாதிக் கொடுமைக்கு நீண்ட வரலாறு இருக்கோ அதற்கெதிரான போருக்கும் நீண்ட வரலாறு உண்டு.

எங்கள் ஊர்களில் இன்றும் எத்தனையோ தனிமனிதர்களும் சீனக் கம்யூனிசக் கட்சியும் சாதி கடந்து சாதிக்கொடுமைக்கு எதிராக போராடிய வண்ணமேயிருக்கிறார்கள். இந்நிலையில் கிறிஸ்தவம் கல்வியைக் கொடுத்து, அடக்கப்பட்டவர்களை மீட்க முயற்சித்தது.

எப்போதுமே ஒருசிலர் வேறு காரணங்களுக்காக இந்த சாதிப் போராட்டத்தைக் கையில் எடுத்துச் சுய இலாபங்களுக்காக அறிக்கைகள் விடுவதும் வழமையாகவே இருந்தது.

ஒரு தடவை ஒரு நண்பனுடன் வாக்குவாதம் வந்தபோது. 'நீங்கள் இறைவாக்கினருக்கு நினைவுச் சின்னங்கள் எழுப்பு கின்றீர்கள்... ஆனால் அவர்களைக் கொலை செய்தவர்கள் உங்கள் மூதாதையர்களே. 'உங்கள் மூதாதையரின் செயல்களுக்கு நீங்கள் சாட்சிகளாய் இருக்கிறீர்கள். அவர்கள் கொலை செய்தார்கள். நீங்கள் நினைவுச் சின்னம் எழுப்புகின்றீர்கள்' என்று விவிலியத்தில் யேசு சொன்ன வசனத்தைச் சொல்லி வாதித்ததுண்டு.

அப்படி நான் கதைத்திருக்கப்படாதுதான். கொடுமைகளுக்கு எதிரான செயல் எப்படி நடந்தாலும் அதற்குத் துணை நிற்கத்தான் வேண்டும்.

21

*அரும்பொட்டில் தப்பினதிலை நானும்
ஒருவன் என்ற எண்ணம் இன்றைக்கும் எனக்கு
இருக்கிறது.*

*ஜனநாயகம் அல்லது தேர்தல் அரசியலிலை
யிருந்து ஆயுதப் போராட்டதிற்கு நாங்கள் வாழ்ந்த
பூமி மாறிய காலத்தில் தப்பிச் சென்றவர்களில் நானும்
ஒருவன்.*

இதெல்லாம் திட்டமிட்டு நடந்ததில்லை.

காலத்தின்விதி மதியை கடந்திடுமோ என்றேன்
காலமே மதியினுக்கோர் கருவியாம் என்றாள்

என்ற பாரதியின் கவிதை வரிதான் ஞாபகம் வருகின்றது.

போர் முடிந்த பிறகு இரண்டு மூன்று முறை பல்வேறு காரணங்களுக்காக ஊர் சென்றபோது எஞ்சியிருக்கக்கூடிய நண்பர்கள் சிலரைத் தேடித்தேடிப் போய்ப் பார்த்திருக்கின்றேன்.

போரில் சிக்குண்டு சாகாதோர், வெளிநாடு களுக்குச் செல்ல வழியற்றோர் என எஞ்சி யிருப்பவர்கள் கொஞ்சப் பேர்தான். இவர்களைச் சந்திக்கும்போதெல்லாம் அவர்கள் பல கதைகளைச் சொல்லுவார்கள். அது அவர்களின் சொந்தக் கதைகளாகவோ. அல்லது பிறர் கதைகளாகவோ இருக்கலாம். அல்லது பிறந்து வளர்ந்துகொண்டிருக்கும் புதிய தலைமுறைகள் பற்றிய கதைகளாகவும் இருக்கலாம்.

இப்போது ஊரில் விதானையாய் இருக்கும் முத்தன் என்னைவிட இளையவன். தேர்தல் அரசியல் ஆயுதப் போராட்டமாய் மாறுறத்துக்கு முதலே அவன் தேடிவந்து வகுப்பெடுக்கும் ஆட்களில் நானும் ஒருவன். உண்மையில் சொல்லப் போனால் அவன் பேசின கன விசயங்கள் அப்ப எனக்கு விளங்காது. ரஷ்யாவின் குளிருக்கை வாய் விறைச்சு நிக்கிறவன் கதைக்கிற மாதிரி இருக்கும்.

அந்நாட்களில் அவனைப் பற்றி உலாவின பகிடி ஒன்று ஞாபகம் வருகின்றது. அவனைப் படிப்பித்து நல்ல நிலைக்கு கொண்டுவர வேண்டும் என்று மாஸ்ரராய் இருந்த அவன் தகப்பனுக்குப் பெரும் கனவு. தகப்பனுக்கே அவன் வகுப்பெடுக்க வெளிக்கிட்டு இரண்டு மூன்றுமுறை அவரிட்டை அடி வேண்டியிருக்கிறான்.

ஒருநாள் இரவு, வீட்டு மதிலுக்கு அருகிலை நின்று கொண்டு சில நண்பர்களுக்குத் தத்துவ விளக்கம் கொடுத்துக் கொண்டிருக்கும்போது தகப்பன் அந்த வீதியால் வந்து கொண்டிருந்தார். தகப்பனைக் கண்ட முத்தன் சட்டென்று சாரத்தால் முகத்தை மூடிக் கொண்டு நின்றான். மாஸ்டரைக் கண்ட மத்தவங்களும் அங்காலயும் இங்காலயும் மாறிட்டாங்கள்.

முத்தனை அடையாளம் கண்ட தகப்பன் நேராக முத்தனுக்கு முன்னால் வந்து நின்றார். சூழ்நிலை மிக அமைதியாக இருந்தது.

முத்தனுக்கு முன்னால் தகப்பன் நிக்கிறதும் தெரியாது. நண்பர்கள் ஒருத்தரும் அங்கு இல்லை என்பதுவும் தெரியாது. அவன் சாரத்தை இறக்கவில்லை. தகப்பன் அங்காலை போயிருப்பார் என்று நினைத்துக்கொண்டு, முன்னாலை நிற்கிற நண்பர்களுக்குச் சொல்லுகிற மாதிரி, சாரத்தை இறக்காமலே 'உந்தப் பிண்டமேன் போயிற்றானோ?' என்று கேட்டிருக்கிறான்.

முன்னால் ஒரு பதிலும் வராமலிருக்க, சாரத்தை மெல்ல இறக்கினான். முன்னால் தகப்பன்தான் நின்றிருந்தார். நண்பர்களின் சத்தம் சாவடி அந்தச் சுற்றுவட்டத்திலேயே இல்லை.

முத்தனின் மூஞ்சியைப் பொத்தி ஒரு அடி. இது இரண்டு பேருக்குமே பழக்கமாய் இருந்தது.

இந்தக் கதையை எனக்குச் சொன்னது முத்தன்தான். நான் வெளிநாடு போன பிறகு, தன்ரை கருத்துக்களோடு ஒத்துப் போகக்கூடிய ஓர் இயக்கத்தில் சேர்ந்திருக்கிறான். அங்க சில பொறுப்புகள் இவனுக்குக் கிடைச்சிருக்கு.

அப்படி ஒரு பொறுப்பில் இருக்கும்போது போராளிகள் வருகிற ஒரு வள்ளத்தை எதிர்பார்த்துக்கொண்டு கடற்கரையில் நின்றிருக்கிறான். எதிர்பாராத விதமாக ஆமிக்காரர் ஜீப்பில் அந்த வழியால் வந்திருக்கிறாங்கள். இவன் கையில் இருந்த தொலைநோக்குக் கருவியைப் பனங்கூடலுக்குள் எறிந்திருக்கிறான். அது பனையில் பட்டு ஜீப்புக்கு முன்னால் விழுந்திருக்கு.

அண்டைக்குப் பிடிபட்ட முத்தன் திரும்பிவர ஐந்தாறு வருடங்கள் ஆகிவிட்டதாம். அதுவும் தகப்பன் பெரியளவில் செலவழிச்சுத் தான் வெளியில் எடுத்திருக்கிறார்.

செல்வம் அருளானந்தம்

தகப்பன் இவனை விடுவிக்கப் பட்டப்பாடுகளைப் பற்றிய கதையொன்றையும் முத்தன் சொன்னான்.

தகப்பன் மகனை விடுவிக்கப் பலவழிகளில் பாடுபட்டுத் திரிந்தார். ஒரு அரசியல் செல்வாக்குள்ள லோயரைச் சந்தித்தார். அந்த லோயர் செல்வாக்கான ஆள் என்று நம்பின மாஸ்டர் ஒரு பெரிய தொகையை அவருக்குக் கட்டியிருந்தார்.

மாஸ்டர் பணத்தைக் குடுக்கும்போது, 'நான் உந்தப் பணத்தை உங்கட மகனை வெளியிலை எடுக்கக்கூடிய சிங்கள அதிகாரிகளிட்டைத்தான் குடுக்கப்போறன். போராட்டதிற்குப் போய்ப் பிடிபட்ட பெடியளின்ரை கேசுகளுக்கு நான் பணம் வாங்கிறதில்லை' என்று சொல்லியிருக்கிறார்.

மாஸ்ரரும் பெரிதாக அவரை நம்பியிருந்தார். லோயராலை *(lawyer)* இந்த விடயத்தில் பெரிதாக ஒன்றும் செய்ய முடியவில்லை. இந்த மாதம் கேஸ் வரும்... அடுத்த மாதம் கேஸ் வரும்... கேஸை எடுத்துக் கோட்டுக்குக் கொண்டுவந்துவிட்டாங்கள் என்றால் எப்பிடியும் பிணையிலை எடுத்துப் போடுவன் என்று மாஸ்டருக்குக் கதை சொல்லிக்கொண்டிருந்தார்.

இயக்கங்கள் எல்லாம் தலைகீழாய்ப் போக, முத்தனின் இயக்கத்தின் ஒரு பகுதி அரசுக்குச் ஆதரவு குடுக்க வெளிக்கிட்டிருக்கிறது. இதனால் ஒருநாள் கேட்டுக் கேள்வியில்லாமல் முத்தனுக்கு விடுதலை கிடைத்தது.

வெளியே வரும்போது முத்தன் பெரிதாய் மாறிப் போயிருந்தான். தகப்பன் கடன்பட்டுத் தனக்காக லோயருக்குக் காசு கட்டியது அவனுக்குத் தெரியும். வெளியில் வந்த இரண்டு நாளில் தகப்பனையும் கூட்டிக்கொண்டு குடுத்த காசை வாங்குவதற்காக அந்த லோயரிட்டைப் போயிருக்கினம். லோயருக்கு முத்தனை யார் என்று தெரியாது. முத்தன் வெளியில் வந்ததும் தெரியாது.

தகப்பனைக் கண்ட லோயர், முந்திக்கொண்டு, 'உன்னைத் தான் தேடிக்கொண்டிருக்கிறன். ஒரு பெரிய இடத்தில் கதைச்சிட்டன். இன்னுமொரு 10 ஆயிரம் தரட்டாம், தந்தீரென்றால், இரண்டொரு கிழமைக்குள்ள கோட்டுக் கொண்டுவரப் பண்ணலாம்' என்று சொல்ல, முத்தன் மிகப் பொறுமையாய் 'நான்தான் இவற்ரை மகன் முத்தன், 'நான் வேறையொரு லோயரை வைச்சு வெளியிலை வந்திட்டன். அப்பா குடுத்த காசைத் திருப்பி தாங்கோ' என்று கேட்டிருக்கிறான். லோயர் அதுக்குப் பதில் சொல்லாமல் 'என்னெண்டு உன்னை விட்டவர்கள்...' எண்டு திருப்பித் திருப்பிக் கேட்டுக்கொண்டே இருந்தாராம்.

இதுக்குப் பிறகு முத்தன் படிச்சிருக்கிறான்.

பல காலத்துயரங்களையும் கடந்து கல்யாணம் முடிச்சு, பிள்ளைகள் பெற்று வாழ்ந்துகொண்டிருக்கின்றான். அவனுக்கு இப்போது பழசுகளைப் பற்றிக் கதைக்க விருப்பம் இல்லை. ஆனா ஒன்றைச் சொன்னான், 'மக்கள் மத்தியிலை வேலை செய்ய வேணும் எண்டு நான் திரும்பத் திரும்பச் சொல்லிக்கொண்டேயிருப்பன். அது மட்டும் நடந்திருக்கு. இண்டைக்கு நான் இந்தப் பகுதிக்கு விதானை. என்னாலை முடிஞ்சதை மக்களுக்குச் செய்யுறன்.'

லோகன் என்கிற நண்பனைக் கண்டு பேசியது இன்னொரு புது அனுபவமாக இருந்தது.

லோகன் தொடக்க காலப் போராளிகளில் ஒருவன். தமிழர் விடுதலைக் கூட்டணியின் தொண்டனாய் இருந்து ஆயுதம் தூக்க வேணும் என்று சொல்லிக்கொண்டு போன சிறுவர்களில் ஒருவன்.

நான் வெளிநாட்டுக்கு வந்த பிறகும் ஊரில் உள்ளவர்களுடன் பேசும்போது லோகனைப் பற்றி விசாரிப்பேன். அவ்வப்போது அவன் ஊருக்கு வருவான் என்றும் இடப்பெயர்வுக்குப் பிறகு அவன் எங்கேயென்று தெரியாது என்றும் சொல்லியிருந்தார்கள்.

நான் அவனைப் பற்றிக் கேள்விப்பட்டது என்னவென்றால், அவன்தான் இயக்கத்துக்குப் போகாமல் கனபேரை அதில் சேர்த்து விட்டிருக்கிறான் என்பதுதான்.

நான் ஒரு தடவை ஊருக்குப் போனபோது அவனைச் சந்திக்கக் கிடைத்தது.

காடுகள், மறியல், முகாம் என அகப்பட்டும் அலைந்தும் தப்பிப் பிழைத்திருந்தான். வாழ்வின் களைப்பும் சோர்வும் அவன் உடலில் தெரிந்தது. நான் சந்திக்கச் சென்றபோது, என்னோடு பேசுவதற்கு விருப்பம் இல்லாததுபோல் காட்டிக்கொண்டான். கேட்ட கேள்விகளுக்கு அங்காலை இங்காலை பிராக்குப் பார்த்தபடி ஒழுங்காய்ப் பதில் சொல்லாமல் இருந்தான்.

அவனது தங்கையின் திருமணத்திற்கு நான் பணம் கொடுத்தது அவனுக்குத் தெரியும். அதைப்பற்றிக்கூட அவன் பேசவில்லை. ஆனால் ஒரு வார்த்தை சொன்னான். 'வெளிநாடுகளுக்கு எங்கடை ஆட்கள் போகாமல் இருந்திருந்தால் எங்கடை நாடு எங்களுக்குக் கிடைச்சிருக்கும். அல்லது ஒரு கட்டத்திலை சண்டை பிடிக்கிறதை நிப்பாட்டியிருப்போம்.' இடையிலை நான், 'நிப்பாட்டிப் போட்டு...' என்று சொல்ல, 'அப்பவும் சரணடைஞ்சுதான் இருக்க வேணும். கௌரமான எந்தத் தீர்வுக்கும் இங்கை இடமில்லை' என்றான்.

என்னுடைய ஆசை... அந்தக் கடைசி நாட்களில் உண்மையில் என்ன நடந்தது என்று தெரிஞ்சு கொள்வதுதான். ஆனால், அவன் பெரிதாக வாய் திறக்கவில்லை. அவன் என்னோட கதைத்தான்

என்றாலும் கடந்தகாலம் பற்றி எதுவும் பெரிதாகச் சொல்ல விரும்பவில்லை.

ஆனால் எனக்கு இன்னுமொரு சந்தர்ப்பம் கிடைத்தது. கொச்சிக் கடை அந்தோனியார் கோயில் வாசருக்கு அருகில் அவனை இன்னுமொருக்கால் தற்செயலாகச் சந்தித்தேன்.

என்னை முதலில் கண்டு கூப்பிட்டவன் அவன்தான். 'நீ இன்னும் திரும்பிப் போகேல்லையோ?' என்று கேட்டுக் கொண்டே அருகில் வந்தான்.

‘இல்லை ... பிளேன் டிக்கட்டிலை ஒரு பிரச்சினை ... இன்றும் ஒரு கிழமை செல்லும்’ என்று நான் சொல்லிப் போட்டு, ‘நீ எங்கை இங்க வந்தனீ’ என்று நான் கேட்டான், ‘நான் இப்ப நாலாம் குறுக்குத் தெருவிலை ஒரு மலையக முதலாளிக்குக் கீழ வேலை செய்யிறன்’ என்றான்.

‘சரி ... இண்டைக்கு இரவு வாவன் ... எங்கையாவது போய்ச் சாப்பிடுவோம் என்றேன்; லோகனும் சம்மதித்தான். இரவு சந்தித்து ஓர் உணவகத்தில் சாப்பிட்டோம். சாப்பாடு முடிய கடற்கரை சென்று பேசிக்கொண்டிருந்தோம். அவனிடம் பழைய விடயங்களைப் பேசுவதில்லை என்ற தீர்மானத்துடன் ஊர் விடயங்களை மட்டுமே கதைத்துக்கொண்டிருந்தேன்.

லோகனுக்கு உடலால் வேலை செய்யக்கூடிய வயசு இல்லை. உற்சாகமான மனநிலையும் அவனிடம் இருக்கிறதாய்த் தெரியவில்லை. ஒரு சோர்வும் தன்னம்பிக்கையில்லாத தன்மையும் அவனிடம் இருந்தது. நான் அவனுக்கு ஆறுதலாக இருக்கிறதுதான் அந்த நேரத்தில் சரியாய் இருந்தது.

‘உன்னட்ட நிறைய பெரிய கனவுகள் இருந்தது. எல்லாக் கனவுகளும் எல்லாருக்கும் நிறைவேறினது இல்லை. கடந்து போனதுகளை நினைவு வைச்சிருந்தா, கையில இருக்கிற காலம் பழுதாகிவிடும். இருக்கிற வாழ்வைக் கடைசிவரைக்கும் வாழ முயற்சி செய்ய வேணும். ஜானகிராமன் என்ற எழுத்தாளர் சொல்வார். ‘பழசுகளை நினைப்பது சவத்தை தின்னுகிற மாதிரி’ என்று நான் சொன்னேன்.

‘எழுத்தாளர்கள் எல்லாம்தான் சொல்வார்கள். ஆனால் நடைமுறை நினைவுகளை விட்டு அசைய முடியேல்லை ... நிண்ட இடத்திலையே முளைச்சிருக்கிற கறையான் புற்று மாதிரித்தான் என்ர வாழ்க்கை ..., லோகன், தொடர்ந்து பேசினான்.

‘நான் என்னைப் பற்றி ஒண்டும் பெரிசாய்க் கவலைப் படேல்லை. கனபேரைக் கொண்டுபோய் போருக்கை சேர்த்து விட்டனான். நான் தப்பினது எனக்குக் குற்ற உணர்வாய் இருக்கு.

‘கடைசி நேரத்திலை சாகாமல் தப்ப வேணும் எண்டு எவ்வளவோ முயற்சிகள் எடுத்துத்தான் தப்பினனான். எல்லாம் முடிஞ்சபிறகு ஏன் தப்பினன் எண்டு சரியாய் வியாகுலப்படுகின்றன்.’

நான் சிரத்தையல்லாமல் அவன் கதையைக் கேட்டுக் கொண்டிருந்தேன்.

‘உதாரணத்துக்கு ஒண்டு சொல்லுறன் ... என்ரை சின்னம்மாவின்ரை மகன் மோகன் என்னை எப்பவும்

அண்ணை ... அண்ணை எண்டு பின்னாலையே திரிவான். என்னிலை பெரிய மதிப்பும் அன்பும் வைச்சிருந்தவன். அடிக்கடி அண்ணை... நானும் இயக்கத்துக்கு வரட்டோ எண்டு கேட்பான். நானும் 'அதைப் பிறகு யோசிப்பம்... நீ சின்னப் பெடியன் இப்ப படி... அதைவிட நீதானே சித்திக்கு ஒரேயொரு மகன்... எண்டு சொன்னன்.

'ஒருநாள் எனக்கொரு இக்கட்டான நிலை. ஒரு பெடியன் அவசரமாய்த்தேவைப்பட்டது. ஒட்டியுடன் இந்தியாவுக்குப் போக வேணும். நம்பியிருந்தவன் கடைசி நேரத்திலை மாறி விட்டான். படகைக் கட்டாயம் அனுப்பியாக வேணும். இல்லாவிட்டால் அது ஒரு பெரிய பிரச்சினையாய் மாறிவிடும். கிளிநொச்சி கண்டி வீதியிலை ஒரு கடை வாசலிலை நானும் இரண்டொரு போராளிகளும் தலையை உடைச்சுக்கொண்டு நிண்டம்.

'அப்பத்தான் கிளிநொச்சி சந்தையில் மீன் வாங்கிக்கொண்டு வந்துகொண்டிருந்தான் மோகன். என்னைக் கண்டுவிட்டு அருகில் வந்தான். என்ன அண்ணை யோசிச்சுக் கொண்டிருக்கிறியள் எண்டான். அவனைப் பார்த்த பக்கத்திலை நிண்ட போராளி என்னைப் பார்த்து 'இவனைக் கேளுங்கோவன்' எண்டான்.

'அவசரத்திலை இருந்த நான், ஒண்டையும் யோசிக்காமல் கேட்டுப்போட்டன். அண்ணை நான் ரெடி... இந்த மீனைக் கொண்டுபோய் வீட்டிலை குடுங்கோ எண்டான். பக்கத்திலை நிண்டவன் அவன் கட்டியிருந்த சாரத்தை வாங்கிப் போட்டுத் தன்ரை லோங்சைக் குடுத்தான். மற்றவன் செருப்பைக் குடுத்தான். 5 நிமிசத்திலை இன்னொரு மோட்டார் சைக்கிள் அவனைச் சுமந்துகொண்டு முப்பது மையிலுக்கப்பாலை இருக்கிற கடற்கரைக்குப் பறந்தது.

'அவன் தந்துவிட்டுப்போன மீன் நாறிக் கிடந்தது. சின்னம்மா இண்டைக்கு வரைக்கும் அவனைத் தேடிக்கொண்டிருக்கிறா.

'புலோப்பளை சண்டையிலை அவன்ரை பெயர் பெரிதாக அடிபட்டது. பல தடவை கண்டிருக்கிறன். கதைக்க எனக்கு விருப்பம் வரரேல்லை. குற்ற உணர்வோ தெரியாது. கடைசியிலை காணாமல் போயிட்டான். சின்னம்மா இப்பவும் படலையைப் பார்த்துக்கொண்டு நிற்கிறா. எந்த நேரத்திலையும் அவன் வரலாம் எண்ட நம்பிக்கை.

'இண்டைக்கு வரைக்கும் அவவுக்குத் தெரியாது, அவன் இயக்கத்திற்குப் போனதுக்கு நான்தான் காரணம் எண்டு.'

கடற்கரை காற்று எந்த அனுவத்தையும் தராமல் வீசியது. கொஞ்ச நேரம் அமைதியாக இருந்த லோகன் மற்றுமொரு கதையைத் தொடங்கினான்.

22

லோகன், தனக்குத் தெரிந்த விசயங்கள் எல்லாத்தையும் கதைப்பானோ என்று நான் நினைத்துக்கொண்டிருக்க, அவன் எல்லாத் துயரங்களையும் சொல்லி மனமுட்டுத் தீர்க்கும் மனநிலையில் பேசிக்கொண்டிருந்தான்.

'நீ கல்யாணம் முடிச்ச ஊரிலை இருக்கின்ற சீவரத்தினத்தை உனக்குத் தெரியுந்தானே' என்றான்.

'அவரைத் தெரியும்தான்; பெரிய பழக்கம் இல்லை. ஆனால் அவற்றை தம்பியாரைத் தெரியும்' என்ற எனக்கு தம்பியாரோட பிரான்சில் வேலை செய்த ஞாபகம் வந்துவிட்டது. அப்போது நினைவுக்கு வந்த ஒரு சம்பவத்தையும் சொன்னேன்.

'நானும் சீவரத்தினத்தின்ரை தம்பியாரும் ஒரே இடத்திலை கொஞ்ச நாள் ஒண்டாய் வேலை செய்தனாங்கள். அப்ப நாங்கள் பள்ளிக்கூடப் பிள்ளைகள் காடுகளுக்குப் போகேக்க தங்கிறத்துக்குக் காம் போட்டுக் கொடுக்கிற ஒரு கெம்பனியில் வேலை செய்தம். அப்ப அவனை நாங்கள் 'செப்பாவிறே' என்றுதான் கூப்பிடுவோம்.

'ஒருநாள் காலையிலை எங்களுக்கு முதலே வேலைக்குப் போன அவன், முதலாளியோட நிண்டு வேலை செய்திருக்கின்றான். நிலத்துக்குப் போடுற ஒரு பலகை ஒழுங்கில்லாமல் பொருந்தாமல் நிண்டிருக்குது. இவன் அதை முதலாளிக்குக் காட்டி, பலகை பொருந்தாமல் இருக்கெண்டு சொல்லியிருக்கிறான். முதலாளி 'சரி பரவாயில்லை' எண்ட அர்த்தத்திலை பிரஞ்சிலை 'செப்பாவிறே' எண்டு சொல்லியிருக்கிறார்.

'பிந்திப்போன நாங்கள் 'இதென்ன . . . பலகையொண்டு மிதந்து கிடக்குது' என்று கேட்க

‘செப்பாவிறே பலகை அப்படித்தான் கிடக்கும்’ எண்டு சொன்னான். எங்களுக்கு அவனை விடக் கொஞ்சம் கூடுதலாய் பிரஞ்சு தெரிஞ்சிருந்ததாலை சிரிச்சம். அவன் கடுப்பாயிட்டான்.

‘முதலாளி சொல்லுறான் செப்பாவிறே பலகையெண்டு … நீங்கள் பு… யில் சிரிப்புச் சிரிக்கிறியள்’ எண்டான். அண்டைக்குத் தொடக்கம் அவனுக்கு ‘செப்பாவிறே’ எண்டு பெயர் வைச்சம்.

‘ஆள் ஒரு அலுப்பன். என்ன கதை கதைச்சாலும் விதண்டாவாதம் செய்வான். உதாரணத்துக்கு நடிகர் சிவாஜியை அவனுக்குப் பிடிச்சிருந்தாலும் வேறு யாராவது சிவாஜியைப் புகழ்ந்து பேசினால் ஒத்துப் போகமாட்டான். ஏ.வி.எம். ராஜன் போல் வருமே, முத்துராமன்போல் சிவாஜி நடிப்பாரோ எண்டு கதைக்கிறவங்களுக்கு வெறுப்பேத்துவான். பிரெஞ்சு மொழியைக் கேட்க இனிமையாய் இருக்கும் எண்டு நாங்கள் யாரும் சொன்னால், போத்துக்கீச மொழிக்குக் கிட்ட வராது பிரெஞ்சு எண்டு சண்டைக்கு வருவான். அவனுக்குத் தமிழைத் தவிர வேறு எந்த மொழியும் தெரியாது எண்டுறது எல்லாருக்கும் தெரியும்.

‘அவன் ஒருதடவை அவன் சொன்னான். ‘தங்கடை சொந்தக்காரப் பெண்பிள்ளையொண்டு இயக்கத்துக்குப் போட்டுது என்றும் நான் இங்கையிருந்து நேரே போய், மாத்தையாவைக் கண்டு, ‘உங்களுக்கு ஆண்பிள்ளையள் கிடைக்கல்லையோ? பெண்களைச் சண்டைக்குக் கொண்டுபோனால் சிங்களவன் சிரிக்க மாட்டானோ? எண்டு கிழிகிழியெண்டு, கிழிச்சுப்போட்டுதான் வந்தனான்’ எண்டு சொன்னான். எங்களுக்குச் சிரிப்புத்தான் வந்தது.

‘பிரான்சுக்கு வந்த அவன் கொஞ்ச நாள்தான் எங்களோடை வேலை செய்தவன் … பிறகு ‘பிரான்ஸ் சரியில்லாத நாடு’ எண்டு சொல்லிக்கொண்டு ஜேர்மனிக்குப் போட்டான் எண்டு கேள்விப்பட்டன்.’

லோகன் கொஞ்சமாய்ச் செருமினான். நானும் என் ஞாபகங்கள் கிளறுப்பட, அவனிடம் கதை கேட்பதை விட்டிட்டு என் நினைவுகளை அலம்பத் தொடங்கியது லோகனுக்குச் சிலவேளை அயர்ச்சியை ஏற்படுத்தியிருக்கும்.

திருப்பியும் ‘சீவரத்தினத்தை உனக்கு தெரியும்தானே … அவர் அவற்றை தம்பியார்போல் இல்லை’ என்றான்.

‘ஓம் ஓம், கள்ளுக் குடிச்சால் மட்டும் அளந்து கதைக்கிற ஆள் சீவரத்தினம். எங்கை போனாலும் ஏதோ அவசரமாகப் போகிற நடை நடப்பார். உலகிலை இருந்ததுக்கு எந்த அடையாளமும் இல்லாமல் போக வேணும் என்ற குணம் கொள்கைகளிலை

வாழுறவர் மாதிரி அவற்றை போக்குகள் இருக்கும். என்னை விடக் கொஞ்சம் மூத்தவர் எண்டாலும் சாடையான பழக்கம் இருக்கு' என்றேன்.

'அவற்றை மகள் இயக்கத்தில் இருந்தவ . . .' என்றான். 'அவவின்ர பெயர் பாவனி' என்று சொல்லிவிட்டு லோகன் ஒன்றும் பறையாமல் அமைதியானான்.

'என்ன அவ இறந்து விட்டாவா, இல்லை காணாமல் போயிற்றாவா? எண்டு நான் கேட்க, 'அப்ப உனக்கு ஒன்றும் தெரியாதுபோல...' என்றபடி கதையைச் சொல்லத் தொடங்கினான்.

'நல்ல உற்சாகமான பிள்ளை. சின்ன வயதிலையே அநியாயங்களைத் தடுக்கிறதுக்குப் பெண்களும் போராளியாக வேணும் எண்டு, வீட்டை விட்டு இயக்கத்திலை சேர்ந்த முதல் வரிசைப் பெண்களிலை அவளும் ஒருத்தி.

உண்மையில நான் அவளை இயக்கத்திலை சேர்க்கேல்லை; ஆனா, அவளுக்கு என்னை நல்லாய்த் தெரியும். அந்தக் கடைசி நாள்களில நாங்கள் எல்லாம் சரண் அடையிறத்துக்கு நாலைஞ்சு நாளுக்கு முதல்ல என்னைத் தற்செயலாகச் சந்தித்தாள்.' மிச்சத்தைச் சொல்லாமல் திருப்பியும் மௌனமானான் லோகன்.

'என்ன நிப்பாட்டி போட்டியள்' என்றேன்.

'அந்தக் கொடுமையான நாள்களைத் திருப்பி நினைச்சுப் பார்க்கவே மனம் வெந்து போகுது . . .'

'எல்லாம் முடிஞ்சுது... இனி ஒண்டுமே இல்லை. உயிரோடை தப்புவோமோ? இல்லை யாராவது மீட்பர் வந்து எங்களைக் காப்பாரோ எண்ட யோசனையிலை நான் ஒரு மரத்தடிக்குக் கீழை நிற்கேக்கை, பவானியும் இன்னும் ஒரு போராளிப் பெண்ணும் என்னைக் கண்டிட்டு நெருங்கி வந்திச்சினம். நானும் அடையாளம் கண்டிட்டன்.

'வந்தவள் . . . திடீரென்று என்ர கையைப் பிடிச்சு அழத்தொடங்கினாள்.

'இப்ப என்ன அண்ணை செய்வது? வெற்றியில்லை எண்டாலும் சண்டை பிடிச்சுச் சாகத் தயார். ஆனால் இப்ப எங்களைச் சரண் அடையட்டாம். கொஞ்சத்துக்கு முதல் இங்க வந்த ஒருத்தன் சொல்லிப்போட்டுப் போறான். எங்களுக்குப் பிறகு இயக்கத்திலை சேந்தவன்... இப்ப ஆலோசனை சொல்லிப் போட்டுப் போறான். சுத்தி நிக்கிற சிங்கள ஆமியளை இல்ல . . . முதல்ல, இப்பிடிச் சொன்னவனைச் சுட்டுக் கொல்ல வேணும்போல இருக்கு...' எண்டாள்.

'எனக்குக் கண்கள் கசியத் தொடங்கிட்டுது... பவானி தொடர்ந்து கதைச்சாள்.

'இதுக்கோ அண்ணன் நாங்கள் உயிரைப் பணயம் வைச்சுப் போராடினாங்கள்? இயக்கத்திலை சேர்ந்த நாள் தொடக்கம் நாங்கள் சாகத் தயாராய்த்தானே இருக்கிறம். ஒவ்வொரு போராளியின்ர சாவும் கௌரவமான சாவாய் இருக்க வேணும். மற்றவங்களுக்காக இல்லை... சாகும்போது ஒரு இலட்சியத்துக் காகச் சாகிறம் எண்ட எண்ணம் மனசிலை இருக்க வேணும்.

'மெல்லமெல்ல அவளின்ர அழுகை கோபமாக மாறியது. நான் அவ்விடத்தைவிட்டு விலகி அப்பாலை போயிற்றன்.

பிறகு அவள் மறியலில் இருக்கிறதாய்க் கேள்விப்பட்டன். கேள்விப்பட்டு என்னதான் செய்யிறது? போரின் கோரப் பசிக்கு இரையாகாமல் தப்பினவர்களிலை அவளும் ஒருத்தி எண்ட எண்ணத்தோட நான் அவளை மறந்திட்டன்.'

கதையின் ஆர்வத்தில், 'அவ இப்ப என்ன செய்யுறா?' என்று நான் கேட்டேன்.

'அந்தக் கதையைதானே சொல்லப் போறேன்... பவானி இப்ப குருநாகலிலை இருக்கிறா. ஒரு சிங்களப் பெடியனைக் கல்யாணம் முடிச்சு அங்கேயே தங்கிட்டா.'

நான் ஆச்சரியத்தோடு அவரைப் பார்த்தேன்.

லோகன் தொடர்ந்து பேசினான். 'மறியலிலையிருந்து வந்தபிறகு அந்தப் பிள்ளை யார் முகத்திலும் முழிக்க விரும்பாமல் வீட்டுக்குள்ளேயே அடைபட்டிருந்தாள்.

'தகப்பன் 'நடந்ததையெல்லாம் கனவாய் மறந்துவிடு. நீயும் மற்ற சாதாரணப் பெண்களைப்போல் வாழ வேணும், அதுதான் என் ஆசை. உனக்கு நான் கல்யாணம் பேசப் போறேன், பரம்பரையாய் வந்த சின்னத் தென்னந் தோட்டம் இருக்கு. இப்போ நான் தேங்காய் வியாபாரம் செய்து கொஞ்சக் காசும் வைச்சிருக்கிறன். நீ கலியாணத்துக்கு இல்லை எண்டு சொல்லக் கூடாது. அண்டைக்கு நீ இயக்கத்திற்குப் போனத்துக்காக நாங்கள் கவலைப்பட்டாலும் ஏன் இயக்கத்துக்குப் போன நீ? எண்டு உன்னட்டடைக் கேட்டது கிடையாது. எண்டு கேட்டிருக்கிறார்.

'அதிகமாய்ப் பேசத் தெரியாத சீவரத்தினம் மகளிலை உள்ள பாசத்தாலை அந்தியும் சந்தியுமாய் அவளிட்டைப் பேசி அவளைச் சம்மதிக்க வைச்சார்.

'ஆனா இயக்கத்துக்குப் போனது மாத்திரமல்ல... மறியலுக்குப் போன பெண்ணுக்கு என்ன நடந்திருக்குமோ எண்டு

சனங்கள் நினைச்சுதே தெரியேல்லை... சீதனம் வேண்டிக்கூட பவானியைக் கல்யாண முடிக்க யாரும் முன்வரல்லை. புரோக்கர்மார் கையை விரிச்சிட்டாங்கள்.

'தகப்பனும் எத்தனையோ இடங்களிலை அலைஞ்சு பார்த்தார். சரி... பெண்ணையாவது பார்ப்பம் எண்டுகூட ஆரும் முன் வரேல்லை.

'இந்த நேரத்திலை, வெளிநாட்டிலை வாழுற ஒரு பெடியன் ஊரிலை, புறோக்கர் மூலம் பெண் பார்க்க வாறார் எண்டு ஒரு நல்ல செய்தி கிடைச்சுது.

'அந்தப் பெடியன்ரை இலட்சியம் ஒரு போராளிப் பெண்ணுக்கு வாழ்வு கொடுக்க வேணும் எண்டுறதுதானாம்.

'சீவரத்தினத்தார் மகளிட்டை இந்தக் கதையைச் சொல்லியிருக்கிறார். அவள் சிரிச்சிருக்கிறாள்.

'என்னைக் கலியாணம் முடிக்க உள்ளூருக்குள்ளேயே ஆரும் இல்லை. இதிலை, வெளிநாட்டுக்காரருக்கும் என்னைப் பிடிச்சிருமோ? எண்டு சொல்ல, இவர், இல்ல... அந்தப் பெடியன் ஒரு போராளியாய் இருந்த பெண்ணுக்குதான் வாழ்க்கை குடுக்க வேணும் எண்ட கொள்கையோடை வாறாராம் எண்டு சொல்ல என்ன என்ர வாழ்க்கையை வெளிநாட்டிலை இருந்து பொட்டலம் கட்டிக்கொண்டு வாறாரோ எண்டு சொல்லி நக்கலாகச் சிரிச்சாள்.

'பெண் பார்க்கும் படலம் நடந்தது. அந்தப் பெடியனிலையும் குறை சொல்லி என்ன வரப்போகுது?

'அவன் கம்பீரமான சீருடைகளிலை ஆயுதங்களோட அணிவகுத்து நிண்ட பொம்பிளைப் பிள்ளையளைப் படங்களிலை பார்த்திருப்பான். போருக்குப் பிறகு, சிறைகளிலை அடிச்சுக் களைச்சு வாடி வதங்கி, இளமையும் மங்கிப்போன பெண்ணாக பவானி இருந்தாள்.

அவளை மணப்பெண்ணாக ஏற்க அவனால் முடியாமல் போனது.

'பவானியைப் பார்த்துவிட்டுப் போகேக்க, அவன் பவானியைத் தனியக் கூப்பிட்டு, 'என்னை மன்னியுங்கோ... நீங்கள் எங்கட தாயகத்திற்காகப் போராடியதை எங்களாலை மறக்க முடியாது. நீங்கள் நன்றிக்குரியவர்கள். என்னைத் தவறாக நினைக்க வேண்டாம். இதை வைச்சிருங்கோ... உங்கட கல்யாணச் செலவுக்கு உதவும். இது யாருக்கும் தெரிய வராது' எண்டு சொல்லி ஐம்பதினாயிரம் ரூபாயை அவளின்ர கையிலை வைச்சிருக்கிறார்.

'பவானி சிரித்துக்கொண்டு... 'இப்ப என்னெட்டை துவக்கொண்டும் இல்லை. நீங்கள் போகிற வழியில் கைதடி அநாதை ஆச்சிரமம் இருக்கு, அங்க கொண்டுபோய் இந்தக் காசைக் குடுத்திட்டுப் போங்கோ' எண்டாளாம்.

'பவானி தகப்பனைப் பார்த்து 'அப்பா இனி எனக்குப் கல்யாணம் பேச வேண்டாம். நீங்க கவலைப்படுறதைப் பார்த்துத்தான் நான் கல்யாணத்துக்குச் சம்மதிச்சனான். இனி என்னைக் கல்யாணம் முடி எண்டு கேட்கக் கூடாது எண்டு உறுதியாய்ச் சொல்லிட்டாள்.

'நீ சொன்னாய்... அவள் குருநாகலிலை இருக்கிறாள் எண்டு...' நான் இடைமறித்தேன்.

'நான் கதையை முடிக்க முதலிலை ஏன் அவசரப்படுகிறாய்' என்ற லோகன் மிச்சத்தையும் சொன்னான்.

'சீவரெத்தினத்துக்கும் மறுபேச்சுப் பேச முடியாமல் போயிற்றுது. காலம் ஓடிக்கொண்டிருந்தது. சீவரெத்தினத்திட்டை தேங்காய் வாங்குறத்துக்காக நாலு மாதத்துக்கு ஒருதடவை சிங்களப் பெடியன் ஒருவன் வந்து போவான். அவனுக்கும் பவானிக்கும் பழக்கம் ஏற்பட்டது.

'அவனுக்கு முதலிலை இவளிலை பயம்... கொட்டியா கொட்டியா எண்டு, விலகித்தான் நிண்டான். அடிக்கடி யாழ்ப்பாணம் வந்து போறதாலை அவனுக்குக் கொஞ்சம்

பனிவிழும் பனைவனம்

தமிழும் தெரிஞ்சிருந்தது. தேங்காய் வியாபாரத்திலை தகப்பனுக்கு பவானி உறுதுணையாக இருந்ததாலை இரண்டு பேருக்கும் நெருங்கிப் பழகிற வாய்ப்புகள் அதிகம். அப்பிடியே காதல் உருவாகிக் கல்யாணம் வரைக்கும் போச்சுது.

'சிங்களவனை ஊருக்குள்ள சேர்க்கிறதோ எண்ட எதிர்ப்பு இருந்தாலும் ஆரும் பாவனியிட்ட முண்டுறத்துக்கு வரேல்லை.

'குருநாகலிலை குடியேறின பவானி, அடிக்கடி ஊருக்கு வருவா. அப்ப, ஒரு இயக்கப் பெண்ணைக் கல்யாணம் முடிச்சது தன்ரை புருசனுக்குச் சரியான பெருமை எண்டும், தான் கல்யாணம் முடிச்சு முதல் முதலாய் அந்தச் சிங்களக் கிராமத்திற்குப் போனபோது முழுக் கிராமமும் திரண்டுவந்து தன்னைப் பார்த்தது எண்டும். 'கொட்டியா பெண் கொட்டியா பெண் என்று சொல்லுகிறாய்? எங்கடை பெண்போலத்தானே இருக்கிறா' எண்டு புருசனிட்டைக் கேட்டார்கள் எண்டும் சொன்னாள்.

'அந்தக் கிராம மக்கள் தன்னை அன்போடு மரியாதை யோடு நேசிப்பதாகவும் தான் சிங்களம் பேசக் கற்றுக் கொண்டுவிட்டதாகவும் அயலவர்களுடன் சிங்களத்தில் உரையாடுவதாகவும் சொன்னாள்.

தன்ர புருசன் மாத்திரம் இல்ல, அவருடைய உறவுகளில் சிலர் கூட, 'தமிழர் எங்கட ஊரையே கேட்டவங்கள்? அவங்கள், தாங்கள் பாரம்பரியமாய் வாழ்கின்ற ஊர்களைத்தானே தங்கடை நாடு எண்டு கேட்டவை. அதிலை என்ன பிழை? எண்டு தங்களுக்குள்ள கதைக்கினம்' எண்டும் சொல்லுவாள்.

'உண்மையிலேயே அந்தச் சிங்களப் பெடியன் கடின உழைப்பாளி. பவானியின்ரை கெட்டித்தனத்தாலும் அவன் கொஞ்சப் பணம் சேர்த்துப் போட்டான். சீவரத்தினமும் தன்னிடம் இருந்த பணத்தையும் குடுக்க, தங்கட ஊரிலையே இன்னுமொரு தென்னம் தோட்டத்தையும் வேண்டிப் போட்டினம்.

'பாவானிட்டை இப்ப ஈழக்கனவு இல்லாவிட்டாலும் பவானியின் புருசனுக்குத் தமிழ்ஈழம் வந்தால் நல்லது எண்ட நினைப்பு இருக்கிறதாகவும் அவள் சொல்லியிருக்கிறாள்.'

இப்பிடிக் கதையை முடிச்ச லோகன், வேதாளம் விக்கிரமாதித்தனிடம் கேட்ட மாதிரி, 'உன்னட்டை ஒண்டு கேக்கட்டோ' என்றான்.

நான் தலையாட்டினேன்.

'நான் இயக்கத்துக்குப் போனது பிழையோ? அதுக்கு ஆட்களைச் சேர்த்தது பிழையோ? இயக்கம் போருக்குப் போனது பிழையோ?' என் கேட்டுவிட்டுப், பதிலுக்காக என் முகத்தைப் பார்த்தான்.

நான் எதுவுமே பேசாமல் வானத்தைப் பார்த்தேன். மேகமூட்டமாக இருக்க வேணும், ஒரு நட்சத்திரத்தையும் காணவில்லை.

என்னால் பதில் சொல்ல முடியாது என்று நினைத்திருப்பான் போல. அவனே பேசினான்.

'ஊரிலை எனக்கு முன்னாலை நசிஞ்சு பேசறதும் எனக்குப் பின்னாலை நக்கல் அடிக்கிறதுமாய் கனபேர் இருக்கினம். சிலர் நேராகவே என்னைப் பார்த்து 'சிறுபிள்ளை வேளாண்மை வீடு வந்து சேராது' எண்டு அப்ப சொல்லேக்கை நீ கேக்கல்லை, இப்ப தெரியதோ? எண்டு வதைக்கிறாங்கள். நாங்கள் போரிலை வெற்றி பெற்றிருந்தால் இப்பிடி கதைப்பினமோ?' என்றவன் கண் கலங்கினான்.

அவனது கவலையைக் குறைக்க வேண்டிய தருணம் இது. நான் பேசத் தொடங்கினேன். 'ஊர்க்காரரின்ரை ஆவலாதிக் கதையளை விடு. நான் இப்ப உனக்கு ஒரு கதை சொல்லுறன் கேள்.

'ஒரு மனுசன் தன்ரை நாயோடு ஆத்திலை குளிக்கப் போயிருக்கிறான். அந்த நாய் திடீரெண்டு தண்ணிக்கு மேல நடக்க வெளிகிட்டுது. அந்தாள் ஊருக்குள்ள ஓடிப்போய் அயலட்டை ஆட்களைக் கூட்டிக்கொண்டு வந்து 'பாருங்கோ இந்த அதிசயத்தை... என்ரை நாய் தண்ணீரிலை நடக்குது' எண்டு காட்டியிருக்கிறான். அதைப் பார்த்த ஊர்ச்சனம் 'அட... உன்ரை நாய்க்கு நீந்தத் தெரியாதோ? பாவம் உன்ர நாய்' என்றார்களாம்.

'இதைப்போலத்தான் ஊர்க்காரற்ரை கதை இருக்கும். இதுக்கெல்லாம் காது குடுத்தால் துயரம் எங்களுக்குத்தான். இது எல்லாத்தையும் விடு' என்றேன்.

அவன் பேசாமல் இருக்க, என்ரை மனதில் பழைய எண்ணங்கள் ஓடத் தொடங்கின.

அந்தக் காலத்தில் எங்களை மாதிரிப் பெடியளுக்குச் சிங்களப் பொலிஸ் ஆமியெண்டால் சரியான பயம். சைக்களில் லையிற் இல்லாமல் வந்ததுக்கே 'தமிழ்ப் பண்டி' என்று சொல்லி அடிச்சிருக்கிறாங்கள். கடற்கரையில் விளையாடிக் கொண்டிருந்த நேரம், 'கள்ளக் கடத்தலுக்கோ வந்தனீங்கள்' என்று ஆமிகாரரிடம் திருக்கை வாலால் அடிவாங்கிய நண்பர்களையும் தெரியும்.

ஒரு தடவை என்ரை மாமா முறைகொண்ட வயதான ஆசிரியரோடு ஊர் பொலிஸ் நிலையத்துக்கு ஓர் அலுவலாய்ச் சென்றபோது ஆசிரியர் அந்த இளம் சிங்கள பொலிஸ் அதிகாரிக்கு முன்னால் இருந்த கதிரையில் இருக்க, அடிக்காத குறையாய் 'எழும்படா' என்று கொச்சை தமிழில் சத்தம் போட்டதை இப்பவும் என்னால் மறக்க முடியவில்லை. அவன் ஒரு சிங்கள ஊரில் ஒரு சிங்கள வயதான ஆசிரியரை இப்படி அவமதிப்பானோ?

கேள்விப்பட்ட 58 கலவரம், அனுபவித்த 77 கலவரம், தமிழரின் கல்விக்கு ஆப்படிச்ச தரப்படுத்தல் என்று தமிழ் இனத்துக்குத் தொடர்ச்சியாய் எத்தனை அவமானங்கள்? இப்படியான சின்னச் சின்ன அவமானங்கள்தான் அடிபட்டென்றாலும் முடிவைக் காணவேணும் என்கிற மனநிலையை லோகனுக்கும் எங்கட தலைக்கும் இருந்தது என்பதை லோகனுக்குச் சத்தமாய்ச் சொல்ல வேணும் என்று நினைக்கும்போது, அவன் நேரத்தைப் பார்த்துவிட்டுத் திடீரென்று 'ஐயோ நேரமாச்சு... கோயிலை மூடப் போறாங்கள், நான் கோயிலுக்குப் போயிற்றுத்தான் படுக்கைக்குப் போறனான், வரட்டோ' என்றபடி எழும்பி நடக்கத் தொடங்கிவிட்டான்.

'நானும் உன்னோட கோவிலுக்கு வாறன்' என்றபடி பின்னாலே போனேன்.

கோயிலுக்குப் போன லோகன், ஒரு ஓரத்தில் நின்று இரண்டு கைகையும் விரித்து, எனக்குத் தெரிஞ்ச புனித பிரான்சிஸ் அசிசியாரின் இந்தப் செபத்தை மனம் உருகச் சொல்லத் தொடங்கினான்.

இறைவா,
என்னை உமது சமாதானத்தின் கருவியாக்கும்
எங்கு பகைமை நிறைந்துள்ளதோ அங்கு அன்பையும்
எங்கு கயமை நிறைந்துள்ளதோ அங்கு மன்னிப்பையும்
எங்கு ஐயம் நிறைந்துள்ளதோ அங்கு விசுவாசத்தையும்
எங்கு அவநம்பிக்கை நிறைந்துள்ளதோ அங்கு நம்பிக்கையும்
எங்கு இருள் சூழ்ந்துள்ளதோ அங்கு ஒளியையும்
எங்கு மனக்கவலை உள்ளதோ அங்கு அகமகிழ்வையும்
விதைத்திட அருள்புரியும்.

என் இறைவா,
ஆறுதல் பெறுவதைவிட ஆறுதல் அளிக்கவும்
புரிந்துகொள்ளப்படுவதைவிட பிறரைப் புரிந்துகொள்ளவும்
அன்பு செய்யப்படுவதைவிட பிறரை அன்பு செய்யவும்
வரமருள்வாய்

ஏனெனில்,
கொடுப்பதில் யாம் பெறுவோம்
மன்னிப்பதில் மன்னிக்கப் பெறுவோம்
இறப்பதில் நித்திய வாழ்வடைவோம்.
ஆமென்.

தோல்வியின் தழும்புகளையும் குற்றங்களை ஏற்றுக் கொள்ளும் பக்குவத்தையும் கடமையைச் செய்தேன் என்ற நிறைவையும் கொண்ட அவன் என்றும் என் நெஞ்சில் இருப்பான்.

வானில் திரண்டிருந்த மேகம் தூறத் தொடங்கியிருந்தது.

❍

ஜெர்மனி டொரமண்ட் (Dortmund) நகருக்கு நான் வந்து சேர்ந்த போது காய்ந்து கருவாடாகிக் கந்தலாகிப் போயிருந்தேன். தங்குவதற்க்கும் சாப்பாட்டுக்கும் அரசு ஒரு வழியைக் காட்டி, என்னை ஆற்றுப்படுத்தியிருந்தது.

அங்கேதான் சிவமோகன் அறிமுகமானார். அன்றைக்கு என்ரை வாழ்க்கையில் அவர் எவ்வளவுக்கு முக்கியமானவராக இருந்தார் என்பதை நான் இப்பவும் யோசிக்கிறேன். அவர் என்றைக்கும் என்னால் நன்றியோடு நினைக்கப்படுகிறவர்.

அவர் இலங்கையில் லொறி றைவராக இருந்தவர். தமிழைத் தவிர இன்னொரு மொழியை அறிவது பாவம் என்பது மாதிரித்தான் எப்போதும் இருப்பார்.

ஜெர்மனியில் மொழிப் பிரச்சினையால் தனக்கு வந்த துன்பங்களைக் கொஞ்சம் புனைவும் சேர்த்துச் சிரிக்கச் சிரிக்க சொல்வார். நான் வந்த காலத்தில தனக்கு நடந்த ஒரு சம்பவத்தைச் சொன்னார்.

இவருடைய வதிவிடம் சம்மந்தமாக ஜெர்மன் குடிவரவு அதிகாரிகள் யாரோ, இவர் இருந்த அறைக்குத் தொலைபேசி எடுத்து ஜெர்மன் மொழியில் கதைச்சிருக்கிறார்கள்.

இவருக்குத் தமிழைத் தவிர, மற்ற எல்லா மொழிகளும் இங்கிலிஸ்தான் என்கிற நினைப்பு. இவர் தனக்கு இங்கிலிஸ் தெரியாது என்பதைச் சொல்ல வேணும் எனவே, ‘ஐ நோ இங்கிலிஸ்’ என்றிருக்கிறார். அதையும் திரும்பத் திரும்பச் சொல்லியிருக்கிறார். உடனே அந்த அதிகாரி தொலைபேசியைக் கட் பண்ணிப்போட்டு இன்னொரு ஆங்கிலம் தெரிந்த அதிகாரியைக் கூட்டிவந்து திரும்பத் தொலைபேசியை எடுத்து ஆங்கிலத்தில் சில கேள்விகளைக் கேட்கப் பண்ணியிருக்கிறார்.

அதுக்கும் இவர் ‘ஐ நோ, இங்கிலிஸ்’ என்று திரும்பத் திரும்பச் சொல்ல, அந்த அதிகாரியும் ‘ஒகே... ஒகே...’ என்று சொல்லித் தொடர்ந்து கனக்கக் கதைச்சிருக்கிறார்.

இதை இவரோடு அறையில் இருந்தவர் பார்த்துக் கொண்டிருக்கிறார். சிவமோகன் இங்காலப்பக்கம் திரும்பி அறையில் இருந்தவரைப் பார்த்து, ‘இந்த வெள்ளை ‘பூனா’க்

களுக்கு ஒரு அறிவும் இல்லை. எனக்கு இங்கிலிஸ் தெரியாது எண்டு சொல்லுற இங்கிலிசை விளங்கிறாங்கள் இல்லை. என்னைப்போலை படிப்புக் குறைஞ்ச மடையங்களாய் இருக்கிறாங்கள்' என்று குளறியிருக்கிறார்.

உடன றூட் மேற் போனை வாங்கி, 'அவர் ஐ டோன்ட் நோ இங்கிலிஸ் எண்டுறதைத்தான் ஐ நோ இங்கிலிஸ் எண்டு சொல்லுகிறார்' என்பதை அதிகாரிகளுக்குத் தனக்கு தெரிந்த வழியில் விளங்க வைத்தார். 'தனக்கும் இங்கிலிஸ், ஜெர்மனி பாசை தெரியாது, மொழிபெயர்ப்பாளரை ஒழுங்கு செய்து அவரோட பேசுங்கோ' என்று அந்தப் பிரச்சினையைத் தீர்த்து வைத்தார்.

இதைவிட இன்னொன்றும் சொன்னார். அரசாங்கம் கொடுக்கிற உதவிப் பணம் ஏதோ காரணத்தால் ஒரு மாதம் வரப் பிந்திவிட்டது. இவர் அந்த அரச அலுவலகத்திற்குப் போய் ஏதோ விதமாகத் தனக்குப் பணம் வரவில்லை எனச் சொல்லியிருக்கிறார். அவர்கள் தங்கள் கோப்புக்களைப் பார்த்துவிட்டு 'உங்கள் வங்கிக் கணக்குக்குப் பணம் அனுப்பியாச்சு. போய் 'டபிள் செக்' செய்துபார்' என்றிருக்கிறார்கள். ஐரோப்பியர்களுக்கும் தங்கள் மொழி தெரியாத எல்லாருக்கும் ஆங்கிலம் தெரியும் என்கிற நினைப்பு உண்டு. இவர் 'எனக்கு ஒரு செக்கே கிடைக்கேல்லை, இவன் விசரன் 'டபிள் செக்' அனுப்பியிருக்கு எண்டு சொல்லுறான்' இப்படி ஏசிக்கொண்டு திரும்பியிருக்கிறார்.

நான் ஓர் அனாதையைப்போல, அகதியாக ஜெர்மனி வந்து சேர்ந்தபோது ஏதோ என்னை அவருக்குப் பிடித்துப்போக, என்மீது அன்பு காட்டினார்.

எங்கள் நட்பு இறுகினத்துக்கு இன்னொரு காரணமும் இருக்கிறது. நான் வந்துசேர்ந்த இரண்டாம் நாளோ மூன்றாம் நாளோ ஞாபகமில்லை; என்னட்டை வந்து, 'நீ மெலிஞ்சு வருத்தக்காரன் மாதிரி இருக்கிறாய். கடந்தவையெல்லாத்தையும் மறந்து விடு' என்று சொல்லித் தான் குடித்த வைனில் மிச்சம் இருந்த கொஞ்சத்தை ஊத்தித் தந்து 'உடம்புக்கு நல்லது குடி' என்றார்.

அப்ப எனக்கு அது பழக்கமிருக்கவில்லை என்றாலும் அவர் அன்பிற்காக அன்றைக்குக் குடித்தேன். கொஞ்சத்தில் ஒரு சந்தோசமான மனநிலை வந்தது. வழமையாய்ச் சந்தோச மனநிலை வருகிறநேரம் ஊரிலை கேட்ட கூத்துப் பாட்டுகளை முணுமுணுப்பேன். அன்றைக்கும் மெல்லமாய்,

மாமரச் சோலையில் நாமிரு பேர்களும்
பூக்கள் சூடுவோம்...
மெல்ல மெல்ல பாக்கள் பாடுவோம்

என்று பண்டாரவன்னியன் கூத்துப் பாட்டைப் பாட, அது அவருக்குக் கேட்டுவிட்டது. அவர் என்னைத் திரும்பப் பாடச் சொல்லி வில்லங்கப்படுத்தினார். பிறகு அவரும் எனக்கும் கூத்துப் பாட்டென்றால் விருப்பம் என்று சொல்லிக்கொண்டு,

அம்மா போக விடை தாவேன்...
பெற்றவளே தாயே...
அந்தப் பொற்கொடியாள் ஆரியப்பு மாலையிடம்...

என்கிற காத்தான் சிந்துநடைக் கூத்துப் பாட்டை அருமையாகப் பாடினார். கூத்து பாட்டுகள் இரண்டு பேருக்குமே மிகப் பிரியம் என்பதால், வந்த இரண்டாம் நாளே எங்கள் நட்பு இறுகத் தொடங்கிவிட்டது.

அவருக்கு எப்போதும் பணக்கஸ்டம் இருக்கும். இரண்டு கிழமைக்கு ஒருக்கால் என்றாலும் எப்பிடியோ ஏதோ ஒரு பெண்ணைக் கூட்டி வந்து விடுவார். அந்த நாளில் என்னைத் தவிர்த்து விடுவார். குசினியில் தற்செயலாய்க் கண்டாலும் தெரியாத மாதிரிப் போய்விடுவார்.

நான் ஒருநாள் நக்கலாய் 'பாசை பிடிபடுகுதில்லை... பாசை பிடிபடுகுதில்லை எனச் சொல்லிறியள்... என்னெண்டு கதைச்சுக் கூட்டிக்கொண்டு வாறீங்கள்?' என்று கேக்க, 'இந்த ஒன்றுக்குத்தான் உல கத்திலை பாசை தேவையில்லை' என்றார்.

அவருடைய இந்த மாதிரியான வேலையளைத் தாண்டி, நான் அவரோடு ஒட்டினத்துக்குக் காரணம் அவர் பார்க்கிறத்துக்கு என்ரை பால்ய நண்பன் மணி மாதிரி இருப்பார். மணி மாதிரியே காரணம் இல்லாமல் இவரும் எனக்கு மேல் அன்பு கொண்டிருக்கிறார்.

மணி எனக்குப் பிரியமான நண்பன். மணிக்குப் படிக்கின்ற காலத்தில் நடிகர் சிவாஜிமீது பெரிய பைத்தியம்.

'தன்ர வாழ்க்கையின்ரை பெரிய இலட்சியம் சாகிறதுக்கு முதல் சிவாஜி கணேசனை நேரிலை பார்ப்பதுதான்' என்று சொல்லிக்கொண்டு திரிவான்.

நான் வெளிநாட்டுக்கு வெளிக்கிடும்போது கொஞ்சப் பணம் அவன் தந்தவன் என்பதற்காக நான் அவனை இந்த இடத்தில் நினைவு கூரவில்லை. படிக்கிற காலத்தில் வீட்டிற்குத் தெரியாமல் களவாய்ப் பார்த்த படத்துக்கெல்லாம் அவன்தான் பண உபயம் செய்தவன். சுற்றிவர எங்கேயாவது சிவாஜி படம் ஓடுது என்றால் அவன் துடிக்கத் தொடங்கிவிடுவான்.

அப்போது நான் ஒரு வீட்டில் இருந்து படித்துக்கொண்டிருந்தேன். இரவு பத்துமணிக்கு ஊர் உறங்கியிருக்கிற நேரத்தில், அங்க வந்து பக்கத்தில் இருக்கிற தட்டியைத் தட்டுவான். நானும் அரிக்கன் லாம்பை அணைத்துவிட்டு மெதுவாய் அவனது சைக்கிளில் போய் ஏறிவிடுவேன்.

இப்படித்தான் ஒருதடவை, தேடிவந்து சொன்னான், 'புனர்ஜென்மம் என்றொரு படம் சங்கானை மணிமகாலில் போடுகிறாங்கள், மிகத் திறமான படமாம்... எவ்வளவோ காலத்துக்குப் பிறகு திரும்பி வந்திருக்கு. இரவுக்கு வாறியோ' என்று. நான் உற்சாமில்லாமல் இருக்க,'நான் டிக்கட் எடுக்கிறன்டா, அருமையான படமடா,' என்றும் 'துன்பம் இல்லை வாழ்வில் சோகமில்லை வரும் இன்ப நிலை வெகுதூரமில்லை' எண்ட இந்தப் பாட்டுக்கு சிவாஜியின்ரை நடிப்பு அந்த மாதிரியாம்' என்றான். நான் 'நடிகை ஆர் பத்மினியோ' என்று கேட்டேன்.

அவன் சிரித்துக்கொண்டு 'உனக்கு அவவின்னர பெரிய... தான் விருப்பம்போல ... சிவாஜியின்ரை நடிப்பைச் சொல்லமாட்டாய்' என்றான். 'சரியடாப்பா வாறன்' என்றான்.

நான் படத்திற்கு வெளிக்கிட அன்றைக்கென்று அறைக்கு வந்து என்னோடு படித்துக்கொண்டிருந்த நீக்கிலானும் தானும் வரப் போறன் என்று வெளிக்கிட்டான். அவனுக்கு இப்படி இரவில் படத்துக்குப் போறது புதிது.

அவனை விட்டிட்டுப் போனால், ஆருக்கும் சொல்லிப் போடுவான் என்ற பயம் எங்களுக்கு. கூட்டிக்கொண்டு போய்விட்டோம். நீக்கிலான் தன்னிடம் இருந்த 40 சதத்தை மணியிடம் கொடுத்தான்.எனக்கு மணிதான் ரிக்கற் எடுக்கவேணும். மணி அதெல்லாம் சமாளிக்கலாம் என்றான். தியேட்டருக்குப் போயாச்சு. கலரிக்கு ரிக்கற் எடுக்கும் வரிசை நிரம்பி வழிந்தது.

ஒருமாதிரி ரிக்கற் கவுண்டருக்குக் கிட்ட நெரிபட்டபடியே போயாச்சு. 10 மணிக் காட்சி ஆரம்பிக்கிறத்துக்கு ஆயுத்தமாய் வெளியில் பாடிக்கொண்டிருந்த ஸ்பீக்கரை நிப்பாட்டியாச்சு. மணி, மூன்று டிக்கற் என்றபடி பொக்கற்றுக்கால் சில்லறையை எடுத்து விக்கிறவனின் மேசில் வைக்க, விக்கிறவன், நிதானமாகச் சில்லறையை எண்ணிப் பார்த்திட்டு, ஐந்து சதம் குறையுது என்று திருப்பித் தள்ளினான். மணி 'சரியாய்தான் தந்தனான்' என்று முரண்டு பிடித்தான். விக்கிறவனும் விடவில்லை. '65 சதப்படி மூன்று ரிக்கற்று ஒரு ரூபா 95 சதம். ஆனா இதிலை 190தான் இருக்கு' என்று சொல்லிச் சில்லறையைத் தள்ள வெளிக்கிட்டான். பின்னால் நின்றவர்கள் மணியை வெளியில்

தள்ள வெளிக்கிட்டார்கள். மணியோ கம்பியை இறுக்கப் பிடிச்சபடி வரிசையில் நின்றவர்களைப் பார்த்து, 'அண்ணை... அண்ணை ... யாரும் 5 சதம் தாருங்கோ' எனக் கெஞ்ச வெளிக்கிட்டான். இன்னொருவர் ஓடிவந்து நீங்கள் 'எந்தையாக்களடா ... என்ன சாதிக்காறங்களடா ...' என்று எங்களுக்கு அடிக்கக் கை ஓங்கினான்.

பெரிய களேபரமாய்ப் போய்விட்டது. இதைப் பார்த்துக் கொண்டிருந்த ஒரு பெரியவர் 5 சதத்தைத் தந்து 'கெதியாய் விலகிப் போங்கடா ... நாங்களும் படம் பார்க்கவல்லோ வந்த நாங்கள்' என்று பிரச்சினையை முடித்து வைத்தார்.

படக்கதை என்னவென்று இப்போது சரியாய் ஞாபகம் இல்லை. சிவாஜி கணேசன் எந்த நேரமும் வெறியில் வருவார். பத்மினி அவரைத் திருத்த வெளிக்கிடுவா. சும்மா சொல்லப் படாது... அவ பெரிய அழகிதான்.

நான் அப்ப யோசிச்சுது ... இப்படியொரு அழகி சொல்லுறாள் என்றால் சிவாஜி டப்பெண்டு திருந்தலாம்தானே...

அந்த தியேட்டரில் ஓடுற மற்றொரு படங்காட்டும் மெசின் அன்று ஓடவில்லை. அரை மணித்தியாலத்திற்கு ஒரு பிறேக் விட்டாங்கள். படம் முடிய விடியப்புறம் இரண்டரையாகிவிட்டது.

இதற்கு முதல் 'மகாதேவி' என்ற எம்ஜிஆர். படத்தை பார்க்கவரேக்கையும் ஒரு பிரச்சினை. அதிலை மகுடி வாசிக்கிற ஒரு காட்சி வரும். அந்த நேரம் பார்த்துப் படம் பார்த்துக் கொண்டிருந்த ஒண்டு சத்தமாய்ச் சொல்லியது . . . 'எல்லோரும் வாங்கிலை எழும்பி நில்லுங்கோ ... நேற்றுச் செக்கன்ட் சோவிலை இந்தக் கட்டத்திலை பாம்பொண்டு உள்ளுக்கை வந்திட்டுது' என்று.

இதைக் கேட்டவுடன் எல்லோரும் அல்லோல கல்லோலப்பட்டு எழும்பி நின்றோம்.

அவன் சொன்னது உண்மையோ தெரியாது. ஆனால் தியேட்டருக்குப் பின்னால் பெரும் பத்தைக் காடு இருந்தது.

'அடைந்தால் மாகாதேவி அடையாவிட்டால் மரணதேவி' என்று கூறி, 'அக்க்கா அக்க்க்கா' எனச் சிரித்த வீரப்பாவின் வசனமும் 'குறுக்கு வழியில் வாழ்வு தேடும் குருட்டு உலகமடா... கொள்ளை அடித்து வல்லமை காட்டம் திருட்டு உலகமடா தம்பி... தெரிந்து கொள்ளடா' என்று எம்ஜிஆரை ஆட்சிக்கு அழைத்துச் சென்ற பட்டுக்கோட்டையாரின் பாட்டும்தான் இப்போது வரைக்கும் ஞாபகம் இருக்கிறது.

2004ஆம் ஆண்டு ஊருக்குப் போனபோது, சங்கானைக்கு அழைத்துப்போய், என் பிள்ளைகளுக்கு அந்தத் தியேட்டர் இருந்த இடத்தை காட்டுவோம் என்று தேடினால் அந்த இடத்தை அடையாளம் பிடிக்க முடியவில்லை. அந்த இடத்தில் ஒரு தியேட்டர் இருந்தது என்பதை யாருமே நம்பமாட்டார்கள். எல்லாம் மாறிப் போய்விட்டிருந்தது.

'புனர்ஜென்மம்' படம் முடிந்து, நான் தங்கியிருக்கிற இடத்துக்கு வருவதற்கு விடியப்புறம் மூன்று மணியாகிவிட்டது. 'நாங்கள் படித்துக்கொண்டிருந்த வீட்டுக்குப் போற கல் ஒழுங்கைக்குள் சைக்கிளை ஓட்டிக் கொண்டு போகப்படாது. தூக்கிகொண்டுதான் போக வேண்டும். சைக்கிள் உருட்டுகிற சத்தத்தில் நாய்கள் எல்லாம் குரைக்க வெளிக்கிடும். யாரும் எழும்பிக் கள்ளரோ என்று ரோச் அடித்துப் பார்த்தால் பிடிபட்டுப் போவோம்' என்பது மணியின் எச்சரிக்கை.

நீக்கிலானோ தன்ரை சைக்கிளைத் தூக்கமாட்டேன்; தன்னால் இயலாது என்று அடம் பிடித்தான். அதை மணியே தூக்கிகொண்டு வந்தான். ஒரு வழியாக அறைக்குள் வந்துவிட்டோம்.

வீட்டுக்காரர் சத்தம் கேட்டால் எழும்பி விடுவார் என்ற பயத்துடன் உடனேயே பாயில் சரிந்தோம். சரிந்த பிறகு தான் யோசித்தேன் மூத்திரம் பெய்யவில்லை. மெல்லமாய்ப் பனையடிக்கு மூத்திரம் பெய்யப் போக நீக்கிலானும் எனக்குப் பின்னால் எழும்பி வந்தான்.

நிப்பாட்டியிருந்த சைக்கிள் பெடலைச் சுத்தி சில்லை ஓடவிட்டான். 'இதென்டா செய்யிறாய் வீட்டுக்காற மாமா எழும்ப போறாறடா' என்று நான் மெல்லமாய்ச் சொல்ல 'நீ போடா இது அப்பற்ரை சைக்கிள்... மணியன் தோளிலை வச்சுத்தான் தூக்கினவன், கட்டாயம் செயின் கவர் நெளிந்திருக்கும். நெளிந்தால் கவர் செயனிலிலை முட்டும். அதுதான் பார்க்கிறேன் என்று சொல்லிக்கொண்டு கீறிஸ் கீறீஸ் என்று பெடலைச் சுத்திக்கொண்டு நின்றான்.

நான் எதிர்பார்த்தபடி வீட்டுக்கார மாமா ரோச் லைற்றோடும் நித்திரைக் கலக்கத்தோடும் திடீரென எழும்பி வந்துவிட்டார். சத்தம் வந்த பக்கம் ரோச்சை அடித்து பார்க்க, நீக்கிலான் சைக்கிற் சில்லைச் சுத்திக்கொண்டு நின்றான். 'ஏன்டா நீக்கிலான் என்ன செய்யிறாய்? அவர் கேட்க 'இல்லை ஐயா... செயின் கவர் செயினிலை முட்டுதோ என்று பார்க்கிறேன்' என்று சொன்னான். அதுக்கு அவர், 'என்னடா கதைக்கிறாய்... இந்தச் சாமத்திலை செயின் கவர் செயினிலை முட்டுதோ என்று

பார்க்கிறன் எண்டுறாய்? மற்றவன் எங்கையாடா' எண்டு, ரோச் லைட்டைத் திருப்ப, நான் பனைக்குள்ள பதுங்கினதை அவர் கண்டுவிட்டார்.

அவருக்கு எல்லாம் விளங்கிட்டுது. 'நீங்கள் படத்துக்குப் போய் வந்திருக்கிறீர்கள் . . . நீங்கள் படிக்கிற பிள்ளையள் எண்டுதான் என்ரை வீட்டு விறாந்தையிலை இருந்து படிக்க இடமும் தந்து, லாம்புக்கு மண்ணெண்ணையும் செலவழிக்கிறது நீங்கள் படம் பார்ப்பதற்கோ? நாளைக்குப் போய் உங்கடை ஐயா, அம்மாவைக் கூட்டிக்கொண்டு வாங்கோ. இல்லாவிட்டால் இஞ்சை இருந்து படிக்க விடமாட்டேன்' என்று ஒரு அத்தியாயத்தை முடித்து வைத்தார்; நான் காலம் முழுக்க மணியை நினைத்துக் கொண்டு இருக்கிற மாதிரி.

நான் நாட்டை விட்டு வெளிக்கிட்டு ஜெர்மனிக்கு வர ஒன்பது மாதத்துக்கு மேலாயிற்று. அடி, உதை, மறியல், பசி எனப் பல்வேறு துன்பப்பட்டு, எல்லைகள் பலவற்றைக் கடந்து ஒரு முடிவிடத்துக்கு வந்தபோது, நான் நம்பிவந்த ஆளைவிட எனக்குப் ஆறுதலாய் இருந்தது சிவமோகன்தான்.

கடந்த ஒன்பது, பத்து மாதமாக நான் எங்கிருந்தேன் என்பது என் வீட்டாருக்குத் தெரியாது. அவ்வப்போது நான் எங்கே இருக்கின்றேன் என்பதுகூட எனக்குத் தெரியாது. வீட்டுக்காரரும் என்னைத் தேடித் தவித்துப் போயிருப்பார்கள்.

மறியல்சாலையில் இருக்கும்போதும், பெயர் தெரியாத கிழக்கு ஐரோப்பா நகரில் இருந்தபோதும் பெரும் வேதனைகளுக்கு மத்தியில் 'நான் நல்ல சுகமாக இருக்கிறேன். நீங்களும் சுகமாய் இருப்பீர்கள் என நம்புகின்றேன். நீங்கள் பதில் போட வேண்டாம். விரைவில் ஜெர்மனி போய்ச் சேர்ந்துவிடுவேன், அப்போது விலாசம் அனுப்புவேன். அதன்பின் உங்கள் சுகங்களையும் ஊர்ச் செய்தியையும் எழுதுங்கள்' என நாலு ஐந்து கடிதம் போட்டிருப்பேன். அவ்வளவுதான்.

ஜெர்மனி வந்தடைந்த பின்தான் ஊருக்கு என் விலாசத்தைத் தெரிவித்துக் கடிதம் எழுதினேன். தேவையில்லாமல், ஏன் என்ரை விலாசத்தை வீட்டிற்கு எழுதினேன் என்று, நான் அழுதது பின்னால் நடந்தது.

23

காலையிலே எழுந்து யன்னலுக்காலை வெளியில் பார்த்துக்கொண்டிருந்தேன். அதே நீலவானம்தான், அதே காலைநேரக் குழந்தைச் சூரியன்தான். வீசும் குளிரைக் கழிச்சுப் பார்த்தால் கட்டடங்கள் இல்லாச் சுழிபுரத்தில் நின்ற மாதிரித் தான் இருக்கிறது. எவ்வளவு தூரம் ஓடிவந்த பிறகும் உலகம் ஒன்றுதானோ!

மனம் சரியான சோர்வாய் இருந்தது. வெளிகிட்டுக் கிட்டத்தட்ட ஒரு வருடமாகின்றது. வீட்டோடு தொடர்பு இல்லாமல் போயிற்று. நான் இங்கு வந்து போட்ட கடிதம் கிடைத்ததோ தெரியாது. என்ரை பாடு எப்படியென்று அங்கே துடித்துக் கொண்டிருப்பார்கள்.

பத்மினிதான் பாவம். போய்க் கொஞ்ச நாளில் கூப்பிட்டு விடுவேன் என வாக்குறுதி கொடுத்துவிட்டு வந்திருந்தேன். இடையில் இப்படி மாட்டுப்படுவேன் என்று யார் கண்டது. பெயர் மறந்துபோன ஒரு பட்டணத்தில் மறியலில் இருந்ததையும் அடிவாங்கியதையும் நினைத்தால் மனம் விம்பும்.

இந்தச் சிறிய வாழ்க்கையில் எவ்வளவு பெரிய துன்பங்கள். எனக்கு மாத்திரமல்ல; என் தலை முறையில், என் இனத்தில் பிறந்தவர்கள் எல்லாம் இப்படித்தான் துன்பப்படுகிறார்கள்.

அன்றைக்கு ஒருத்தன் ஒரு கதை சொன்னான். வெளிநாட்டுக்கு என்று வெளிக்கிட்டு, துருக்கி நாட்டில் ஐந்தாறு பேர் மாட்டுப்பட்டுப் போனோம். காசு எல்லாம் கரைந்து கொண்டு போயிற்று. மூன்று நான்கு மாதங்கள் கடந்து போயிற்று.

ஏஜென்சிக்காறனை நம்பி ஒரு பிரயோசனமும் இல்லை என்ற நிலை.

ஒரு துருக்கிக்காரன் சொன்னான், ஒரு தொகைக் காசு தந்தால் லண்டனிலை கொண்டே விடுவதாக. நாங்கள் ஐந்தாறு பேரும் இதைப்பற்றி யோசிச்சம். அப்ப எங்களிலை ஒருவன் சொன்னான், எல்லோரும் இருக்கிற காசைப் போட்டு, தன்னை லண்டனுக்கு அனுப்பினால் தன்ரை ஊர் ஆக்கள் கனபேர் அங்கு இருக்கினம், நான் அங்கு போய்விட்டேன் என்றால், என் ஊர் நண்பர்களிடம் கட்டாயம் பணம் வேண்டலாம். ஒவ்வொருத்தராய் உங்களை அங்க எடுப்பன் என்றான். எங்களுக்கும் அது சரியெனப்பட்டது. நம்பிக்கையான நல்ல பெடியன்தான். எல்லோரும் காசு போட்டு துருக்கிக்காரனுக்குக் காசு கட்டி, அவனை அனுப்பி வைச்சோம், அடுத்த நாள் தொடக்கம் லண்டனிலை இருந்து அவன்ரை ரெலிபோன் வரும் வரும் என தூங்காமல் விழித்திருந்தோம்.

மூன்று மாதமாச்சு. அதற்கிடையில் நாங்கள் காசு கட்டி வந்த ஏஜென்சிக்காரன் எங்களைப் பொறுமையாய் இருக்கும்படியும் எல்லாப் பக்கமும் இறுக்கமாய்க் கிடக்கும் என்றும், சொல்லி யாரிடமோ சாப்பாட்டுக்கும் தங்குமிட வாடகைக்கும் பணம் கொடுத்து அனுப்பியிருந்தான்.

எங்களிடம் காசு வேண்டிக்கொண்டு லண்டன் போனவன், எங்களைச் சுத்திப்போட்டான் என முற்றாக நாங்கள் நம்பத் தொடங்கினோம். எப்படியும் நாங்கள் ஐரோப்பாவுக்குப் போவோம். அவனைக் காணுவோம். கண்ட இடத்திலை குத்திறதுதான் எனக் கூட்டாக முடிவெடுத்திருந்தோம்.

நாலு மாதம் கழிந்த பின் நாங்கள் இருந்து றூம் வாசலில் மொட்டையடித்து ஒரு பிச்சைக்காரன் கோலத்தில் அவன் கடும் பசியோடு நின்றிருந்தான். அவனைப் பார்த்துத் திடுக்கிட்டுப் போனோம்.

எங்களைப் பார்த்தவுடன் அழ வெளிக்கிட்டான்.

'துருக்கி எயாப்போட்டிலையே கள்ளப் போஸ்போட் என்ற பிடித்து பொலிசிலை அடி அடியென அடித்து ஆறுமாத மறியல் தீத்தாங்கள். ஏதோ கருணையால் நாலு மாதம் முடிய விட்டுவிட்டாங்கள்.

'நான் சரியாய்ப் பயந்துகொண்டுதான் வந்தனான். தற்செயலாய் நீங்கள் இந்த வீட்டில் இல்லாமல் போயிருந்தால் நான் என்ன செய்வேன்?' என்று அவன் அழ எங்களுக்கு அழுகை அழுகையாய் வந்தது.

இப்படி யோசிச்சுக் கொண்டிருக்கேக்கை என்னைத் தேடி சிவமோகன் வந்தார்.

'ரவியன் இரவு என்ரை றூமுக்கு வாறேன் எண்டவன் நீயும் வாவன்' என்றார்.

எனக்கும் ரவியனைப் பார்க்க விருப்பம்தான்.

சிவமோகன் றூமுக்கு போனால் சில வேளைகளில் அங்கேயே படுத்துவிடுவேன். அப்படி ஒரு இரவு படுத்து இருக்கும்போது, இரவு மூன்று மணிபோல் தொலைபேசி அடித்துக்கொண்டிருந்தது.

நான்தான் சிவமோகனைத் தட்டி 'போன் எல்லோ அடிக்குது, எடுங்கோ எடுங்கோ' எனக் கத்தினேன் அவரும் குளறிக் குளறி போனை எடுத்து, யார் யார் என கேட்க, 'நான்தான் அண்ணன் ரவி' என்று சொல்லிக் கேட்டது. சிவமோகன் நித்திரை மயக்கத்தில் பறையாமல் இருக்க அங்கால் 'சொல்லேன் அண்ணன் சொல்லேன் அண்ணன' என அவன் பேசியது கேட்டது.

சிவமோகனுக்கு நித்திரை முறியவில்லை கடும் சினத்துடன். 'டேய் இரவு மூன்று மணிக்கு போன் எடுக்கிறாய் – பிண்ட மேனே எடுத்தனி நீ அல்லோடா சொல்ல வேணும். ஆயிரம் பிரச்சனையோடு தண்ணி அடிச்சுபோட்டு அயர்ந்து தூங்கின என்னை எழுப்பி, சொல்லு சொல்லு என்று சொல்லிறாய். எடுத்தனி நீ அல்லோடா சொல்ல வேணும்' எனக் கத்தினார்.

'இல்லையண்ணன் வெளியிலை போய் இப்பதான் வந்தனான். நித்திரையும் வரவில்லை. அதுதான் ஏதாவது பம்பலாய்க் கதைப்போம் என்று பார்த்தால், நீங்கள் கோவிக்கிறியள்' என சொல்லிக்கொண்டிருக்க, சிவமோகன் போனை அடிச்சு வைச்சுவிட்டார்.

நான் 'உது யார்' என்றேன். 'அது ரவியெண்டு ஒரு நண்பன். அவன் இரவிலை எங்கையாவது போய்' தண்ணியைப் போட்டிட்டு வந்தால் யாரோடும் சள் அடித்துபோட்டுப் படுத்தால் தான் உவங்களுக்கு நித்திரை வரும்' என்றான், 'உப்பிடி அலுப்பங்களோடையெல்லாம் ஏன் தொடர்பு வைத்திருக்கிறீங்கள்' எனக் கேட்டேன். 'இந்த சிற்றியிலை நாங்கள் கொஞ்சத் தமிழ்ப் பெடியள் தான் இருக்கின்றோம். எப்படி நட்புப் பாராட்டாமல் இருக்கிறது?' என்று சொல்ல, நான் அவரை ஒரு மாதிரிப் பார்த்தேன். அவர், 'எங்கடை உடம்பிலை இருக்கிற கண், காது, கை, கால் மாத்திரமல்ல குண்டியும் எங்கடைதான், ஒரு மாதிரிச் சமாளிச்சுக்கொண்டுதான் போக வேணும்' என்று சொல்லிவிட்டுப் படுத்துவிட்டார்.

எனக்கும் யார் அந்த ரவி என்று பார்க்க விருப்பம்தான். நானும் அன்று இரவு போனேன். ரவியோடு தனி என்று இன்னொரு

ஆளும் வந்திருந்திருந்தார். சமைச்சுச் சமைச்சு, பேசிப் பேசி, குடித்துக் குடித்து இரவு நல்லாய்ப் போய்கொண்டிருந்தது.

முந்திய காலங்கள் எப்படியோ தெரியாது. இனப் பிரச்சினை கூர் கொண்ட பிறகு இரண்டு ஈழத்தமிழர் சந்தித்தாலே எவ்வளவு தலைபோகிற காரியங்கள் இருந்தாலும், அரசியல் பேசி கிலுசுகெடாமல் உரையாடல் முடியாது.

அப்படித்தான் அன்றும் தொடங்கியது.

எனக்குச் சமீபத்தில் ஒன்றும் பெரிதாகத் தெரியாது. தனி என்று அழைக்கப்படும் தனிநாயகம்தான் சொன்னார், 'அமிர்தலிங்கத்தோடு யாரோ இயக்கக்காறங்கள் பிரச்சினைப் பட்டவங்கள்' என்று சொல்லிப்போட்டு, 'கொஞ்ச சின்னப் பெடியங்கள் இரண்டு மூன்று பழம் துவக்குகளை வைச்சுக்கொண்டு தாங்கள்தான் தமிழ் ஈழம் பெறப்போறோம் என துள்ளிக்கொண்டு திரியினமாம்' என்றார்.

'பெடியள் உவங்களை வெருட்டத்தான் வேணும். சும்மா சனத்தைப் பேய்க்காட்டித் தமிழ் ஈழம் தமிழ் ஈழம் என்று சொல்லிப் போட்டு, இப்ப மாவட்டசபை மாவாட்டிறசபை எனக் கதைத்துக் கொண்டு திரியினம்' என சிவமோகன் சொன்னார்.

'அப்ப இந்தப் பெடியள் சிங்கள ஆமி பொலிசோடு சண்டை போட்டு வெண்டு விடுவினமோ? 77இல அந்த முதலைவாயன் ஜே.ஆர். போர் என்றால் போர், சமாதானம் என்றால் சமாதானம் என்று சிங்களவர்களைத் தூண்டி, கன தமிழர்களைக் கொன்ற நரித்தனத்திற்கு இந்தப் பெடியள் ஈடு கொடுப்பாங்களோ. 77இல் ஒரு ஊரிலை சிங்களக் காடையளுக்குப் பயத்திலை ஒளிச்சிருந்த சனம் பசியிலை கஞ்சி குடிப்பதற்காகத் தங்கடை பள்ளிக்கூட வாங்கு மேசையைக் கொத்தி எரிச்சுக் கஞ்சி காச்சிச்சாம். அப்படி ஒரு நிலை இனி வரப்படாது. எப்படியோ ... இருக்கிற தலைவர்களுக்குத்தான் சப்போட் பண்ணி அவைக்கு பெலனைக் கொடுக்க வேணும்.'

தனி, அமிர்தலிங்கம் மிகப்பெரிய தலைவர் எனச் சொல்லிக்கொண்டே நின்றார். சாப்பிடவும் இல்லைப் பேசிக் கொண்டேயிருந்தார்கள். வீரம் என்றால் என்னவென்று அமிர்தலிங்கத்தைப் பார்த்துத்தான் தெரிந்துகொண்டேன் என தனி சொல்ல சிவமோகன் எங்கயோ 'அமிர்தலிங்கம் சிங்களவரோடை அடிபட்டு வெண்டவரோ' என நக்கலாகக் கேட்டார்.

'1974ஆம் ஆண்டாய் இருக்கலாம், குடியரசு தின எதிர்ப்பும் கர்த்தாலும் நடைபெற்றுக்கொண்டிருந்தது. யாழ்ப்பாணத்தில்

எல்லா தியேட்டர்களும் கடைகளும் பூட்டு. பள்ளிக்கூடங்கள் வெறுமையாயின. ஓடுற பஸ்சுகளுக்கு பெடியள் கல்லெறிந்து கொண்டிருந்தார்கள்

'யாழ்நகரில் பறக்கின்ற சிங்களக் கொடியெல்லாத்தையும் பெடியள் பிடுங்கி எரித்து உணர்வுபொங்க நின்றார்கள். நான் கூட்டணி அலுவலகத்தின் வாசலில் கொஞ்சப் பெடியளோடை நிற்கின்றேன். அலுவலகத்துக்குள்ளே தலைவர்களின் ஆலோசனைக் கூட்டம் நடைபெற்றுக்கொண்டிருந்தது. ஏன் என்றால் பின்னேரம் பெரிய பொதுக்கூட்டம். புதிய அரசியல் சட்டத்தை அமிர்தலிங்கமும் சிவ சிதம்பரமும் எரிக்கப் போயினம்.

'மெயின் றோட்டில் உள்ள தோல் பொருள் கூட்டுத்தாபனக் கூரைமீது ஒருவன் ஏறிச் சிங்கக் கொடியைக் கழட்டிக்கொண்டு கீழை இறங்கேக்கை பொலிஸ் ஜீப் வந்துவிட்டது. அவனைப் பிடிப்பதற்காகக் கலைக்க வெளிக்கிட அவன் அப்படியே ஓடி வந்து கூட்டணி அலுவலகத்துக்க புகுந்து பின்னாலை ஓடிப் போய் மதிலால் பாய்ந்து ஓடிவிட்டான்.

கலைத்துக்கொண்டு வந்த பொலிசார் கூட்டணி அலுவலுகத்திற்குள் புக வெளிக்கிட்டார்கள். எல்லோரும் திகைத்துப் போய் நிற்க அமிர்தலிங்கம் வந்து, வந்த பொலிசாரை அலுவலுகத்திற்குள் போகவிடாமல் கதவடியில் குறுக்கே

நின்று 'கெட் அவுட் கெட் அவுட்' என பொலிசாரை பார்த்துக் கத்திக்கொண்டு நின்றார்.

'அவர்கள் அமிர்தலிங்கத்தைத் தள்ளி உள்ளே போக முயற்சித்தார்கள். அமிர்தலிங்கம் விடவில்லை. அதில் நின்ற அதிகாரிபோன்ற ஒரு பொலிஸ்காரன் தன்னுடைய மிசின்கன்னைத் தோளாலை கழட்டி லோட் பண்ணி அமிர்தலிங்கத்தின் நெஞ்சில் வச்சான்.

'அமிர்தலிங்கம் ஆங்கிலத்தில் 'சுடடா பார்ப்போம்' எனக் கோபம் கொண்டு கத்தினார். அவன் சுட ரெடி. முன்னால் ஜீப்புக்குள்ள இருந்து இறங்கி வந்த இன்ஸ்பெக்டர் போன்றவன் சத்தம்வைச்சு அமிர்தலிங்கத்துடன் பிரச்சினைப்பட்ட பொலிஸ்காறனை ஜீப்புக்கை போய் ஏறும்படி உத்தரவிட்டான்.

நாங்கள் எல்லாம் நடுங்கிப் போனோம் என தனிநாயகம் கதையை முடித்தார்.

'இப்ப நீ என்ன சொல்ல வாறாய். அமிர்தலிங்கம் ஆட்கள் எலெச்சனிலை சொன்னபடி தமிழ் ஈழம் கண்டுவிடுவினமோ?'

'அவை காணாமல், இரண்டு மூன்று வங்கியைக் கொள்ளை அடிச்சு நாலைந்து பொலிசாரை சுட்டுப் போட்டோம் எனச் சொல்லிக்கொண்டு திரியிற உந்தச் சின்னப் பெடியளோ நாடு பிடிக்கப் போகினம்? சிறுபிள்ளை வேளாண்மை வீடு வந்து சேராது கண்டியளோ. வீண் கனவை விடுங்கோ' என தனி கோபமாகச் சொன்னார்.

மௌனமாக இருந்த ரவி, 'நான் 1977 கலவரத்திலை எம்பிட்டனான். சிங்களவரிட்டை அடி வேண்டினான். ஆனாலும் சொல்லுறன். தமிழ் ஈழம் பிரியிறது சரிவராது' என்றார்.

'அப்ப எப்படி இதை தீர்க்கிறது' என்று சிவமோகன் கேட்டார்.

'இரண்டு பக்கத்தாலும் இன வெறியை ஊட்டித் தேர்தல் அரசியல் செய்ததாலை வந்த நெருக்கடிதான்' என்றார் ரவி.

ரவியைப் பார்த்துக் கோபத்துடன் கேட்டார் தனி, 'நாங்கள் எங்கையடா இனவெறியை வளர்த்தோம்.

'யாழ்ப்பாணத்தான் படிச்சானோ அல்லது உழைச்சானோ காசை மிச்சம் பிடிச்சானோ என்றுதானே வாழ்ந்தார்கள். சுதந்திரம் கிடைச்சவுடனேயே 5 லட்சம் மலையகத் தமிழர்களை அதுவும் இந்த நாட்டை வளமாக்கிய அந்த மனுசரைத் தமிழர்கள்

பனிவிழும் பனைவனம்

என்ற ஒரு காரணத்துக்காகவே நாட்டை விட்டுத் துரத்தினாங்கள். 1956இல் தனிச்சிங்களம் சட்டம் கொண்டு வாறாங்கள். அதுக்கிடையில் தமிழர் கனகாலமாய் வாழ்ந்த இடங்களிலிலை சிங்களக் குடியேற்றங்கள் செய்யிறாங்கள். 1958இல் பெரிய தமிழ் இன அழிப்புச் செய்யிறாங்கள்.

‘என்னடா அப்ப எல்லாம் நாங்கள் நாடு பிரிச்சுக் கேட்டனாங்களோ. அல்லது யாழ்ப்பாணத்தில் இருந்த சிங்கள பேக்காரிக்காறருக்கு அடிச்சமோ. இரண்டு பக்கமும் பிழையென்று சொல்லிப் பெரிய அநியாயமாகக் கதைக்கிறாய்.’

‘அப்ப தமிழ் ஈழத்தை எடுக்க நீ போவேன். சொந்த ஊரிலை வாழ ஏலாது என்றுதானே இஞ்சை வந்து வெள்ளையன்ரை தர்ம காசிலை வாழுகிறோம்’ எனச் சொல்ல.

‘டேய் நான் போற நேரத்திலை நான் போவேன். உனக்குத் தெரியும் தானே பத்தநாபன் என்னர சிநேகிதன் என்று. அவன் கூப்பிடேக்கை நான் போவேன். ரெயினிங் எடுக்கிறேன்... சிங்களவருக்கு பாடம் படிப்பிக்கிறேன்.

‘ஓமடா ஓமடா உங்களுக்கு ஒரு தமிழ் ஈழம், இன்னும் சொந்த இனத்திலை ஒரு பகுதியைக் கோயில்களுக்குள்ளை விடுறியள் இல்லை, பொதுக் கிணத்திலை தண்ணி அள்ள விடுறியள் இல்லை, தேத்தண்ணிக் கடை வழியே சரி சமமாய் இருக்க ஏலாது, உங்களுக்கு நாடு தேவையோ? போடா போடா, என தனி தொடங்கினார்.

‘நீ யாரெண்டு தெரியும். தமிழ், சிங்கள, முஸ்லீம் தொழி லாளர்கள் ஒன்றுபட்டு முதலாளித்துவத்துக்கு எதிராகப் போராடப்போறோம் என்று பேய்க்காட்டிக் கொண்டு திரியிறியள். உங்கடை தியறியள் எல்லாம் சேக்குவேரா அமைப்பு இலங்கையிலை இனவெறியோடை சீரழியேக்கை பார்த்த நாங்கள் தானே, அப்படி கொம்மினிசம் வந்தாலும் சிங்கள கொமினிசியம் தமிழ் கொமினிசம் என்றுதான் வரும் அப்பவும் சாமானைச் சொறிந்துகொண்டு ஏதாவது சொல்லிக் கொண்டுதான்...’

என அவர் சொல்லி முடிக்க முதல் ரவியன் அவரைத் தள்ளிவிட்டார். தனி எட்டி அவர் சேட்டைப் பிடித்துக் கிழித்தார். சிவமோகன் நடுவிலை நின்று விலக்குப் பிடிக்க முயற்சித்தார். நான் பயந்துகொண்டு மௌனமாக இருந்தேன்.

ரவியன் என்னைப் பார்த்து, ‘நாங்கள் அடிபடுறோம் நீ மயிர் பார்த்துக்கொண்டிருக்கிறாய்...’ என என்னோடு கொழுவலுக்கு வந்தான். என்னைப் பேசியது சிவமோகனுக்கு சினத்தைக் கொடுக்க, இரண்டுபேரையும் றூமைவிட்டுப் போகும்படி

சொன்னார். சொன்னது மாத்திரமல்ல இரண்டுபேற்றை யக்கெற்றையும் தூக்கிவெளியில் எறிஞ்சு, 'வெளியிலை போங்கடா நாய்கள்' எனச் சொல்லித் தள்ளிவிட்டார்.

சமைத்த சாப்பாடு அப்படியே கிடந்தது. சிவமோகன் மறிக்க மறிக்க நானும் சாப்பிடாமல் என்ரை றூமுக்குப் போய்விட்டேன். இந்தச் சண்டை இப்படியே தொடருமோ? நாளைக்குக் கண்ட இடத்தில் அடிபடுவாங்களோ? இத்தனை ஆயிரம் மைல் கடந்து வந்தபின்னும் எத்தனை ஆயிரம் பேரைக் கண்ட பின்னும் வாலோடு முன்தோன்றிய குணம் மாறுமோ? எனக் கவலைப்பட்டுக்கொண்டே பசியோடு படுத்தேன்.

இது நடந்து இரண்டு மூன்று கிழமைக்குப் பிறகு ரவுணில் இருந்து பஸ்சில் றூமுக்கு போய்கொண்டிருக்கும்போது இந்த மூன்று பேரும் ஒரு மரத்திற்குக் கீழே நின்று சிரித்துச் சிரித்துப் பேசிக்கொண்டு நின்றதை ஆச்சரியத்தோடு பார்த்துக்கொண்டு போனேன்.

24

சகாயநாதனைச் சந்தித்த அந்த மாலை, அன்றைய நாளின் சந்தோசத்தை குலைத்தது.

சிவமோகனை எங்கேயோ தற்செயலாகச் சந்தித்த சகாயநாதன் நான் ஜெர்மனி வந்திருப்பதை அறிந்து என்னுடைய தொலைபேசி இலக்கத்தை அவரிடம் வேண்டியிருக்கின்றார். பிறகு என்னைக் கூப்பிட்டு, தன்னிடம் வரும்படி வில்லங்கமாக அழைத்தார். எனக்கு சகாயநாதனைச் சந்திக்க விருப்பம் இல்லையென்றாலும் வேறு வழி யில்லாமலிருந்தது.

நான் அவரிடம் போனவுடன் அவர் கேட்ட முதல் கேள்வி,'சிவமோகன் ஆட்களுக்கு ஏன் என்னை உன்ரை சொந்தக்காரன் என்டு சொன்னனீ?'

நான் திடுகிட்டு 'ஏன்ராப்பா நீ என்ரை சொந்தக்காரன்தானே. அதிலை என்ன பிழை?' என்றேன்.

அவன் கண்ணையும் வாயையும் சுழிச்சுக் கொண்டு 'நீ ஒரு சனியன், அவங்களைச் சந்திச்ச வுடனேயே நீ என்ன சாதி எண்டு சொல்லியிருப்பாய் என்ன ? ' என்றான்.

'சொன்னா என்ன? ஏதோ ஒரு கதையிலை நான் என்ரை சாதியைச் சொன்னான்தான். அதை அவங்கள் ஒன்றும் வித்தியாசமாய்ப் பார்க்கேல்லை. அவங்கள் நல்ல பெடியள், அதைவிடப் பல ஆயிரம் மைல் கடந்து வந்து எல்லா இனத்தோடையும் கலந்து அகதியாய் வந்து வாழுற ஊரிலை சாதியெல்லாம் பார்த்துக் கொண்டு இருப்பாங்களோ?' நான் அலட்சியமாய்ச் சொன்னேன்.

'அதாலைதான் சொல்லுறன், நீ ஒரு பனியன்' குரலை உயர்த்திக் கத்தின சகாயநாதன் தேத்தண்ணீரும் தராமல் கதைக்கத் தொடங்கினான்.

'நான் உன்னை என்ரை பிரண்ட் என்றுதான் அவங்களுக்குச் சொல்லியிருக்கிறன். ஏதோ ஒரு கதையிலை நான் அவங்கட சாதிதான் எண்டும் சொல்லியிருக்கிறன். இப்ப என்னைப் பொய்யன் எண்டும் குறைஞ்ச சாதிக்காரன் எண்டும் உறுதியாக நினைப்பாங்கள். சே... இப்ப என்ன செய்ய?' சுவரைப் பார்த்துச் வாயைச் சுழிச்சபடி 'சூ... சூ...' என்று சொல்லிக்கொண்டு நின்றான்.

எனக்குச் சரியான கோபம் வந்தது. திரும்பி என்ரை அறைக்குப் போனால் என்ன என்று நினைத்தேன்.

எனக்கு அவன் ஒன்றுவிட்ட மாமாவின் மகன், மச்சான் முறை.

மாமா எங்கள் ஊரில் துணிவாகவும் நேர்மையாகவும் வாழுகிற மனுசன். ஒரு தடவை ஊரில் உயர்ந்த ஆட்கள் என்று சொல்லப்படுகின்றவர்கள் வாழ்கின்ற ஒரு ஒழுங்கைக்கால வரும்போது ஒரு நாய் அவரைப் பார்த்துப் பெரிசாய்க் குரைத்தபடி கடிக்க வந்திருக்கிறது. அவர் வேலியில் இருந்த ஒரு பூவரசம் தடியை முறித்துக் கையில் வைத்துக் கொண்டு, நாயைப் பார்த்து 'ஒக்காமல் மாறு' எனச் சத்தம் வைத்திருக்கிறார்.

இது வீட்டுக்காரனின் காதில் விழுந்திருக்கிறது. வெளிய வந்த அவன் மாமாவைப் பார்த்துச் சாதியைச் சொல்லி 'நீயொரு எளிய நாய், என்ரை நாயைப் பார்த்துத் தூசணம் கொட்டுகிறாய்' எண்டு சத்தம் வைக்க, மாமா 'நாயை என்ன..? இப்ப உன்னையே சொல்லுறன், ஓக்காமல் மாறு' என்று சொல்லிவிட்டார், அது கைகலப்பாய் மாறத் தொடங்க, அயலட்டையில இருக்கின்ற நல்ல மனிதர்கள் சிலர் வந்துதான் இரண்டு பேரையும் விலத்தி விட்டார்கள்.

'ஒரே ஊரில் இருக்கிற நாங்கள் ஒரு நாயால் சண்டை பிடிக்கப்படாது' என்று சொன்ன அந்த நல்லவர்கள், வீட்டுக்காரனைப் பார்த்து 'நீ கடிக்கிற நாயை வீட்டுக்குள்ள கட்டி வைச்சிருக்க வேணும். ஒழுங்கை எல்லோருக்கும் பொதுதானே' என்று சொல்லி இருவரையும் சமாதானப்படுத்தி அனுப்பினார்கள்.

அப்படிப்பட்ட ஒரு மாமாவின் மகன் கண்டம் விட்டுக் கண்டம் வந்த பிறகும் இப்படித் தாழ்வுச் சிக்கலில் இருந்து விடுபடாமல் இருக்கிறதை நினைக்க எனக்குக் கோபமும் எரிச்சலும் வந்தது. தேவையில்லாமல் இவனிடம் வந்து ஒரு பொன்னான மாலையை வீணடித்துக் கொண்டிருக்கிறேன் என்ற எண்ணம்தான் வந்தது.

சகாயநாதன் பிறகு ஓரளவு சமாதானமாகி, ‘உவங்கள் எல்லாம் வெள்ளையும் சொள்ளையுமாய்த்தான் கதைப்பாங்கள், ஆனா மனசுக்குள்ளை அந்தச் சாதித் திமிர் இருக்கும். வெளிநாட்டுக்கு வந்து நாங்கள் கொஞ்சம் மாற வெளிக்கிட்டாலும் இது இரத்தத் தோடை கலந்ததல்லோ... எப்படி மாறும்? எங்களை இளக்கமாய்ப் பார்க்கும் மனநிலை இப்பவும் இருக்கும்’ என்றான்.

குரலிலை ஒரு விரக்தி தெரிந்தது.

‘எல்லோரையும் நீ அப்படிச் சொல்லாதே. சிலபேற்றை மனசுக்குள்ளை இருக்கிற திமிரை நாங்கள் ஒண்டும் செய்யேலாது. அவங்கள் இஞ்சை நல்லாய்த்தானே பழகுகிறாங்கள். ஊர்க்காரங்கள் மாதிரி தீண்டாமைப் போக்கு அவங்களிட்டை இங்க இல்ல. ஒண்டாய்ச் சாப்பிடும்போது அவங்கள் எங்களுக்கு வேறை பீங்கான் தாறதில்லை.’ நான் விளங்கிக்கொண்ட உண்மையை அவனுக்குச் சொன்னேன்.

‘அவங்கள் மாறினாலும் உன்னைப்போல ஆட்கள் மாற மாட்டீங்கள்’ என்று இன்னும் கோபத்தோடு சத்தமாய்ச் சொன்னான்.

சரி ‘நாளைக்குப் போய் சிவமோகன் ஆட்களிட்டை நீ என்ரை சொந்தமில்லை, தெரிந்த பிரண்ட்தான் எண்டு சொல்லி விட்ட பிழையைத் திருத்திறன்’ என்றேன்.

இதுக்குப் பிறகுதான் சகாயநாதன் கொஞ்சம் சமாதானம் ஆனான்.

‘சரியடாப்பா... ஏதோ சொல்ல வேணும்போல இருந்தது... சொல்லிட்டன். நீ இருந்து சாப்பிட்டிட்டு நாளைக்குப் போ’ என்றான்.

‘இல்லை ... நாளைக்கு எனக்கு அலுவல்கள் இருக்கு, சாப்பிட்டிட்டு கடைசி றெயினிலை போறன்’ என்று சொல்லத்தான் எங்கள் சொந்தக்காரர் இராயப்பு அண்ணன் இறந்த செய்தியைச் சொன்னான்.

‘ஐயோ நல்ல மனுசனாச்சே... ஏற்கெனவே கஸ்ரப்பட்ட ஆள், அவர் இறந்து போனா அந்தக் குடும்பம் என்ன பாடுபடப் போகுதோ?’ என்று நான் கலங்கிப்போய், அவருக்கு ‘என்ன நடந்தது’ என்று கேட்டேன்.

‘ஏன் உனக்குத் தெரியாதோ?’ என்ற சகாயநாதன், அவரைப் பற்றிச் சொல்லத் தொடங்கினான்.

'ஓம்… நீ ஊராலை வெளிக்கிட்டு ஒன்றரை வருசத்துக்குப் பிறகுதானே இங்க வந்து சேர்ந்தனி. அதுக்குள்ள நடந்த விசயங்கள் உனக்குத் தெரியாதுதான்.

'இராயப்பர், சந்தியிலைதானே காரை வைச்சுக்கொண்டு நிற்பார். காலையிலை ஆறுமணி தொடக்கம் பின்னேரம் ஆறுமணி வரை நிண்டாலும் நல்லதாய் இரண்டு அயர் கிடைக்கிறது கஸ்ரம். எங்கையாலும் அவசரமாய் ஆஸ்பத்திரிக்குப் போறத்துக்கு வாற ஏழைகளிட்டையும் வயித்துக் குத்தோடை பிள்ளை பெறுவதற்காக வரும் வறுமைத் தாய்மாரிடமும்தான் இவர் பெரும்பாலும் மாட்டுப்படுவார். இப்படி வாற பலரிட்டை உடனடியாய்க் காசு வாங்க முடியாது.

'எவ்வளவு காலம் போனாலும் கால் தேய நடந்து திரிஞ்சுதான் பணத்தை வாங்குவார்.

'அப்ப எங்களுக்குள்ளை உண்மையாகவோ பொய்யாகவோ அவரைப் பற்றின ஒரு கதை உலாவினது.

'விளாத்தியடிக் குடும்பம் ஒன்று பிள்ளை பெறுவதற்காக இவற்றை காரைப் பிடித்ததாகவும் பிறந்த பிள்ளை பெரிதாக வளர்ந்த பிறகும் அந்த கார் காசு 15 ரூபாவை அவர்கள் கொடுக்கவில்லை. இவர் வழமைபோல அவையின்ர வீட்டைபோய் காசைத் தரச் சொல்லிக் கொஞ்சம் கடுமையாய்க் கேட்டிருக்கிறார். அதைப் பார்த்த அந்தப் பிள்ளை, தாயைப் பாரத்து, 'இவர் ஏன் இப்படிப் பேசுகிறார்' எண்டு கேட்டிருக்கு. அதுக்குத் தாய் 'உன்னைப் பெத்துக் கொள்ளுறத்துக்காக ஆஸ்பத்திரிக்குப் போன கார்க் காசை இன்னும் குடுக்கேல்லை. அதுக்குத்தான் மனுசன் பேசுறார்' என்று சொல்ல, பிள்ளை, 'நான் பிறக்கிறதுக்கு ஆஸ்பத்திரிக்குப் போறதுக்கு உந்தப் பழங்காரையோ பிடிச்சனீங்கள்? காசுக்கு இப்படி அவசரப்படுத்திற ஆட்களட்டை ஏன் அம்மா காரை பிடிக்கிறத்துக்குப் போறீங்கள்?' எண்டுதாம்.

'இப்படித்தான் ஒருநாள் கார் பிடிப்பார் இல்லாமல் *வீரகேசரி* பேப்பரை 32ஆம் முறை படிச்சுக்கொண்டு இருக்கேக்கை திடீரென்று மூன்று பெடியள் வந்து இவரட்டை 'ஒரு அவசரம் கார்த் திறப்பைத் தாங்கோ' எண்டு கேட்டிருக்கிறாங்கள்.

'தம்பியவை எங்கை போறதெண்டாலும் நான் கூட்டிக் கொண்டு போறன், ஆனா திறப்புத் தர இயலாது' எண்டு இராயப்பு அண்ணர் சொல்லியிருக்கிறார், அவர்கள் 'அண்ணை, இது நாட்டு விடுதலை சம்பந்தப்பட்ட விசயம். உங்களைப் போல மக்களின்ரை உதவியால்தான் நாடு கிடைக்கப் போகுது' எண்டு

சொல்லிக் கொண்டே அவற்றை பொக்கெற்றுக்கை இருந்த திறப்பை எடுத்துக்கொண்டு அந்த சேமசெற் காரை புரட்சிக்குக் கொண்டு போனார்கள்.

'பதறிப்போய் நிண்ட இராயப்பு அண்ணருக்கு எந்த நாட்டு விடுதலை எண்டும் விளங்கேல்லை. தன்ரை பழைய சோமசெற்றாலை எந்தளவுக்குப் புரட்சி செய்ய முடியும் எண்டும் விளங்கேல்லை.

'இரவு பத்துமணி மட்டும் சந்தியிலை நிண்டு பார்த்தார். காரைக் கொண்டு போனவங்கள் வரவில்லை. வீட்டுக்குப் போன அவர், நித்திரை வராமல் விடிய விடிய நட்சத்திரங்களை எண்ணிக் கொண்டிருந்தார்.

'அதிகாலையிலை தொழிலாலை வந்த இவரின்ரை பெறாமகன்தான் மாசியப்பிட்டி சந்தியடியிலை உங்கடை கார் அநாதையாக நிக்குதெண்டு சொன்னான்.

'இவர் விழுந்தடிச்சு ஓடிப்போய் காரை வீட்டுக்குக் கொண்டு வந்தார். நல்லாய்க் கழுவி ஊதுபத்தி கொழுத்தி ஒன்றும் நடவாத மாதிரித் திரும்பவும் சந்தியில் போய் நிண்டார்.

'காரைக் கொண்டுபோன பெடியள், எதுக்குக் காரை பயன்படுத்தினார்கள் என்பது இராயப்பருக்குத் தெரியாது. வாடிக்கையாளருக்காகக் காத்து நிண்ட இவரைத் தேடி பொலீஸ்காரர்தான் வந்தார்கள். ஏன் எதற்கு என்ற விளக்கங்களைச் சொல்லாமல் விலங்கை மாட்டி இழுத்துக்கொண்டு போனாங்கள்.

'நாட்டில் விடுதலைப் போராட்டங்கள் ஆரம்பித்த காலத்திலை அதுக்கு அத்திவாரம் போட்டது உள்ளூர் வங்கிக் கொள்ளைகள் தான். அப்படியொரு வங்கிக் கொள்ளைக்கு அந்தக் காரைப் பயன்படுத்திப் போட்டு தங்கடை அலுவல் முடிய எம்பிட்ட இடத்தில் அதை விட்டிட்டுப் போய்ட்டாங்கள்.

'அந்த வங்கிக் கொள்ளைக்கும் இராயப்புவுக்கும் ஒரு தொடர்பும் இல்லை எண்டு பொலீசுக்குத் தெரிந்தாலும் அவரை அடியடியெண்டு அடிச்சு, கொழும்பு நாலாவது மாடிக்கும் அனுப்பி மேலும் வதைத்தார்கள்.

'அவர் அரைகுறை உயிராய்த்தான் திரும்பி வந்தார். காரில இருந்த கைரேகையை பொலிஸ் எடுக்காமல் இருக்கத்தான் திட்டமிட்டு இவர் காரைக் கழுவியதாகவும், அந்த பெடியங்களை இவருக்கு நல்லாத் தெரியும் எண்டும், அவங்கள் யார் எனக் கேட்டும்தான் தன்னைத் துவைத்தெடுத்தார்கள் எண்டும் அவர் சொன்னார்.

செல்வம் அருளானந்தம்

‘இராயப்பு கடும் வருத்தமாகி ஆஸ்பத்திரியிலை படுத்திருக்கேக்கை ‘கார் கேட்டு வந்த பெடியளை உண்மையிலேயே உங்களுக்குத் தெரியாதோ எண்டு அவற்றை மனுசி கேட்டிருக்கிறா.

‘வந்தவங்களிலை இரண்டு பேரை எனக்குத் தெரியும். ஆனா என்ரை உயிர் போனாலும் அவங்களின்ரை தகப்பன்மார் பற்றியோ அவங்கள் இருக்கிற இடம் பற்றியோ எதுவும் சொல்லுறதில்லை எண்ட முடிவோட இருந்தன் எண்டிருக்கிறார்.

‘கடுப்பான மனிசி, ‘நீங்கள் அவங்கள் யார் எண்டு சொல்லியிருந்தால் இப்படி அடிச்சிருப்பாங்களோ?’ எண்டு சொல்ல, ‘அடிமைப்பட்டு இருக்கிற இனம் விடுதலையாகிறதுக்கு இது என்ர சின்ன பங்களிப்பாக இருக்கட்டுமே’ எண்டாராம்.

‘விடுதலையாகி இரண்டு மாதத்திலை இராயப்பு நிமோனியா வந்து இறந்து போனார்.’

இதைச் சொல்லும்போது சகாயநாதன் ஓரளவுக்குக் கலங்கியிருந்தான். எங்கள் இரண்டு பேருக்கும் அவர் நெருங்கிய உறவினர்தான். ஆனால் நான் கலக்கம் நீங்கித் தெளிவாக இருந்தேன்.

பின்னொரு நாளில் நான் அழுதேன், இராயப்பு அண்ணையை நினைத்து மட்டுமில்லை, எங்கள் உறவினரான அ!ிச்சிக்கடை அல்பிரட் அண்ணையின் மகள் மல்லிகாவையும்

நினைத்து. நிறைமாசக் கர்ப்பிணியான மல்லிகா நந்திக்கடலுக்குப் பக்கத்தில் சாப்பாடு இல்லாமல் போஷாக்குக் குறைவால் இறந்து போனாளாம். அப்போது யாழ்ப்பாணத்தில் அல்பிரட் அண்ணையின் அரிசிக் கடையில் குறைஞ்சது 25 மூட்டை அரிசியாவது இருந்திருக்கும்.

முள்ளிவாய்க்கால் பேரவலம் முடிந்த அந்த மே மாதத்தில் 20ஆம் திகதி நான் வாழும் பட்டணத்துப் பாராளுமன்றத்துக்கு அருகே பெருமளவில் தமிழர் கூடி காற்றாகிப் போன இலட்சக்கணக்கான தங்கள் உடன்பிறப்புகளுக்கு அஞ்சலி செய்துகொண்டிருந்தனர். நானும் என் நண்பர்கள் சிலரும் அங்கு போயிருந்தோம்.

இவ்வளவு பெருந்தொகையில் தமிழர் கூடிப் பெருமூச்சுகள் விட்டும் பெரும் குரல் எழுப்பி அழுததையும் என் வாழ்வில் நான் மறக்க முடியாதது.

அது கடும் துயர் கவிந்த பெரும் இரவு. இந்த நாட்டு பொலிஸார் குதிரைகளிலும் மோட்டார் சைக்கிளிலும் சுற்றிவர நின்றார்கள். மக்களோடு மக்களாகக் கலந்தும் நின்றார்கள்.

எங்கோ தொலைதூரத்தில் இருந்து தங்கள் நாட்டில் அடைக்கலம் தேடி வாழ வந்த மக்களின் துயரில் பங்குபற்றுவதைப் போல எங்கும் அவர்கள் அமைதியாக நின்றுகொண்டிருந்தார்கள்.

மனம் கனத்தது. நான் என் நண்பர்களை விட்டு நழுவிப்போய் ஒரு மரத்தின் கீழ் நின்றேன்.

என் உறவுகளை நினைத்தேன். நான் பிறந்து வாழ்ந்த என் ஊரை நினைத்தேன். அல்பிரட் அண்ணனின் மகள் மல்லிகாவையும் கார்க் கார இராயப்புவையும் நினைத்துப் பெரும் குரல் எடுத்து அழுதேன். என் அழுகை அங்கு புதினமாகப் பார்க்கப்படவில்லை. எல்லோரும் அழுதுகொண்டிருந்தார்கள்.

என் பின்புறமாகத் தோளில் ஒரு கை விழுந்தது. மறுகை என்னை ஆதரவோடு அணைத்தது, திரும்பினேன். ஒரு கறுப்பினப் பெண் பொலீஸ் அதிகாரி கருணை ததும்பும் விழிகளுடன் என்னைப் பார்த்தாள்.

25

இரண்டு நாளாக நான் என் றூமைவிட்டு வெளியில் போகவில்லை. அந்த நாளில் சுவரோடு தலையை முட்டி விம்மி விம்மி அழுததை நினைக்க இப்போது அது ஓர் அர்த்தமில்லாத கவலை என்றும், சிறுபிள்ளைத்தனமாயும் தெரிகிறது. அந்த இரண்டு நாளும் ஏதாவது சாப்பிட்ட மாதிரியும் நினைவில்லை.

'செல்வம்' படத்தில் ரிடி.எம்.எஸ் பாடிய 'ஒன்றா ... இரண்டா ... எடுத்துச் சொல்ல' என்ற பாட்டில் வாற 'நின்றால் நடந்தால் உன் நினைவு என் நினைவே 'அகன்றால் உன் கனவு, நின்றால் நடந்தால் உன் நினைவு' என்ற வரிகளும், 'ஓராயிரம் பார்வையில் உன் பார்வையை நான் அறிவேன்' போன்ற பாடல் வரிகளும் மனசில் எழ, எழத் துயர் பெருகிக் கொண்டிருந்தது.

இந்த இரண்டு நாளைக்கு முதல் சகாயநாதன்தான் போன் எடுத்தான். எடுத்தவன் ஊர்ச் செய்திகளைச் சொல்லிப் போட்டு, போககிற போக்கில் ஒரு நக்கலாய் 'நீ போய் இருந்த ஊரிலை ஒரு பெட்டையைச் சுத்திக்கொண்டு திரிஞ்சனியெல்லே... அவளுக்கு என்ன பெயர்' என்று கேட்டான். நான் 'பத்மனி' என்று சொல்ல, 'ஓம்... ஓம்... அவள்தான். அவளுக்குக் கல்யாணம் முடிஞ்சுதாம், என்ரை தங்கச்சி அதை உனக்குச் சொல்லச் சொல்லிக் கடிதம் எழுதியிருக்கிறாள், என்றான்.

பேசிக்கொண்டிருந்த ரெலிபோன் ஒரு குண்டைப்போல என்ரை காலில் விழுந்தது. அவன் 'ஹலோ ஹலோ' என்று சொன்னது ஏதோ கிணற்றுக்குள் இருந்து வாற சத்தம் மாதிரி இருந்தது. அப்படியே கட்டிலில் சாய்ந்துவிட்டேன்.

காதல் என்று ஒன்றும் இல்லை, எல்லாம் காமம்தான் எண்டு சிலர் சொல்வது உண்மையா? எவ்வளவோ முயற்சித்து, பெருஞ் சிரமப்பட்டு

வெளிநாடு என்று வந்தது பத்மினிக்காகத்தான். வந்த வழியில் சிக்குப்பட்டதால் நான் எங்கே இருக்கிறேன் எறு யாருக்கும் தெரியாமல், ஏன் எனக்கே தெரியாமல் போனது... யாரோ எழுதிப்போன விதிதான்.

போன கிழமை வீட்டில் இருந்து கடிதம் வந்திருந்தது. அதில் இதுபற்றி எந்தக் தகவலும் இல்லை. 'இது உனக்கு ஒத்து வராது. நீ, மேலோங்கிகளுக்கை கல்யாணம் செய்தால் கஸ்ரப்படுவாய். இதை மறந்துவிடு' என்று அம்மா ஏற்கெனவே பல தடவை சொல்லியிருக்கிறா. வீட்டுக் கடிதம் வந்த இரண்டு நாளில் நண்பன் ராசகுலத்தின் கடிதமும் வந்திருந்தது.

நண்பா!

நான் உன் நிலை தெரியாமல் கவலைப்பட்டுக்கொண்டிருந்த வேளை, உன் அம்மாதான் நீ ஏதோவொரு நாட்டுக்குப் போய்ச் சேர்ந்துவிட்டாய் என்று கூறி உன் விலாசத்தைத் எனக்குத் தந்தா. நான் நான்கு மாதத்துக்கு முதல் தற்செயலாகக் கோயிலடியில் பத்மினியைக் கண்டேன். அவள் ஓடிவந்து ஆட்கள் நிற்பதையும் பாராமல் உன்னப்பற்றி விசாரிக்க, 'நான் எனக்கொன்றும் தெரியாது' என்று கூறினேன். அதற்குப் பத்மினி, 'உன் அம்மாவிடம் அதைப் பற்றிக் கேட்கவில்லையா?' என்றாள். அதற்கு நான், 'அவனின்ர அம்மா 'என்னர பிள்ளை எங்கையெண்டே தெரியாது. உயிரோடு இருக்கிறானோ என்றும் தெரியாது. இவ்வளவு காலமாச்சு... ஒரு கடிதம்கூட வரேல்லை' என்று குளறி அழுறா எனச் சொன்னேன்.

'என் வீட்டில் கலியாணத்துக்கு ஆயத்தப்படுத்துகிறார்கள், இனியும் நான் தப்ப இயலாது' என்று சற்றே விம்மியபடி, 'அம்மாவுக்கு கான்சர் நோய் என்று கண்டுபிடித்து வைத்தியம் நடக்குது. அம்மா சாக முதல் எனக்குக் கல்யாணம் செய்து வைக்க வேணும் என்று குடும்பம் முடிவெடுத்திருக்கு. இப்ப எப்படி அவரைத் தொடர்பு கொள்ளுறது எண்டு தெரியேல்லை. அதுக்குள்ளை அக்கா சொல்லுறா அவர் மன்னாரில் அங்கையொரு பெட்டையோடை சுத்தினவன் எண்டு. அது உண்மையோ?' என்றும் கேட்டாள். (எனக்கே அந்தக் கதை புதிசு உண்மையோடா?) உடனே நான் சொன்னேன், உங்கடை அக்கா 'உங்கடை மனதை மாத்திறத்துக்கு பச்சைப் பொய் சொல்லுகிறா. ஆனா நான் ஒன்று சொல்ல முடியும், அவன் ஒரு நல்ல நாடு போய்ச் சேர்ந்து, வேலை கிடைச்சு உங்களைக் கூப்பிட இரண்டு வருசமாவது செல்லும். அதுவரை நீங்கள் வீட்டை எப்படிச் சமாளிப்பியள்?' என்று.

இப்படி நான் சொன்னவுடனே அவ அழ வெளிக்கிட்டா. ஆட்கள் மெல்ல எங்கட பக்கம் திரும்ப, நான் மெதுவாகக் கழன்றுவிட்டேன். பின்பு ஒரு நாளும் நான் அவளைக் காணவில்லை,

இப்படிக்கு
ராசகுலம்.

ராசகுலத்தின் அந்த கடிதத்தை படித்த நாள்முதல் மனம் சரியில்லாமல்தான் இருந்தது. கவலையும் கவலையை மிஞ்சிய வெப்பியாரமும் கூடிக்கொண்டே போனது. மனம்விட்டுப் பேசக்கூடப் பக்கத்தில் யாரும் இல்லை.

என்னை இரண்டு நாளாய்க் காணவில்லையெனச் சிவமோகன் தேடிவந்தார். நான் இருந்த கோலத்தைப் பார்த்து அவர் பயந்துவிட்டார்.

என்னுடைய காதலைப் பற்றி அவருக்கு முன்பே சொல்லியிருந்தேன். பத்மினியின் புகைப்படத்தையும் காட்டி யிருந்தேன். பத்மினிக்குக் கல்யாணம் நடந்ததைச் சொன்னபோது என் கண்ணால் கண்ணீர் வழிந்தது.

அவர் என்னை அணைத்துத் தலையைத் தடவினார். என் மேசையில் இருந்த புகைப்படத்தை எடுத்துக்கொண்டுபோய்க் கிழித்து எறிந்தார். 'இதை நீ பார்த்துப் பார்த்து வாழ்க்கை முழுக்கக் கவலைப்படுவாய்' என்று அருகில் வந்து ஆறுதல் சொன்னார். அவர் அதைக் கிழித்தபோது எனக்கு இன்னும் கவலையாய் இருந்தது. அவள் அந்தப் புகைபடத்தைத் தந்த அந்த மாலை நேரம் ஞாபகம் வந்தது.

ஒரு பின்னேரப் பொழுது. தலைச் சோழகக் காற்று வீசிக் கொண்டிருந்தது. கனகாலத்துக்குப் பிறகு ஒரு துணிச்சல். சைக்கிளை எடுத்துக்கொண்டு பத்மினியின் வீட்டுக்குப் போனேன்.

எனக்கு வெளிநாட்டுக்குப் போறதுக்கு எல்லாம் சரி வந்திருந்தது. அடுத்த நாள் மத்தியானம் கொழும்புக்கு நான் ரெயில் ஏற வேணும். 'பத்மினியின்ர அப்பா அகஸ்ரின் மாஸ்ரருக்கு போட்டு வாறன் எண்டு சொல்ல வந்தனான்' என்பதுதான் சாட்டு.

பத்மினியின் வீட்டு வாசலை மிதித்தேன்.

பிசாசு, அதுதான் அவவின் அக்கா; அவ இப்ப கொழும்பில் என்று பத்மினி சொல்லியிருந்தா. நான் வீட்டுக்குள் கால் வைத்த போது அகஸ்டின் மாஸ்டர் ஹோலுக்குள்தான் இருந்தார். தாயும் ஒரு தம்பியும் உள்ளுக்குள் இருந்தினம்.

என்னைக் கண்டவுடன் மாஸ்ரர் 'வாரும் வாரும்' என்றார். தாய் வந்து 'என்ன இஞ்சால் பக்கம்' என்றா. 'நாளைக்கு நான் வெளிநாட்டுக்கு வெளிக்கிடுகிறன், அதுதான் சொல்ல வந்தனான்' என்றேன். 'ஓ அப்படியா... எத்தனை நாளைக்கு நீர் இப்படியே சுத்திக்கொண்டு திரியிறது...' என்று தாய் ஏதோ பேசிக் கொண்டிருக்க, பத்மினியை என் கண்கள் தேடிக்கொண்டிருந்தன. அவதான் எனக்குக் கடிதத்தில் எழுதியிருந்தா, வெளிநாடு போறதெல்லாம் சரிவந்தால், போகமுதல் வீட்டை வந்து சொல்லிப்போட்டுத்தான் போக வேணும் என்று.

பத்மினியின் அறையில் இருந்து 'நீ வருவாய் என நான் இருந்தேன் வரும் வழிதோறும் உன்னைப் பார்த்திருந்தேன்' என்ற பாடல் மென்மையாக ரேப் றைக்கோடரில் இருந்து மிதந்துகொண்டிருந்தது. அகஸ்ரின் மாஸ்ரர் தன் மனைவி யிடம் தேத்தண்ணீர் போட்டுகொண்டு வரச் சொன்னார்.

அவ எழும்பி உள்ளுக்குள் போக, பத்மினி கலங்கிய கண்ணுடன் வந்து சுவருடன் சாய்ந்து நின்றா. நான் அவவைப் பார்த்தேன்; ஒன்றும் பேசவில்லை. மாஸ்ரர்தான், 'எங்கே போறீங்கள்? எப்படி போறீங்கள்? கடைசிவரைக்கும் ஒரு கொம்மினிஸ் நாட்டிற்குப் போய்விடாதீர்கள்' என்று... என்னவோ எல்லாம் சொல்லிக்கொண்டிருந்தார்.

நானும் பத்மினியும் கண்களால் பேசிக்கொண்டிருந்தோம். தேத்தண்ணீர் போடுகிறன் என்று போன மனுசி வரவில்லை. 'தேத்தண்ணியை எடுத்து வாறன்' என்று மாஸ்ரர் உள்ளுக்குள் போனார்.

இதுதான் தருணம் என்று பத்மினி பாய்ந்துவந்து ஒரு கவரை என் சேட்டுப் பொக்கற்றுக்குள் செருகினா. நான் அதைக் கவனிக்காமல், அவ நெற்றியில் முத்தமிட்டேன். தாயும் தகப்பனும் தேநீருடன் வர, அவ திரும்பச் சுவருடன் போய்ச் சாய்ந்து நின்றா.

வெளியில் வானம் மெல்ல இருள் சூழ்ந்தபடி இருந்தது. சோழகம் இன்னும் பேய்போல் வீசியது. தேத்தண்ணீரைக் குடித்துவிட்டு 'போட்டு வாறேன்' எனச் சொல்லி வெளிக்கிட்டன். சைக்கிளை எடுத்து ஊருட்டிக்கொண்டு வெளிக்கிட, அப்போது பிரபலமாக இருந்த 'எங்கிருந்தோ வந்தாள்' திரைப்படப் பாடல் யார்ரையோ கல்யாணவீட்டு விழாவில் இருந்து குழாய் ஸ்பீக்கர் வழியாக மிதந்து வந்தது.

ஓரே பாடல் உன்னை அழைக்கும்
உந்தன் உள்ளம் என்னை நினைக்கும்

காதல் கிளிகள் பறந்த காலம்
கண்ணில் தெரியும் நெஞ்சம் உருகும்

உன்னை அறிந்தேன் என்னைக் கொடுத்தேன்
உள்ளம் முழுதும் எண்ணம் வளர்த்தேன்

காற்றின் இரைச்சலை மிஞ்சிப் பாடல் எனக்குக் கேட்டுக் கொண்டிருந்தது. திரும்பிப் பார்த்தேன். பத்மினி, வீட்டு வாசலில் தனியே நின்று கை காட்டிக்கொண்டிருந்தா. கை காட்டிய வண்ணம் நின்ற அவளை அன்றுடன் என்றைக்குமாய்ப் பிரிந்தேன்.

வீட்டுக்கு வந்து அந்தக் கவரைப் பிரித்தபோது ஆயிரம் ரூபாய்க் காசும் அவளின் புகைப்படமும் ஒரு சின்னக் கடிதமும் இருந்தன. இந்தப் புகைப்படத்தை உங்களுக்குத் தருவதற்காகச் சென்ற மாதம் ஞானம் ஸ்ரூடியோவில் போய் எடுத்து வைத்திருந்தேன். இந்த ஆயிரம் ரூபாய் நான் நீண்ட காலமாய்ச் சேர்த்த பணம். உங்களுக்குப் பணக் கஸ்ரம் இருக்கிறது என்பது எனக்குத் தெரியும். இதை உங்கள் செலவுக்கு வைச்சிருங்கள். கல்யாணம் முடிக்கும்போது வட்டியும் முதலுமாய் வீட்டிலை வாங்குவோம். உங்கள் பயணம் நல்லாய் அமையும். இறைக்கரம் தாங்கட்டும்

என்று எழுதியிருந்தா.

உண்மையில் அந்தப் பணம் எனக்குப் பெரிய உதவியாய் இருந்தது. கொழும்பில் நின்றபோது செலவுக்குப் பெரிய உதவி அது. அது ஆயிரம் ரூபா; இன்றைக்கு அது மில்லியன் பெறும்.

சிவமோகன், புகைப்படத்தைக் கிழித்தது மாத்திரமில்லாமல். என்னைப் போஸ் பண்ணி வெளியில் வர வற்புறுத்தினார். நான் மாட்டேன் மாட்டேன் என அடம் பிடிக்க, அவர் 'உன்னை இப்படியே விட்டுவிட்டுப் போகமாட்டன், வரத்தான் வேணும்... வா, எங்கையாவது கடையிலை போய்ச் சாப்பிடுவம்' என்று இழுத்தார்.

'இதுக்குக்கவலைப்படுவதுமடைத்தனம்...இண்டைக்கு உனக்கு இது ஒரு மாதிரித்தான் இருக்கும். காதல் என்பதும் நேசம் என்பதும் உடல் சம்மந்தப்பட்ட விசயம், ஆத்மா சம்மந்தப்பட்டதல்ல, இப்படி நான் சொல்லுற மாதிரி நீயும் ஒரு காலத்திலை சொல்லு வாய்' என்றார் சிவமோகன். நான் வெறுப்போடு அவரைப் பார்க்க, அவர் இன்னும் கேவலமாய்க் கதைக்கத் தொடங்கினார். 'நீ இண்டைக்கு இப்படிக் கவலைப்பட்டதற்காக எண்டைக்காவது ஒருநாள் கவலைப்படுவாய். காதல்தான் வாழ்க்கை எண்டு அவள் நினைச்சிருந்தால் செத்தல்லோ இருக்க வேணும். யாரோ ஒருத்தனோடை அவள் சந்தோசமாய் இருக்க நீ கவலைப்பட்டுச் சாகப் போறியோ? நினைக்கிற காதல் எங்கையும் இல்ல. அது பலருக்கும் பத்தோடை பதினொன்றுதான்.' இப்பிடி எனக்கு ஆறுதல் சொல்கிறேன் என்கிற தோரணையில் மிகப் பிற்போக்குத்தனமாய்ப் புலம்பிக் கொண்டிருந்தார். அந்தத் துயரத்திலும் எனக்குக் கோபம் வந்தது. ஆனால், கோபத்தைக் காட்டக்கூடிய மனநிலையில் நான் இல்லை. எனக்கும் றூமை விட்டு வெளிக்கிட வேணும் போல் இருந்தது. அவருக்குப் பின்னால் நடக்கத் தொடங்கினேன்.

26

எங்கே போய்க்கொண்டிருக்கின்றோம் என்று சொல்லாமல் முன்னால் நடந்துகொண்டிருந்த சிவமோகன் என் முகத்தைப் பாராமலே 'பக்கத்திலை இருக்கிற ரவுணுக்குப் போட்டு விடிய வருவோம்' என்றார்.

நான் ஒரு பதிலும் சொல்லாமல் மௌனமாக அவர் பின்னால் நடந்துகொண்டிருந்தேன். அவர் ஒரு ரெயிலில் ஏற நானும் ஏறினேன்.

ரயிலில் ஆளுக்கொரு இருக்கையில் அமர்ந்தது எனக்கு ஆறுத லாக இருந்தது.துக்கத்தைத் தனிமையில் அனுபவிக்கும் மனநிலைதான்.

ரயிலில் இருக்கும் பிற பயணிகளைப் பார்த்தேன். எல்லோரும் சந் தோசமாக இருப்பதுபோலவும் நான் ஒருவன்தான் வேதனையில் வாடுவதைப் போலவும் இருந்தது.

> நல்ல குருநாதர் நம்மைக் வருத்துவது
> கொல்லவல்ல; கொல்லவல்ல
> பொல்லா வினையறுக்க.

என அம்மா அடிக்கடி சொல்லுவது நினைவுக்கு வந்தது. எனக்கென்னவோ குருநாதர் என்னைக் கொல்லத்தான் இந்த வேதனையை எனக்குத் தந்தார் என்பதைப் போன்றிருந்தது.

நான் வெளிநாட்டுக்கு என வெளிக்கிட்ட பிறகு வெளிக்கிட்ட பல பெடியங்கள், ஈசியாக பெர்லின் வழியாக ஜெர்மனிக்கும் பிரான்சுக்கும் போய்ச் சேர்ந்தார்கள்.

என்ரை விதியோ இல்லை ஏஜன்சிக்காரரின் அறியாமையோ அல்லது கள்ளக் குணமோ தெரியவில்லை, வாற வழிகளிலை நான் சரியாய் மாட்டுப்பட்டுப் போனேன். இலங்கையில் இருந்து

மொஸ்கோவுக்கு வந்ததும் மொஸ்கோவில் இருந்து உக்கிரேன் போய்ச் சேர்ந்ததும் குருநாதர் பக்கத்தில் நின்றதுபோல் ஒரு பிரச்சினையுமில்லாமல் நடந்தது.

உக்கிரேனில் மேலும் ஆறு தமிழர்களுடன் ஏஜன்சிக்காரர் என்னைச் சேர்த்துவிட்டார். உக்கிரேனில் இருந்து போலந்துக்கு போய் அப்படியே ஜேர்மனிக்குப் போவதுதான் திட்டம். ஏஜன்சிக்காரர் திட்டத்தைச் சொன்னபோது, சாவக்சேரியில் இருந்து கொடிகாமம் போய் அப்படியே பளைக்குப் போவது என்கிற மாதிரிக் கேட்கச் சுகமாக இருந்தது.

ஆனால் அந்தப் பயணத்தில் பட்டபாடு இருக்கிறதே! 'பட்ட கதை சொன்னால் பல பட்டோலை போதாது' என்று ஊரில் வயதானவர்கள் சொல்வார்களே, அப்படிப்பட்டது என் கதை.

கொஞ்சநாள் உக்கிரேனில் ஒரு சிறிய பட்டணத்தில் நின்று விட்டு போலந்து எல்லையை நோக்கிப் போனோம்.

ஒரு வாகனத்தில் இரண்டு மூன்று மணித்தியாலங்கள் பயணம் செய்தபின் ஒரு பொட்டல் வெளியில் இறக்கிவிட்டார்கள். அதில் இருந்து கொஞ்சத் தூரம் நடந்து போக வேண்டும் என்றார்கள். கொஞ்சத் தூரம் என்பது ஒரு கூப்பிடும் தூரம் என்றுதான் நினைத்தேன். கிட்டத்தட்ட ஆறு மணித்தியால நடை. அது கடும் வெயில் மிக்க கோடைகாலம். அது கொடியதொரு நடையாகவே இருந்தது. வாகனங்கள் ஏதாவது தூரத்தில் தெரிந்தால் அருகில் இருக்கும் பற்றையளுக்குள் ஒளிக்க வேண்டும். நான் கொண்டு வந்த சூட்கேஸ் யாழ்ப்பாணச் சிலுவையாய்க் கனக்க, வியர்வை ஆறாய்ப் பெருக, நடந்தேன்.

அவர்கள் சொன்ன இடத்துக்கு வந்து சேர்ந்த பின், அங்கோர் அறையொன்றில் ஆறுபேரையும் விட்டார்கள். அறையென்று ஒரு வசதிக்காகத்தான் சொல்கின்றேன். எங்கள் ஊரில் மாட்டுக் கொட்டில்கூட இதைவிட வசதியாக இருக்கும்.

அந்த இடங்களை எல்லாம் இப்போது மறந்துவிட்டேன். நாம் கடந்த ஓர் ஆறு ஒன்றின் பெயர்தான் ஞாபகம் இருக்கின்றது. அதன் பெயர் 'ஓடர்'. அதைக் கடந்தால் ஜெர்மனி எல்லையைக் காணலாம் என்றார்கள். ஆனால் அந்த ஆறைக் கடப்பது இலகுவானதல்ல. இரண்டு பக்கத்திலும் பொலிசும் ஆமியும் நிற்பார்கள்.

சில நாள்கள் கடந்தன. ஏஜன்சிக்காரர் ஒழுங்கு செய்த உக்கிரேன் மாபியாக்காரன் 'பணம் முடிவடைந்து விட்டது, தலைநகருக்குப் போய்ப் பணம் கொண்டு வாறன்' என்று போனான். போனவனைச் சில நாட்களாகக் காணவில்லை.

எங்களிடம் இருந்த உணவுப் பண்டங்கள் எல்லாம் முடிவடைந்து விட்டன. வெளியில் போகப் பயம். தேயிலைத் தூள் மட்டுமே மிஞ்சியிருந்தது. தொடர்ந்து மூன்று நாட்கள் தேயிலைச் சாயம் மாத்திரமே குடித்தோம். பிறகு, அதுவும் முடிந்தது.

பிச்சைகூட எடுக்க வழியில்லை. வெளியில் போக முடியாது.

பசி வந்தால் பத்தும் பறக்கும் என்பார்கள். எங்களில் ஒருவன் துணிந்து வெளியே போனான். என்ன பாஷையில் எப்படிக் கெஞ்சினானோ? என்னத்தைக் கொடுத்தானோ? உக்கிரேன் விவசாயி ஒருவரிடமிருந்து ஒரு சாக்கு முற்றியதும் முற்றாதுமான சோளப் பொத்திகளை வாங்கி வந்தான். அடுத்த ஐந்தாறு நாட்களுக்கு அதை அவித்தும் கஞ்சியாக்கியும் குடித்தோம். ஒருவழியாக அந்த மாபியாக்காரன் இன்னாரு உக்கிரேனியுடன் உணவுப் பொருட்களையும் கொண்டு வந்தான்.

எங்களில் ஒருவன் கடும் கோபத்துடன் தமிழ்த் தூசணங் களாலும் தெரிந்த ஆங்கிலத்தாலும் அவனைச் சத்தம் வச்சுச் பேச அவன் எடுத்த வாக்கில் அவனுக்கு அடிச்சுப் போட்டு, தனக்குத் தெரிந்த ஆங்கிலத்தில் 'சத்தம் வைக்காமல் இருக்க வேணும், உங்கள் ஆறு பேரையும் கொன்றுபோட்டு இந்தக் காட்டுக்குள் போட்டாலும் யாருக்கும் தெரியப் போறதில்லை. அப்படியெல்லாம் நாங்கள் செய்திருக்கிறோம். இப்ப இரண்டு எல்லைகளிலும் பிரச்சினையிருக்கு. நீங்கள் போறதுக்கு ஆறு மாதங்களாவது செல்லும், அது வரைக்கும் மூச்சுவிடப்படாது' என்று சொன்னான்.

எங்களைப் போன்ற அகதிகளை எல்லை வழியாகக் கடத்துவது இந்த மாபியாக்காரரின் பெரிய வியாபாரம். இந்த மாபியாக்காரருக்கும் எல்லையில் இருக்கும் இராணுவம், பொலிசுக்கும் தொடர்புகள் உண்டு என்பதையும் இது கைமாறும் பணம் சம்பந்தப்பட்டது என்பதையும் நாங்கள் அறிந்துகொள்ள நாள்கள் பல சென்றன.

இந்தக் கிழமை அனுப்புவார்கள், அடுத்த கிழமை அனுப்புவார்கள் என்று நம்பி இருப்பதைத் தவிர எங்களுக்கு வேறு வழியில்லை. அந்த இரண்டு பேரும் திரும்பவும் பக்கத்துப் பட்டணத்துக்குப் போய் வருகின்றோம் என்று சொல்லிப் போய்விட்டார்கள்.

திடீரென்று ஒருநாள் இரவு, பெரும் பொலீஸ் படை எங்கள் அறையைச் சுற்றி வளைத்தது.

பத்துப் பதினைந்து பொலிஸ்காரர்கள் எங்களை அங்கேயே அடித்து உதைத்து வாகனங்களில் ஏற்றிச் சென்றார்கள்.

எல்லைக் காவல் நிலையம் ஒன்றில் எம்மை அடைத்து வைத்து விசாரித்தார்கள். அந்த விசாரணை எங்கள் பிரயாணம் பற்றியதாகவோ பாஸ்போட் விசா பற்றியதாகவோ இருக்கவில்லை. பத்துப் பன்னிரண்டு பேருடைய புகைப்படங்களைக் காட்டி இவர்களைத் தெரியுமா என்று மட்டுமே கேட்டுத் தாக்கினார்கள்.

அவர்கள் எல்லைக் கடத்தல்காரர்கள் என்றும் மாபியா குழுக்களைச் சேர்ந்த உக்கிரேன் நாட்டுக்காரர் என்றும் பொலிசார் எங்களுக்குச் சொல்ல முயற்சித்தார்கள். ஒரு பொலிஸ்காரர் மாத்திரம் ஓரளவு ஆங்கிலம் பேசக் கூடியவராக இருந்தார்.

இந்தப் பத்து பேரில் யார் உங்களைக் கூட்டிக்கொண்டு வந்தவர் என்று கேட்டுக் கேட்டு அடித்தார்கள். அந்தப் புகைப்படத்தில் இருந்தவர்களின் முகங்கள் எல்லாம் ஒரே மாதிரியாக இருந்தன. அந்தப் படங்கள் எங்களைக் கூட்டிவந்த உக்கிரேன்காரர்கள் போலவும் இருந்தது.

எவ்வளவு அடி வேண்டினாலும், ‘இவர்களைத் தெரியாது’ என்று சொல்வதில் நாம் உறுதியாய் இருந்தோம். எங்களுடன் இருந்த கொடிகாமப் பெடியன் அடி தாங்காமல் மயக்கம் போட்டு விழுந்துவிட்டான். அதற்குப் பிறகுதான் அவர்கள் எம்மை அடிப்பதை நிறுத்தினார்கள்.

அடுத்த நாள் காலை, பணியில் இருந்த பொலிசார் சிப்ட் முடிந்து செல்ல, புதிய சிப்ட்டுக்கு வேறு பொலிசார் வந்தார்கள். அவர்கள் நல்ல பிரஷாய் வந்திருப்பார்கள்போல. அவர்களும் எங்களை ஏறி மிதிக்கத் தொடங்கினார்கள். நாங்கள் கொடிகாமப் பெடியனை ‘மயக்கம் போட்டு விழடா’ எனக் கெஞ்சத் தொடங்கினோம், ‘இந்தமுறை நீங்கள் யாரும் விழுங்கோ, நெடுகலும் நானோ விழுகிறது?’ என்று சொன்னவன், அடி தாங்காமல் வலிவந்த மாதிரி நிலத்தில் விழுந்து துடிக்கத் தொடங்கினான். பொலிசார் அதற்குப் பின் அடிக்கவில்லை, நல்ல சாப்பாடும் தந்தார்கள்.

‘பெரிய அதிகாரி வந்து உங்களை விசாரிப்பார். அதற்குப் பிறகு நீங்கள் மறியலுக்கோ அல்லது உங்கடை ஊருக்கோ செல்ல வேண்டும்’ என்றார்கள்.

அந்த ஆங்கிலம் தெரிந்த பொலிஸ்காரன்தான் ‘உங்களுக்கு விழுந்த அடியெல்லாம் கடத்தல்காரரைக் காட்டித் தரும்படி கேட்டுத்தான்’ என்பதைக் கொஞ்சம் கொஞ்சமாக விளங்கப்படுத்தினான். அவன் மேலும் சொன்னான்:

‘நாங்கள் இப்படி எல்லை கடப்பவர்களைப் பெரிதாகக் கண்டு கொள்வது இல்லை. அவர்களைத் தண்டிப்பதும் இல்லை, நீண்ட காலமாய்ப் பல்வேறு நாடுகளில் இருந்து அகதிகளாக

வருகின்றவர்கள் இந்த வழியாகத்தான் ஜெர்மனி செல்கின்றார்கள். எல்லோரும் மனிதர்கள்தானே. அத்தோடு எல்லை கடப்பவர் களைத் தடுப்பது எல்லைக்காவல் இராணுவத்தின் பொறுப்பு, அதனால் பொலிசாராகிய நாங்கள் அகதிகளாகச் செல்வோரைப் பெரியளவில் கண்டுகொள்வதில்லை. ஆனால், ஒரு மாதத்துக்கு முன்னால் நடந்த ஒரு சம்பவம்தான் இந்தக் கெடுபிடிக்குக் காரணம்' என்றார்.

நாங்களும் அடியுதை தந்த வலிகளை மறந்து கதை கேட்பதில் ஆவலானோம். அந்தக் கதையோடு எங்கள் எதிர்காலமும் பின்னப்பட்டிருந்தது.

அவர் அந்தச் சம்பவத்தைச் சொல்லத் தொடங்கினார்.

'ஒரு மாதத்துக்கு முதல் ஒரு தமிழ்த் தாயும் குழந்தையும் உட்பட ஆறேழு பேரை இந்த மாபியாக் கும்பல் 'ஓடர்' ஆற்று வாய்க்காலால் ஜெர்மனிக்கு இருட்டில் கூட்டிப் போயிருக்கின்றார்கள். குளிர் தண்ணீர் குழந்தைமீது பட, அது அழத்தொடங்கிவிட்டது. அந்த அமைதியான நடுநிசியில் அழுகைச் சத்தம் கேட்டால் ஆமி அங்கே வந்துவிடும். மாபியாக்காரன் குழந்தையைத்தான் கொண்டுவருவதாகக் கூறி வாங்கியிருக்கின்றார். மற்றவர்களை வேகமாக நடக்கச் சொல்லி இவர் பின்னால் வந்திருக்கின்றார். ஆற்றுநீர் முழங்காலுக்கு மேல் ஓடிக்கொண்டிருந்தது.

மாபியாக்காரனின் தோளில் இருந்த குழந்தை திருப்பியும் பலமாய்க் கத்தியிருக்கு. அவர் குழந்தையைத் தண்ணீருக்குள் அமுக்கியிருக்கின்றார். குழந்தை மூச்சுத் திணறி இறந்துவிட்டது. ஜெர்மனியில் கரையேறிய பின்னர்தான் குழந்தை இறந்த செய்தி தாய்க்குத் தெரிந்திருக்கின்றது. அழுது குழறிய தாய் ஜெர்மன் பொலிசுக்குத் தகவலைச் சொல்ல, அவர்கள் எங்கள் அரசாங்கத்துக்கு அறிவித்தார்கள். அதை யடுத்துக் கடத்தல் செய்யும் மாபியாக்களைக் கைது செய்யும்படி எங்கள் அரசாங்கம் எங்களுக்கு அழுத்தம் தருகின்றது' என்ற பெருந்துயரக் கதையை குமுதம் பத்திரிகையில் வரும் ஒரு பக்கக் கதைபோல் உணர்ச்சியில்லாமல் சொல்லி முடித்தார்.

நாங்கள் திகைத்துப் போய் இருந்தோம். எங்கையோ பிறந்து, ஏதேதோ கனவுகளில் வளர்ந்து, பெயர் தெரியாத இந்த வயல் வெளிகளில்தான் எங்கள் வாழ்வை முடிக்கப் போகின்றோமா? சத்தம் இல்லாமல் அமசடக்கி போல் ஓடும் இந்த 'ஓடர்' ஆற்றில் தான் அடங்கப் போகின்றோமா?

வாய்விட்டு அழ வேண்டும்போல் இருந்தது.

மூன்றாம் நாள் இரவோ நாலாம் நாள் இரவோ தெரியவில்லை; உக்கிரேன் கடத்தல்காரர்கள் இரண்டு பேரை எங்கள் ஏஜென்சி

பொலிஸ் நிலையத்துக்கு அனுப்பி வைத்தது. அவர்கள் வந்து பொலிஸ்காரருடன் ஏதோ குசுகுசுத்து, ஒரு தொகையைக் கைமாற்றி எங்களை அழைத்துச் சென்றார்கள்.

இப்போது புதிய இடம். இது பழைய அறையைவிட மிகக் கேவலமாக இருந்தது.

இந்தப் பயணத்தில் என்னுடன் வந்த ஆறு பேரில் ஒருவனுடைய முகம்தான் இன்னும் ஞாபகத்தில் இருக்கிறது. அது அடிக்கடி வலி வருகிற அந்தக் கொடிகாமப் பெடியனின் முகந்தான். எவ்வளவோ கஸ்ரங்கள் வந்தாலும் எங்களைத் தாங்கிப் பிடித்தவன் அவன். இப்படியெல்லாம் துயரப்பட வேணுமோ என்றெல்லாம் நாங்கள் விரக்தியடையும் பொழுதுகளில், அவன் இலங்கைச் சிறைகளில் வாடும் தமிழ் இளைஞர்களைப் பற்றிச் சொல்லுவான். தானும் ஒரு அரசியல் கொலை சம்மந்தமாகச் சந்தேகத்தின் பேரில் கைதாகி, பொலிசாரிட்டையும் மறியலிலையும் சித்திரவதைப்பட்ட கதைகளைச் சொல்லுவான். நாங்கள் இப்போது, இலங்கைச் சிங்களவரின் சிறையில் மாட்டுப்பட்டோம் என்று கொஞ்ச நாளைக்கு நினைத்து, இதையும் கடந்து செல்வோம் என்பான்.

நானும் அப்படித்தான் நினைத்தேன். எப்படியும் இந்தக் கஸ்ரங்கள் எல்லாம் முடிவடையும், ஏதோ ஒரு நல்ல நாட்டிற்குப் போவேன், தங்கியிருக்க விசா கிடைக்கும், வேலை கிடைக்கும், பத்மினியைக் கூப்பிடுவேன், வாழ்க்கையில் சந்தோச வாழ்வு வரும் என்றெல்லாம் கனவு கண்டேன்.

27

மெல்ல மெல்லக் குளிர்காலம் தொடங்கி விட்டிருந்தது. 'எப்ப போறது? எப்படி போறது?' என்று ஒன்றுமே தெரியவில்லை.

கோடை காலத்தின் முடிவில் சூரியன் மிக அழகாகத் தெரிந்தது.

இங்கத்தைய சூரியன் எங்கள் ஊர்ச் சூரியனை விட அழகானவன். பள்ளிக்கூடத்தில் ஒரு பேச்சுப் போட்டிக்குப் பாடமாக்கியிருந்த

வானமெங்கும் பரிதியின் சோதி
மலைகள் மீதும் பரிதியின் சோதி
தானை நீர்கடல் மீது ஆங்கே
தரையின் மீதும் தருக்கள் மீதும்
கானகத்திலும் பற்பல ஆற்றின்
கரைகள் மீதும் பரிதியின் சோதி.

இந்தப் பாடலைப் பாடின பாரதி, இஞ்சினேக்கை எங்கேயோ நின்றுதான் எழுதியிருக்க வேணும்.

பல கோடைகால மாலை நேரங்களில் ஆட்கள் இல்லாத இந்த ஆற்றங்கரைகளில் நடந்து திரிகையில் இப்பாடலைத் திரும்பத் திரும்ப நான் வாயசைத்துச் சொல்லித் திரிந்திருக்கின்றேன்.

நல்ல குளிர்காலத்தில்தான் எல்லை கடப்பது ஓரளவுக்குச் சாத்தியமாகும் என்று அந்த மாபியா கூட்டம் ஏதோ சாக்குப் போக்குச் சொல்லிக் கொண்டிருந்தது.

பெரியளவில் குளிரும் பனியும் தொடங்கி விட்டது. ஏதோ... அரைகுறைச் சாப்பாடு கிடைத்துக் கொண்டிருந்தது. அப்படியான நாள்களில்தான் இன்னும் மூன்று தமிழ்ப் பெடியங்களை எல்லை கடத்தும் எங்கள் மாபியாக்காரர் கூட்டிக்கொண்டு வந்தார்கள்.

இந்த மூன்று பேரும் பேயடிச்சதுபோல் இருந்தார்கள். இரண்டு மூன்று நாளாய் எங்களோடு சாப்பிட்டு எங்களோடு படுத்து எழும்பினாலும் பெரிதாகக் கதைக்க விருப்பம் இல்லாமல் இருந்தார்கள்.

மாபியாக்காரர் விலகிய பின்தான் கொஞ்சம் கொஞ்சம் பேசத் தொடங்கினார்கள். வேறு ஏஜென்சிக்காரர் மூலம் வேறு மாபியாக்காரரிடம்தான் அவர்கள் வந்திருக்கின்றார்கள்.

நாற்பது மைலுக்கப்பால் இன்னொரு ஊரில், அதுவும் ஓர் ஆற்றங்கரையில்தான் இருந்திருந்திருக்கின்றார்கள்.

தாங்கள் நாலு பேர் வந்ததாகவும் குளிர் தொடங்கிய பின் தங்களுடன் வந்த ஒருவருக்குத் தொய்வு இழுப்புத் தொடங்கியதாகவும் அவர் கொண்டுவந்த மருந்துகள் முடிவடைந்துவிட்டது என்பதால் அதை வாங்கிவர மாபியாக்காரர ரவுணுக்குப் போயிருக்கின்றார்கள். போனவர்கள் உடனே திரும்பி வரவில்லை. ஒரு இரவில் அந்தப் பெடியனுக்கு இழுப்புக் கூடி துடித்துத் துடித்துச் செத்துப் போனான். இவர்களுக்கு என்ன செய்வதென்று தெரியவில்லை. இரண்டு நாட்கள் பிணத்துடன் இருந்திருக்கின்றார்கள். மூன்றாம் நாள் வேறுவழியின்றி அவர்கள் இருந்த வீட்டுக்கு பின்னால் பனியைத் தோண்டி அதற்குக் கீழே புதைத்திருக்கின்றார்கள். இதற்குப் பிறகுதான் மாபியாக்காரர் வந்திருக்கின்றார்கள். விசயத்தைக் கேட்ட அவர்களும் பயந்து விட்டார்கள். எப்படியும் விசயம் பொலிசுக்குத் தெரியவரும், தொடர்ந்து சிக்கல்களும் வரும் என்று எங்களை வேறு ஓர் இடத்துக்கு அழைத்துச் சென்றார்கள். அதற்குப் பிறகுதான் பணம் கொடுத்து உங்கள் மாபியாக்காரரிடம் எங்களைக் கைமாற்றினார்கள் எனத் தங்கள் கதையைச் சொன்னார்கள்.

எங்களுக்கும் வேறெந்த வழியும் தெரியவில்லை. விதிவிட்ட வழியென்று இப்ப உங்களோடை வந்து நிற்கிறோம் என்றார்கள்.

'செத்த பெடியன் யார்? எந்த ஊர்க்காரன்? அவன் இறந்த விடயத்தை அவர்கள் குடும்பத்துக்கு அறிவிக்கிற வசதி இருந்ததா?' என்றெல்லாம் நாங்கள் கேட்டோம்.

'எங்களுக்கு அவன் ஒருமாதப் பழக்கம்தான். வடமராட்சி பக்கம் ஏதோ ஓர் ஊர் என்று சொன்னவன். கொழும்பிலை ஏயர்ப்போட்டிலை அவனை வழியனுப்பப் பெரிய குடும்பமே வந்து நின்றது. குஞ்சு குருமனாய் நிறையச் சகோதரர்களாய் இருக்க வேண்டும். எல்லோரும் அழுத வண்ணமே வழியனுப்பினார்கள். எங்களோடு இருந்த நாள்களில் அவன் தன் குடும்பம்பற்றிப் பெரிதாக எதுவும் பேசவில்லை.

'அடிக்கடி அல்பத்தை எடுத்துத் தன் குடும்ப உறுப்பினர் களைப் பார்த்துக்கொண்டிருப்பான். தங்களுடைய வீட்டை யும் காணியையும் ஈடு வச்சுத்தான் வெளிநாட்டிற்கு வெளிக்கிட்டேன்... என்பான்.

'இரண்டு கிழமைக்குள் போய்ச் சேருவீர்கள் என்று சொல்லித்தான் ஏஜென்சிக்காரன் பணம் வாங்கினவன். இத்தனை நாளாய் போச்சு... எப்ப போய்ச் சேரப்போறோமோ? என அங்கலாய்த்துக்கொண்டிருப்பான்.'

'அவன்ர வீட்டிற்கு நீங்கள் அறிவிக்கவில்லையோ' என்று கேட்டோம். 'என்ன விசர்க்கதை கதைக்கிறியள்? நாங்கள் எங்கே நிற்கிறோம் என்று எங்கள் வீட்டுக்கே அறிவிக்க வழி இல்ல. இதில... அவன்ர வீட்டு விலாசம், சொந்த பந்தம் எதுவுமே தெரியாது.

'அவன் கொண்டு வந்த கொஞ்ச உடுப்புகளையும் அவனோடை போட்டுத்தான் புதைச்சனாங்கள்.

'பாஸ்போட்டையும் இருந்த கொஞ்சம் அமெரிக்க டொலரையும் மாபிக்யாக்காரரிட்டைக் கொடுத்துவிட்டோம்.

'பனி கரையேக்கை அவன்ர உடல் வெளிய வரப்போகுது. எங்களிலைதான் பழி வருமோ தெரியேல்லை. அதுக்கிடையிலை நாங்கள் எல்லையைக் கடந்து விடுவோம்' என்று நம்பிக்கை தெறிக்கக் கதைத்தார்கள். உண்மையிலே அவர்கள் சொன்னமாதிரி ஓர் உச்சமான பனி கொட்டுற நாளில் நாங்கள் அந்த ஆற்றைக் கடந்தோம்.

'காயமே இது பொய்யடா காற்றடைத்த பையடா' என்று சொல்வார்கள்.

காற்றடித்த ஒரு வட்டமான வள்ளம் போன்ற ஒரு சாமானில் எங்களை இரண்டு இரண்டு பேராக ஏற்றி, மற்றக் கரையில் நின்று கயிற்றைப் பிடித்து இழுத்து எடுத்தார்கள். ஆறு பெரிய ஆழம் இல்லை. கடக்கிறதுக்குக் கஸ்டமான தூரமும் இல்லை. ஆனால் பேயே பயப்பிடுகிற இருட்டு. தண்ணீர் கூடச் சத்தம் வைக்க முடியாத குளிர். இஞ்சாலைக் கரையில் இரண்டு பேர். அங்காலக் கரையில் இரண்டு பேர். ஒரு சத்தமும் இல்லை. அந்த அலுவலைச் செய்தார்கள்.

உலகத்தில் எங்களைத் தவிர வேறு மனிதர்கள் இல்லையென்ற மாதிரியான அமைதி அங்கே இருந்தது. கரை கடந்ததும் கறுத்த போர்வைகளால் எங்களைச் சுற்றி அனுப்பி வைத்தார்கள்.

நினைவுகளின் மயக்கத்தில் சிவமோகன் எங்கையோ ஒரு கடைக்குள் புகுந்ததை நான் கவனிக்கவில்லை. நான்

பனிவிழும் பனைவனம்

தடுமாறிக்கொண்டு நின்றுகொண்டிருந்தேன். சிவமோகன் என்ர பெயரைச் சொல்லி கூப்பிடுவது கேட்டது. நான், அவர் குரல் வந்த திசைக்குக் போனேன், அவர் ஒரு கடைவாசலில் நின்றுகொண்டு, 'நீ பின்னாலை வருவாய் என்று நினைத்து உள்ளுக்குள்ள போயிட்டன். என்ன யோசனையில் நிற்கிறாய். உன்ரை சோகத்தையும் எல்லாத்தையும் மாத்திறன் பார்' என்று அக்கடைக்குள் அழைத்துச் சென்று அதன் மேல்மாடிக்குப் போனார்.

நானும் அவர் பின்னால் போனேன். மேல்மாடி ஒரு பார்போல் இருந்தது. மெல்லிய வெளிச்சம். ஐந்தாறுபேர் அங்கங்கு கதிரைகளில் இருந்தார்கள்.

மேடைபோன்ற சிறிய தளத்தில் இரண்டு மூன்று பெண்கள் ஏதோ பாடலுக்கு ஆடிக்கொண்டிருந்தார்கள். என்னையும் தான் இருந்த ஒரு கதிரைக்குப் பக்கத்தில் இருக்கப் பண்ணினார் சிவமோகன்.

'என்னண்ணை இது?' என்று கேட்டபோது,

'வெறும் டான்சுதான்... உடுப்பு இல்லாத டான்ஸ்' என்று கூறிப் புன்னகைத்தார்.

நான் 'திரும்பிப் போறன் அண்ண,' என்று சொல்ல, என்னைப் பார்த்து முறைத்தார். நான் பேசாமல் இருக்க, பியருக்கு ஓடர் பண்ணினார்.

எனக்கும் போனால் என்ன, இருந்தால் என்ன என்ற மனநிலைதான். மறுப்புச் சொல்லாமல் ஒரு கிளாஸ் பியரைக் குடித்தேன்.

முன்பு வைன் குடித்திருக்கிறேன். பியர் குடிப்பது இதுதான் முதல்தடவை. சரியான கசப்பாக இருந்தது. அதன் பெயர் ரின்னில் '1616' என எழுதியிருந்தது.

சிவமோகன் என்னைப் பார்த்து 'சொட்டுச் சொட்டாய் குடிக்காமல் சும்மா இழு, சில இரவுகளில், என் பழைய ஒரு காதலியை நினைச்சு இந்த '1616' பியரிலை 16 ரின் குடிச்சிருக்கிறன்' என்றார்.

அப்பொழுது சிறிது வெளிச்சம் அதிகரிக்க மூன்று பெண்களும் ஆடத் தொடங்கினார்கள். ஆடி ஆடி மேலாடையை மெல்ல மெல்லக் கழற்றத் தொடங்கினார்கள்.

சிவமோகன் இதற்கிடையில் மூன்று ரின் குடித்துவிட்டார். 'உவளவை உதெல்லாம் ஒவ்வொன்றாகக் கழட்டி முடிய எப்படியும் விடியும்' என்று சொன்னார்.

அவர் நிறையைத் தடவை இந்த இடத்துக்கு வந்திருக் கிறார்போல. அங்கு வேலை செய்பவர்கள் அவரைத் தெரிந்தவர்கள்போல் நடந்துகொண்டார்கள்.

நான் ஒரு ஞானம் பெற்ற ஞானிபோல் இருந்தேன். ஆனால், உண்மையில் ஞானி சிவமோகன்தான். அவருக்கு இதெல்லாம் பார்த்துப் பார்த்து அலுத்துப்போன காட்சிகளாக இருக்க வேண்டும். நான் என்னுடைய கவலைகளை மறக்க வேண்டும் என்ற உயர்ந்த நோக்கத்தோடு அவர் இருப்பதாகத் தெரிந்தது.

கட்டாயப்படுத்தி இரண்டாவது பியரையும் குடிக்கவைத்தார். எனக்கும் குடித்தால் நல்லது என்றுதான் பட்டது. கொஞ்சம் வெறி வர அழ வேணும்போல் இருந்தது. நான் பெண்கள் ஆடிய மேடைப் பக்கம் திரும்பவில்லை. நான் ஒழுங்காக இருப்பதற்கு பத்மினிமீது கொண்ட காதல்தான் வழி நடத்திக் கொண்டிருந்தது.

அவளைப் பற்றி நினைக்கக் கண்ணீர் ஓடியது. இனி வாழ்க்கையில் பார்க்க முடியாப் பிரிவு. என்மேல் எவ்வளவு நேசம் கொண்டிருந்தாள். இது ஒரு பக்கம். மற்றது, அந்தக் குடும்பத்தின் செருக்கு. நானும் வசதியாய் இருந்தால், உயர்வாய் இருந்தால் இப்படிச் செய்வினமோ என்ற வெப்பியாரம் எழுந்து கொண்டிருந்தது.

இப்போது ஆடிக்கொண்டிருந்த பெண்கள் மேடையைவிட்டு இறங்கி ஒவ்வொரு மேசையாக வந்து ஆடினார்கள். இப்போது மேற்சட்டை இல்லாமல் வெறும் மார்போடு இருந்தார்கள். எனக்குக் கிட்ட வந்தபோது நான் முகத்தைச் சுவர்ப் பக்கம் திருப்பிக் கொண்டேன்.

இப்படிச் சீரழிந்து போனேனே என்று மனம் வருந்த அழுகை கூடியது. ஒருத்தியின் அணைப்பில் இருந்த சிவமோகனுக்கு இப்போது நல்லவெறி. இவர் ஏன் அழுகிறார் என ஆங்கிலத்தில் அவரைக் கேட்டபோது சிவமோகனுக்கு வெறியில் நல்ல ஆங்கிலம் வந்தது.

'இவன்ரை காதலி வேறு ஒருவனுடன் போய்விட்டாள். பாவம், இவனுக்கு இதுகள் ஒன்றும் பழக்கம் இல்லை அப்பாவி' என்று ஏதோ சொல்ல, அந்தப் பெண் மிக இரக்கத்தோடு என்னருகே வந்து தன் வெறும் மார்பில் என் முகத்தை அணைக்க வெளிக்கிட்டா. எனக்கு ஏதோ விசர் வந்தமாதிரி அவளைத் தள்ளிவிட்டு வெளியே போனேன்.

சிவமோகன் மேல் ஆத்திரம் வந்தது. சிவமோகன் 'நில்லடா... நில்லடா...' என்று கலைத்துக்கொண்டு பின்னால் வந்தார்.

'நான் வீட்டை போகப் போறேன்' எனப் பிடிவாதம் பிடித்தேன். அவரும் ஏதோ மனம் மாறியவராக 'கொஞ்சம் நில், பியர்க் காசும் அவளவைக்குக் கொஞ்சக் காசும் கொடுத்துவிட்டு வாறன்' என்று திரும்பிப்போய்க் கொடுத்துவிட்டு வந்தார்.

ரயிலில் நான் மௌனமாக இருந்தேன். சிவமோகனையும் பகைத்துவிட்டால் இந்த நகரத்தில் நான் தனித்துப் போவேன் என்ற சுயநலத்தால் அவரைப் பெரிதாகக் கோவிக்க மனம் வரவில்லை.

ரயிலால் இறங்கி வீடு நோக்கி நடக்கும்போது சிவமோகன் கையைப் பிடிச்சு, 'நீ உன்ரை காதலுக்காக அதுவும் உன்னை மறந்து வேறு ஒருவனைக் கல்யாணம் முடிச்ச ஒருத்திக்காக இவ்வளவு கவலைப்படுகின்றாய் ... என்ரை கதையை நீ எப்போதாவது கேட்டிருக்கிறாயா ?' என்று கேட்டுவிட்டு விம்மத் தொடங்கினார்.

'நான் காதலிச்ச பெண் கிணத்துக்கை விழுந்து தற்கொலை செய்துவிட்டாள்' என்று சொல்லிப்போட்டு மௌனமாக நின்றார்.

'ஏன் ... ஏன் ...' என்று நான் அவரை உலுப்பியபோது, 'காதல் தோல்விதான்' என்றார்.

'ஊராலும் உலகத்தாலும் ஏற்றுக்கொள்ள முடியாத காதல் அது. ஆனால் நாங்கள் பிடிவாதமாக இருந்தோம்' என்றார்.

'ஏன் மற்றவர்களால் ஏற்றுக்கொள்ள முடியாமல் போனது ?' என்று நான் கேட்க, 'அவள் எனது ஒன்றுவிட்ட தங்கை... அதை யாராலும் ஏற்றுக்கொள்ள முடியவில்லை' என்றார்.

'ஏன் எங்களுக்குள் காதல் வந்தது என்பதை என்னால் இன்றுவரை புரிந்துகொள்ள முடியவில்லை' என்று கூறிச் சற்று விம்மினார்.

'ஒன்றுவிட்ட தங்கையை யாரும் காதலிப்பினமோ ?' என்று நான் கேட்க, 'நாங்கள் காதலிச்சிருக்கிறமே' என்றார்.

நான் விசித்திரமாக அவரைப் பார்த்தேன்.

அவர் என்னைப் பார்த்து, 'அம்மாவின்ரை அண்ணன்ரை, அல்லது தம்பியின்ர மகளை (மச்சாளை) கல்யாணம் செய்யலாம். ஆனால் அம்மாவின்ரை தங்கச்சியன்ரை மகளைக் கல்யாணம் செய்ய இயலாது. தமிழரின்ர விசித்திரமான இந்தச் சட்டங்களை விளங்கிக்கொள்ள முடியேல்லை... இந்த விசயம் ஊர் முழுக்கத் தெரிஞ்சு, பெரிய அவமானமாகப் போச்சு. அவளின்ரை இன்னொரு சிறிய தகப்பன், ஆட்களுக்கு முன்னாலை, றோட்டிலை வச்சு, அவளை இது சம்மந்தமாய்க் கேட்டு அடிச்சு

அவமானப்படுத்தினார். அன்று இராத்திரியே அவள் வயல் கிணத்துக்குள்ள குதிச்சுச் செத்துப்போனாள்.'

இதை சொல்லும்போது அவரின் அறைக்குக் கிட்ட வந்துவிட்டோம். அறைக் கதவில் தலையைச் சாய்த்து குளறி அழத் தொடங்கினார். அவர் நல்ல வெறியிலும் இருந்தார்.

இப்போது நான் அவரைத் தேற்றுகின்ற நிலை. கதவைத் திறந்து அவரை உள்ளுக்குள் அழைத்துப் போனேன்.

தனக்கு இன்னும் குடிக்க வேணும்போல் இருக்கென்றார். நான் அதட்டினேன். 'டேய் நீ கொஞ்ச நாளில் உந்த பத்மினியின்ரை காதலையெல்லாம் மறந்து, பேப்பர் கிடைச்சு, வேலை கிடைச்சு, ஊருக்குப் போய் வேறு கல்யாணம் செய்துவிடுவாய். ஆனால் நான் ... வாழ்க்கையில் கல்யாணமும் முடிக்கப் போவதில்லை. ஊருக்கும் போகப் போவதில்லை. தற்செயலாக நான் இங்கு செத்துப் போனால் என்ர உடம்பைக்கூட ஊருக்கு அனுப்பிப் போடாதை... என்றெல்லாம் இடைவிடாமல் பேசிக்கொண்டிருந்தார்.

அவரின் பேச்சை மாற்றுவதற்காக 'அண்ணை ... ஏதாவது ஒரு காத்தான் கூத்துப் பாட்டு ஒன்று பாடுங்கோ' என்றேன். பாடத் தொடங்கினார்:

பஞ்சணையில் போய்ப் படுத்தால்
காத்தான் நான் போய்ப் படுத்தால்
அம்மா நான் போய் படுத்தால்
அந்த, பத்தினியாள் வந்து வந்து போறாளணை...
கண்ணயர்ந்து காத்தான் நான் போகையிலும்
நான் போகையிலும்
என் கனவிலும் காதலியாள் வாறாளம்மா
காதலியாள் வாறாளம்மா!
அம்மா போக விடை தாவேன்
அம்மா அந்த ஆரியப் பூ மாலையிடம்
போக விடை தாவேன்...

அன்று விடியும்வரை சிவமோகன் பாடிக்கொண்டிருந்தார்.

28

சகாயநாதனுடன் தொடர்பை நான் விட்டு விடவில்லை. அவனைப் பிடிக்காதுதான்; ஆனால் இந்த அந்நியத் தேசத்தில் எனக்கிருக்கும் விட்டுவிட முடியா உறவுக்காரன். அதைவிட விவரம் அறிந்த நாள் தொடக்கம் பழகியவன். ஒரே வயதுக்காரன்.

என் நண்பன் ஒருவன் சொல்வான், “குற்றம் பார்த்தால் சுற்றம் இல்லை எங்கடை கை கால் முகம் நெஞ்சு போன்றவை எப்படி எங்ளுடையதோ அதேபோல் குண்டியும் எங்கடைதான். இப்படி யோசிச்சு எல்லாக் குணம் உள்ளவர்களுடனும் பழகத்தான் வேணும்” என்பான்.

ஒரு சனி மாலை தன்ரை அறைக்கு வரும்படி அழைத்திருந்தான். அங்கு போனபோது இன்னும் இரண்டு பேர் அங்கு இருந்தார்கள்.

அவர்கள் மௌனமாக இருக்க சகாயநாதன் பேசிக்கொண்டிருந்தான். அவன் நாக்கால் பேசுவதில்லை, பல்லால் தான் பேசுவான். அவ்வளவு கடி. முன்னால் ரீவீ ஓடிக்கொண்டிருந்தது. அதில் புட்போல் மச் ஒன்று நடந்துகொண்டிருந்தது.

தான் ஒரு பெரிய புட்போல் பிளையர் எனச் சொல்லிக்கொண்டிருந்தான். நாங்கள் படித்த பள்ளிக்கூடமும் புட்போலுக்குப் பெயர் போனது தான். தானும் எங்கடை பள்ளிக்கூடஅணிக்கு விளையாடியதாகவும் அதுவும் ப்ரண்ட் லயினிப் முக்கிய ஆள் என்றும் தன்ரை காலுக்குப் பந்து கிடைச்சால் ஒரு காலமும் கோல் அடிக்காமல் விட்டதில்லை எனச் சொல்லிப்போட்டு “இஞ்சை வந்திருக்கிறானே இவன் என்ரை மச்சான்” என்று என்னைக் காட்டி, “இவன் என்னுடன்தான் படிச்சவன் நான் சொல்லுறது பொய் எண்டா இவனைக் கேட்டுப் பாருங்கோ” என்றான்.

நான் நினைத்தேன், அவர்கள் ஏதோ புட்போல் கிளப்பைச் சேர்ந்தவர்கள் என்று. அவர்களை நான் நிமிர்ந்து பார்த்தபோது அவர்களும் என்னைப் பார்த்தார்கள். சகாயநாதன் பள்ளிகூடக் கிறவுண்டுக்குப் போனதையே நான் பார்த்ததில்லை. பள்ளிக் கூடத்தை விடுங்கோ எங்கடை ஊரிலை பின்னேரத்தில் விளையாடுகிற புட்போல், வொலிபோல் விளையாட்டுக்கோ இவன் வந்ததை நான் கண்டதில்லை.

அவனைக் காட்டிக் கொடுக்காமல் நான் மென்மையாகச் சிரித்துக்கொண்டிருந்தேன். அந்தப் புதியவர்களும் ஒன்றும் பேசாமல் சும்மா தலையாட்டிக்கொண்டிருந்தார்கள்.

சகாயநாதன் அந்த இருவரையும் பார்த்து, "ஏதோ அரசியல் பேச வேண்டும், உங்கடை றூமுக்கு வரட்டோ எண்டுதானே கேட்டனீங்கள். அதுக்கு இவன்தான் சரியான ஆள்" என்று என்னைக் காட்டி "அதுக்குத்தான் இவனையும் வரச் சொன்னேன்" என்றான்.

அவர்களும், "ஓ.. அப்படியா" என்றுவிட்டு என்னைப் பார்த்துப் பேச ஆரம்பித்தார்கள். "ஊரின் இன்றைய நிலைமைகள் உங்களுக்குத் தெரியும் என்று நினைக்கின்றோம். நாங்கள் தப்பி வந்துவிட்டோம் என்று நினைச்சுக்கொண்டு தாய் மண்ணை மறக்கேலாது எங்கட மண்ணுக்கு ஏதாவது செய்ய வேணும்" என்று அதில் ஒருவர் பேசினார்.

நான் ஏன் இங்கு வரவைக்கப்பட்டேன் என்பது எனக்கே இப்போதுதான் தெரியும். இதில் நான் என்னத்தைக் கதைக்க? மௌனமாக இருந்தேன். சகாயநாதன் என்னைப் பார்த்துவிட்டு அவனே பேசினான், "அதுக்கு நாங்கள் இங்கு இருந்து என்ன செய்யிறது" கண்ணைச் சுருக்கிகொண்டு கேட்டான்.

வந்தவர்களில் ஒருவர் "நாங்கள் இங்கு வாரவாரம் ஐந்துபத்துப் பேர் சேர்ந்து சந்திக்கின்றோம். ஊரில் இருக்கிற முக்கியமான இயக்கமான ஈழப் புரட்சிகர அமைப்பின் கிளையாகச் செயல்படுகின்றோம்" என்றார்.

எனக்கு உண்மையில் அந்தச் சொல்லே புதிதாக இருந்தது. சகாயநாதன் சிரிக்க வெளிக்கிட்டான். "நீங்கள் சொன்ன அமைப்போடு இதுவரை ஏழு அமைப்புகள் அங்கு இருக்கின்றதாகக் கேள்விப்பட்டேன். ஏன் நீங்கள் முதல் முதல் போராட்டத்திற்குப் போய் ஆயுதம் எடுத்தவங்களோட சேர்ந்து போராடினால் என்ன?

"நாலுபேர் சேர்ந்தவுடன் ஒரு இயக்கமா? அல்லது சும்மா ஒரு வீடு கிடைச்சிவிட்டால் அதில ஐந்தாறு பேர் போய் இருந்துகொண்டு 'காம்ப்' எண்டு சொல்லுறத்துக்கா?" என்று கடுப்பாய்த்தான் கேட்டான்.

பனிவிழும் பனைவனம்

அவர்கள் கோபப்படவில்லை. அமைதியாகப் பேசினார்கள். நாங்களும் முன்னோடி இயக்கம்தான். முதன் முதலாக வெளிநாட்டிற்குப் பயிற்சிக்குக் கொஞ்சப் பேரை அனுப்பி எடுத்திருக்கின்றோம். அதைவிட நாங்கள் மற்ற இயக்கங்களைப்போல் இல்லை. எங்களுக்கு ஒரு தத்துவப் பின்னணி இருக்கு" என்றார் ஒருவர்.

சாகாயநாதன் இடைமறித்து, "தத்துவப் பின்னணியென்றால் என்ன?" என்று கேட்டுவிட்டு, "என்ன கொம்மினிசமோ?" என்று நக்கல் விட்டான். அதோடு நிற்பாட்டவில்லை "கொம்மினிசியத்திலை எத்தனை வகையிருக்குத் தெரியுமோ? இலங்கையில் பெரிய பெரிய கொம்மினிசியத் தலைவர்கள் இருக்கின்றார்கள், அவங்களுக்கு எங்கடை ஈழம் என்ற சொல் அரிகண்டத்தை கொடுக்குது என்று சொல்கிறார்கள். நீங்களோ ஈழம் கிடைப்பதற்கு கொம்மினிசத்தைப் பயன்படுத்தப் போகிறோம் எண்டுறியள்.

"சரி உங்கட லைனில வாறன், அந்தத் தத்துவத்தின்படி தமிழர்களுக்குத் தனிநாடு கிடைப்பது நியாயமானது எண்டால் சிங்களக் கொம்மிசினியத் தலைவர்கள் ஏன் தனிநாட்டை எதிர்க்கிறார்கள்? கொமினிசத்திலை தமிழ் கொமினிசம் சிங்களக் கொமினிசம் எண்டு இருக்கோ?" சகாயநாதன் கதைத்த அரசியல் எனக்கு ஆச்சரியமாக இருந்தது.

நான் இதை அவனிடம் எதிர்பார்க்கவில்லை. ஏதோவெல்லாம் பேசினான். அவர்களும் அவனது கேள்விகளுக்குச் சளைக்காமல் கோபப்படாமல் பதில் சொன்னார்கள். எனக்கென்னவோ அவர்களைப் பிடிக்கத் தொடங்கிட்டுது. அவர்கள் நாட்டின்மேல் அக்கறை கொண்டிருப்பதுவும் மக்களுக்கு ஒரு சமதர்மமான வாழ்வைக் காணும் கனவும் எனக்குப் பிடித்திருந்தது.

உண்மையில் அவர்கள் தங்கள் அமைப்புக்கு ஆள் சேர்க்கத்தான் வந்திருந்தார்கள். "உங்கட அடுத்த கூட்டத்துக்கு என்னை அழையுங்கள் நான் வருகின்றேன்" என்றேன். அவர்கள் தொடர்பு வழிகளையும் பெற்றுக்கொண்டேன். அது என் மனம் சோர்வடைந்திருந்த காலம்.

காதல், காமம் என்ற இரண்டைப் பற்றியதான விவாதங்கள் பற்றியில்லை என் சிக்கல்கள். ஒரு பெண்ணை நான் விரும்பினேன். அவளும் விரும்பினாள். ஏதோ அற்பக் காரணங்களுக்காக அந்தக் காதல் தொலைந்து இரண்டு பேரும் வேதனைப்படுகின்றோம்.

ஏன் இந்த வாழ்வு இவ்வளவு அற்பத்தனமாக இருக்கின்றது? காதல் என்பது பொய்யா அல்லது மெய்யா? அல்லது மெய் போல் தோன்றும் பொய்யா? அல்லது பொய்போல் தோன்றும் மெய்யா?

நான் திட்டமிட்டு இன்ன சாதியில் இன்ன இடத்தில் பிறக்க வேணும் என்று பிறந்தேனா? அல்லது பத்மினியைக் காதலித்தது பிளான் பண்ணி நடந்த காரியமா? அல்லது இன்று சொந்த மண்ணைவிட்டு வந்து ஏதிலியாய் அலைவது நான் முடிவு செய்த காரியங்களா?

கேளாதே வந்து கிளைகளாய் இல்தோன்றி
வாளாதே போவரால் மாந்தர்கள் – வாளாதே
சேக்கை மரன்ஒழியச் சேண்நீங்கு புள்போல யாக்கை
தமர்க்கொழிய நீத்து

பள்ளிக்கூடத்தில் படித்த நாலடியார்தான் ஞாபகம் வருகின்றது

இப்படியே காலம் முழுவதும் மறுகிக்கொண்டு இருக்க வியலாது.

கசப்பில் இருந்தும் வீழ்ச்சியில் இருந்தும் என்னைப் பாதுகாக்க வேணும் என்று உறுதிகொண்டேன். கடந்த காலத்தை மறக்க வேணுமென்றால் வேறு விடயங்களில் அதுவும் எனக்கு விருப்பமானதும் மற்றவர்களுக்கும் பிரயோசமான வழிகளில் செலுத்த வேண்டும் என்ற எண்ணம் மேலோங்கியது. நான் இருந்த ஊரில் இயங்கிய அந்த அமைப்பின் கூட்டங்களுக்குப் போகத் தொடங்கினேன்.

எனக்கு அவர்களின் திட்டங்களும் கொள்கைகளும் பிடித்துக்கொண்டது. எங்களுகென்று ஒரு நாடு. அந்த நாட்டை அடையும்போது அது சமதர்ம பூமியாய் அமைய வேண்டும் என்ற கோட்பாட்டில் உறுதியாக இருந்தார்கள். போராட்டத்தின் ஆதார சுருதியும் அதுவாகவே இருந்தது. அத்தோடு எங்கள் நாட்டில் ஆகக் கீழ்த்தட்டு வர்க்கமாக இருக்கும் மலையக மக்களும் இந்தப் போராட்டத்தில் ஒரு மையமாக இருப்பார்கள்.

இதைவெறும் பிரச்சாரமாக மட்டும் இல்லாமல் அமைதியாகச் செயற்படுத்தவும் தொடங்கியிருந்தார்கள். ஏற்கெனவே எப்படியோ தொடர்புகள் எடுத்துப் போராட்டங்கள் நடக்கும் நாட்டிற்குப் பயிற்சிற்கு ஆட்களை அனுப்பியிருக்கிறார்கள். அதில் ஒருவர்தான் எங்களுக்கு வகுப்பு எடுத்துக்கொண்டிருந்தார்.

ஒருநாள் கூட்டம் நடந்துகொண்டிருக்கும்போது இன்னும் நாலு பெடியங்கள் புதிதாக வந்திருந்தார்கள்.

அவர்கள் எங்களோடு சேரத்தான் வந்தவர்கள் என நான் நினைத்தேன். இடையில் திடீரென அவர்கள் குழம்பி, “நீங்கள் ஒரு சின்ன அமைப்பு. ஏற்கனவே பெருவாரியான இளைஞர்கள் எங்களுடன் சேர்ந்துவிட்டார்கள். இஞ்சை இருக்கிற கொஞ்ச

ஆட்களையும் குழப்பாதையுங்கோ. இப்ப தேவை பெரிய பணப்பலம். வெளிநாட்டுக்கு வந்தவர்கள்தான் எங்கடை பெரிய பலம். உங்களாலை எங்களுக்கு பெரிய தலையிடி. முதல் சிங்கள ஆமியை அடிச்சுக் கலைக்க உங்கடை ஆட்களையும் எங்கடை இயக்கத்தோடு சேரச் சொல்லுங்கோ" என்று வந்தவர்கள் சத்தம் வைத்துச் சொல்ல முறுகுப்பாடு தொடங்கியது. அதில் வந்தவர்களில் ஒருவன் திடீரென்று களிசான் பொக்கற்றுக்குள் இருந்து ஸ்கூட்றைவரை எடுத்து எங்கள் தோழர் ஒருவரை குத்த வெளிக்கிட்டான். இன்னொருவன் குறுக்கே வந்து அவனைப் பிடித்து இழுபட இன்னொருவர் ஓடிப்போய் பொலிசுக்கு ரெலிபோன் பண்ண வெளிக்கிட அவர்கள் ஓடிவிட்டார்கள்.

அவர்களில் ஒருவரை ஐந்தாறு மாதத்திற்குப் பின் தற்செயலாக ஒரு கடையடியில் கண்டபோது அவர் என்னை ஞாபகம் வைத்து "எப்படியிருக்கின்றீர்கள்?" என்றார்.

நான் கொஞ்சம் துணிவாக இப்பவும் "ஸ்கூட்றைவருடன்தான் திரிகின்றீர்களோ" எனக் கேட்க "அந்த ஸ்கூட்றைவர் கொண்டு வந்து பெடியன் ஒரு விசரன். அவனை நாங்கள் கலைச்சுப் போட்டோம்" என்றார்.

"இப்ப ஒரு பிரச்சினையும் இல்லை எங்கடை இயக்கம் உங்கடை இயக்கத்திற்குப் பண உதவி கூடச் செய்திருக்கு" என்றேன் நான். "உங்கடை தலைவரை வெளிநாட்டிற்கு ஆயுதப் பயிற்சிக்கு அனுப்பியதே எங்கடை இயக்கம்தான். அது தெரியுமோ உங்களுக்கு?" என்று கேட்க, "அது தெரியாது எங்கடை இயக்கம்தான் பெரியது என்று பேப்பர்களே எழுதுது. ஆயுதங்கள் எங்களுக்கு பெரிதாய் கிடைத்தவுடன் அடுத்தது தமிழீழம்தான்" என்றுவிட்டு "நான் வீட்டிற்கு அரிசி வேண்ட வந்தனான், பிறகு சந்திப்போம் தோழர்" எனக் கூறியபடி மாறிவிட்டார்.

அடுத்த கிழமை நடந்த கூட்டத்தில் எங்கள் தலைவரிடம் கொஞ்சம் கோபமாக, "எங்கடை இயக்கம் அவங்களிட்டை காசு வேண்டியோ இயங்குது எனக்கொன்றும் விளங்கவில்லை" என்றேன்.

"ஓம் ஓம் அப்படி சொல்லித் திரியிறாங்கள். அப்படி சொல்லித் திரியிறது மாத்திரமல்ல, தங்கடை ஒரு சஞ்சிகையிலும் பெயரைக் குறிப்பிடாமல் சின்னச் சின்ன இயக்கங்களுக்கெல்லாம் உதவி செய்கிறோம் என எழுதியிருக்கிறார்கள். அது ஒரு பொய். எங்கடை பிரமுகர் ஒருவர் சென்னையில் இருக்கிறார். அவருக்குத் தண்ணிப் பழக்கம் இருக்கின்றது. எங்கட இயக்கம் அதுக்குப் பணம் கொடுக்காது. அவர்களுடைய இயக்கத் தலைவர்

செல்வம் அருளானந்தம்

இவருக்கு அடிக்கடி தண்ணி வாங்கிக் குடுக்கிறவர். அந்தக் கணக்கை வைச்சுக்கொண்டுதான் எங்கடை இயக்கத்திற்கும் உதவி செய்திருக்கிறோம் என்று சொல்லுகிறார்கள்" என்றார்.

இப்பிடி இரண்டொரு வருசம் அவர்களுடன் போனது.

"இயக்கங்கள் ஸ்தானங்களாக இறுகத் தொடங்கும்போது அதில் இருந்து தப்பியோடினால்தான் நாங்கள் உறையாமல் எங்களைக் காப்பாற்றிக் கொள்ளலாம்" என்று ஒரு தடவை ஒரு நண்பன் சொன்னான். அப்படியொரு நிலைமை எனக்கும் வந்தது. நான் மெல்ல மெல்ல விலகி வேறு பிரச்சனைக்களுக்குள் போய்விட்டேன்.

ஆனால் அங்கு நல்ல தோழமைகளைப் பெற்றுக்கொண்டதும் ஒரு பெரிய தத்துவத்தைக் கொஞ்சமாவது புரிந்துகொண்டதையும் இப்பவும் நன்றியாய் நினைக்கின்றேன். எனக்கும் வர்க்கத்தாலும் சாதியாலும் பாதிக்கப்பட்ட அனுபவங்கள் இருந்தன.

கடவுளாகிய ஆண்டவரே

நீர் தாழ்ந்தோரின் கடவுள்

ஒடுக்கப்பட்டோரின் துணைவன்

நலிவுற்றோரின் ஆதரவாளன்

கைவிடப்பட்டோரின் காவலன்

சந்தர்ப்பவசமாக நான் பிறந்த சமயத்தின் இப்பிரார்த்த னையை நாள்தோறும் படித்திருக்கின்றேன்.

தமிழனாய் இருக்கிறபடியால் "பகுத்துண்டு பல்லுயிர் ஓம்புதல் நூலோர் தொகுத்தவற்றுள் எல்லாந் தலை" என்பதையும்.

"இனியொரு விதி செய்வோம் அதை எந்த நாளும் காப்போம், தனியொருவனுக்கு உணவில்லையெனில் இந்த ஜெகத்தினை அழித்திடுவோம்" – என்பதையும் மேடைகள் தோறும் கேட்டு வளர்ந்திருக்கின்றேன்.

ஆனால் இவர்கள் கற்றுத் தந்தது பெரிய வித்தியாசமாக இருந்தது.

"மதம் என்பது உணர்வற்ற மக்களின் உணர்வாக இருக்கிறது. இதயமற்ற உலகின் இதயமாக இருக்கிறது. ஒடுக்கப்பட்ட மக்களின் வேதனைப் பெருமூச்சுதான் மதம். அதே சமயத்தில் அந்த வேதனைக்கும் எதிராகவும் இருக்கிறது. எங்களைப் போன்றவர்கள் இழப்பதற்கு ஒன்றுமில்லை, அடிமை விலங்கைத் தவிர. பெறுவதற்கோர் பொன்உலகு ஒன்றுள்ளது."

இப்படி இப்படி. இவர்களிடம் கற்றுக்கொண்டவை எத்தனையோ.

அந்தக் காலத்தின் இனிமை ஞாபகமாக இருப்பது முதல்நாள் அவர்களிடம் போகும்போது அவர்கள் சொல்லித் தந்த அவர்களின் மந்திரம்தான்.

மதத்தால் இந்து வானாலும்
மாண்பில் முஸ்லிம் என்றாலும்
வேதம் பயிலும் கிறிஸ்து வானாலும்
தீரச் சைவர் ஆனாலும்
ஈழம் தமிழர் ஈழவரே
அவர் எங்கிருந்தாலும் நம்மவரே

எந்த வனத்தில் வாழ்ந்தாலும்
ஈழத்தமிழர் ஓரினமாம்
சொந்தமென்பது உறுதியடா
இது சோசலியத்தின் சுருதியடா

மன்னார் முதல் மட்டக்களப்பு வரை
பருத்தித்துறை முதல் பதுளை வரை
பொத்துவில் உள்ளடங்கிய
பிரேதேசத்தில் வாழும்
தமிழ் பேசும் மக்களுக்கு ஓர்
சமத்துவ சமதர்ம பூமியை
நிலை நிறுத்துவோம்.

எல்லாம் கனவாயிற்று. கனவென்றால் நித்திரைக்குள் வந்த கனவல்ல. பல இரவுகளில் நித்திரை வராமல் துடிக்கப் பண்ணிய கனவு

எத்தனை ஆயிரம் இளைஞர்களின் உயிரைக் குடித்து வாழ்வைத் தொலைத்து நான் வாழ்ந்த காலம்.

இப்படியொரு காலம் ஆயிரக்கணக்கான ஆண்டுகளில் தமிழர் வாழ்வில் நடந்திருக்க வாய்ப்பில்லை.

நம்பமுடியா வீரம், சொல்லமுடியா துயரம், அறியமுடியா துரோகம்.

ஏற்றுக் கொள்ளமுடியா அநியாயங்கள்.

சரியோ பிழையோ நான் பிறந்த யாழ்ப்பாணம் இதற்கு ஒரு மையம்தான்

இந்தியாவின் இரண்டு லோகசபைத் தேர்தல் தொகுதிக்குள் அடங்கிப்போகும் மக்கள் தொகைதான்.

ஓர் அடி வேலியை தள்ளிப்போட்டதற்காக அயலவனைக் கத்தியால் குத்தி மறியலுக்குப் போன ஓர் அண்ணனை எனக்குத் தெரியும். தகப்பன் செத்த பிறகு இரண்டு பரப்புக் காணிக்காய் அடிபட்டு இருபது வருசமாய் கோட், கச்சேரி என அலையும் ஒரு அண்ணன் தம்பி எனக்குக் கிட்டடிச் சொந்தம்தான். கிணற்றடிக்கு வராதே, கோயிலுக்குள்ளை போகாதே, தள்ளி நில்லெனத் தன் இனத்தவனையே சொன்ன அற்பர்களும் இருக்கும் குடாதான்.

ஆனால் மாபெரும் வீரர்களையும் மற்றவர்களுக்காய்த் தன் உயிரைக் கொடுத்த தியாகிகளையும் இந்தத் தலைமுறை கண்டிருக்கிறது.

ஜெருசலேம் பட்டணத்தைப் பார்த்து யேசு சொன்னார்: "கல்லின்மேல் கல் இல்லாமல் போகும்" அப்படித்தான் இங்கும் யாரோ சொல்லியிருக்கலாம்.

எனக்கும் நாட்கள் நடந்தன; நடந்தது ஒன்றும் சொல்வதற்கில்லை.

"போரும் காதலும்" தோற்று இருக்கலாம், ஆனால் பொன்னான வாழ்விருக்குத்தானே.

●

காலச்சுவடு பப்ளிகேஷன்ஸ் (பி) லிட்.
Published by Kalachuvadu Publications (Pvt. Ltd.),
669, K.P. Road, Nagercoil 629001, India
Phone: 91-4652-278525
e-mail: publications@kalachuvadu.com

12/2022/S.No.1141, kcp 4190, 18.6 (1) 9ss